அமெரிக்கக்காரி

# அமெரிக்கக்காரி
## அ. முத்துலிங்கம்

இலங்கையில் கொக்குவில் கிராமத்தில் பிறந்து வளர்ந்தவர். கொழும்பு பல்கலைக்கழகத்தில் விஞ்ஞானப் படிப்பை முடித்த பின் இலங்கையின் சார்டர்ட் அக்கவுண்டன்ட் படிப்பையும், இங்கிலாந்தின் சார்டர்ட் மனேஜ்மெண்ட் படிப்பையும் பூர்த்திசெய்து இலங்கையிலும் ஆப்பிரிக்காவிலும் இன்னும் பல நாடுகளிலும் உலக வங்கிக்காகவும் ஐ.நா.வுக்காகவும் பணிபுரிந்து 2000இல் ஓய்வுபெற்றவர். கனடாவின் தமிழ் இலக்கியத் தோட்டத்தை நிறுவியவர்களில் முதன்மையானவர். கடந்த பல வருடங்களாக ஹார்வர்ட் பல்கலைக்கழகத்திலும் ரொறொன்ரோ பல்கலைக் கழகத்திலும் தமிழ் இருக்கைகள் அமைப்பதற்காக இயங்கிய குழுவில் ஆரம்ப உறுப்பினராக முனைப்புடன் செயலாற்றியவர். மனைவி ரஞ்சனியுடன் கனடாவில் வசிக்கிறார்.

பிள்ளைகள்: சஞ்சயன், வைதேகி. வைதேகியின் மகள்தான் அடிக்கடி இவர் கதைகளில் வரும் அப்ஸரா. சஞ்சயனின் மகள் சகானா.

அறுபதுகளில் எழுத ஆரம்பித்து இன்றும் இவருடைய பணி தொடர்கிறது. சிறுகதை, கட்டுரை, நேர்காணல், விமர்சனம், நாவல் என எழுதிவருகிறார். இவருடைய சிறுகதைத் தொகுப்புகள் ஆங்கில மொழிபெயர்ப்பில் வெளியாகியுள்ளன. 2023இல் இவருடைய நாவல் (Where God Began) ஆங்கில மொழிபெயர்ப்பில் வெளிவருகிறது.

அ. முத்துலிங்கம்

# அமெரிக்கக்காரி

காலச்சுவடு பதிப்பகம்

அன்பார்ந்த வாசகருக்கு,

வணக்கம்.

காலச்சுவடு நூலை வாங்கியமைக்கு நன்றி.

நூலின் உள்ளடக்கம், உருவாக்கம், அட்டைப்படம் இன்ன பிற அம்சங்கள் பற்றிய உங்கள் கருத்துகளையும் ஆலோசனைகளையும் காலச்சுவடு வரவேற்கிறது. தகவல், எழுத்து, வாக்கியப் பிழைகள் தென்பட்டால் கட்டாயம் தெரிவித்து உதவுங்கள். நூல் தயாரிப்பில் கடும் குறைபாடு இருப்பின் மாற்றுப் பிரதி உங்களுக்குக் கிடைக்கக் காலச்சுவடு ஏற்பாடு செய்யும்.

மின்னஞ்சல்: publisher@kalachuvadu.com

காலச்சுவடு நாகர்கோவில் அலுவலகத்திற்குக் கடிதம் அனுப்பலாம்.

தங்கள்
எஸ். ஆர். சுந்தரம் (கண்ணன்)
பதிப்பாளர் – நிர்வாக இயக்குநர்

அமெரிக்கக்காரி ♦ சிறுகதைகள் ♦ ஆசிரியர்: அ. முத்துலிங்கம் ♦ © அ. முத்துலிங்கம் ♦ முதல் பதிப்பு: நவம்பர் 2009, பத்தாம் பதிப்பு: அக்டோபர் 2023 ♦ வெளியீடு: காலச்சுவடு பப்ளிகேஷன்ஸ் (பி) லிட்., 669 கே.பி. சாலை, நாகர்கோவில்.

**amerikkakkaari** ♦ ShortStories ♦ Author: A. Muttulingam ♦ © A. Muttulingam ♦ First Edition: November 2009, Tenth Edition: October 2023 ♦ Size:Demy1 x 8 ♦ Paper: 18.6 kg maplitho ♦ Pages: 176.

Published by Kalachuvadu Publications Pvt. Ltd., 669 K.P. Road, Nagercoil 629001, India ♦ Phone: 91-4652-278525 ♦ e-mail: publications @kalachuvadu.com ♦ Printed at Clicto Print, Jaleel Towers, 42 KB Dasan Road, Teynampet Chennai 600018

ISBN: 978-81-89945-99-2

10/2023/S.No. 315, kcp. 4764, 18.6 (10) uss

ஒருவர் கேட்டார், ஏன் புலம்பெயர்ந்தவர்கள் படைக்கும் கவிதைகள், கட்டுரைகள், கதைகள் என எல்லாவற்றிலும் துயரம் முட்டி நிற்கிறது என்று.

ஒரு நாட்டை இழந்தவர், உறவை இழந்தவர், மொழியை இழந்தவர் படைப்பது வேறு எப்படி இருக்கும்?

ஒன்றுமே இல்லை என்று ஆகிப்போனவர்களுக்கு இந்த நூல்.

## ஆசிரியரின் பிற நூல்கள்

- அக்கா (1964)
- திகடசக்கரம் (1995)
- வம்சவிருத்தி (1996)
- வடக்கு வீதி (1998)
- மகாராஜாவின் ரயில் வண்டி (2001)
- அ. முத்துலிங்கம் கதைகள் (2004)
- அங்கே இப்ப என்ன நேரம்? (2005)
- வியத்தலும் இலமே (2006)
- கடிகாரம் அமைதியாக எண்ணிக்கொண்டிருக்கிறது (2006)
- பூமியின் பாதி வயது (2007)
- உண்மை கலந்த நாட்குறிப்புகள் (2008)
- அ. முத்துலிங்கம் சிறுகதைகள் – ஒலிப்புத்தகம் (2008)
- Inauspicious Times (2008)
- அமெரிக்க உளவாளி (2010)
- ஒன்றுக்கும் உதவாதவன் (2011)
- குதிரைக்காரன் (2012)
- தமிழ் மொழிக்கு ஒரு நாடில்லை (2013)
- கொழுத்தாடு பிடிப்பேன் (2014)
- நாடற்றவன் (2015)
- பிள்ளை கடத்தல்காரன் (2015)
- புவியீர்ப்புக் கட்டணம் (2021)
- கடவுளுக்கு வேலை செய்பவர் (2022)
- கடவுள் தொடங்கிய இடம் (2023)

### COVER PHOTO

Ami Vitale, best known for her international news and cultural documentation, has been praised as a humane and empathetic storyteller. She has received recognition for her work from World Press Photo, the National Press Photographers Association (NPPA), International Photos of the Year, Photo District News, and the Society of American Travel Writers, among others.

The photograph of 'Maasai woman collecting water in the Ngorongoro crater in Tanzania' on the front cover of the book was taken by Ami Vitale during the drought of 2003 and its copyright remains with her.

My sincere thanks to Ami Vitale for having given me permission to use the photograph in the cover.

A. Muttulingam

# பொருளடக்கம்

| | |
|---|---|
| *முன்னுரை* | 13 |
| தாழ்ப்பாள்களின் அவசியம் | 17 |
| பத்து நாட்கள் | 26 |
| புவியீர்ப்புக் கட்டணம் | 34 |
| லூசியா | 44 |
| பொற்கொடியும் பார்ப்பாள் | 58 |
| வேட்டை நாய் | 66 |
| உடனே திரும்பவேண்டும் | 75 |
| 49வது அகலக்கோடு | 83 |
| புகைக்கண்ணர்களின் தேசம் | 90 |
| வெள்ளிக் கரண்டி | 104 |
| சுவருடன் பேசும் மனிதர் | 111 |
| பத்தாவது கட்டளை | 119 |
| மன்மதன் | 130 |
| மட்டுப்படுத்தப்பட்ட வினைச்சொற்கள் | 140 |
| மயான பராமரிப்பாளர் | 150 |
| அமெரிக்கக்காரி | 161 |

## முன்னுரை

சில வருடங்களுக்கு முன்னர் நியூயோர்க் நகரில் நடந்த ஒன்றுகூடலில் சுதா ரகுநாதன் பாடினார். அந்தக் கூட்டத்துக்கு ஏறக்குறைய இருநூறுபேர் வந்திருந்தார்கள் என்று நினைக்கிறேன். பிரபல நடிகை பத்மினியும் அங்கே வருகை தந்திருந்தார். சுதா ரகுநாதன் பாடியபோது, சபை யிலிருந்த பத்மினி யாரும் எதிர்பாராமல் எழுந்து ஆடத் தொடங்கினார். சில வாரங்களுக்கு முன்னர் பத்மினி கனடாவுக்கு வந்திருந்தபோது அவரைச் சக்கர நாற்காலி யில் வைத்து தள்ளிவந்தது ஞாபகத்துக்கு வந்தது. சுதாவின் இசையில் மனதைப் பறிகொடுத்த பத்மினி, திடீரென்று எழுந்து ஆடியதில் சபையோர் பிரமித்துப் போய் கைதட்டி தங்கள் மகிழ்ச்சியைக் காட்டினார்கள்.

ஒரு கலைஞரால் தன் கலையை மறக்க முடிவதில்லை. அவருக்குள் இருந்த ஏதோ ஒன்று, அன்று பத்மினியை எழுந்து ஆடவைத்தது. எழுத்தாளருக்கும் அப்படித்தான், அவர்கள் ஓய்வுபெறுவதில்லை. ஆனால் ஓய்வெடுக்கப் போவதாக அடிக்கடி அறிவிப்பார்கள். கனடாவின் பிரபல எழுத்தாளர் அலிஸ் மன்றோ (வயது 78) சில வருடங் களுக்கு முன்னர் ஒரு கூட்டத்தில், தான் எழுத்திலிருந்து விடை பெறப்போவதாக அறிவித்தார். அந்தக் கூட்டத் தில் அப்போது நானும் இருந்தேன். அதைக் கேட்டு நான் திடுக்கிட்டதுபோல மற்றவர்களும் கொஞ்சம் ஆடிப் போனது தெரிந்தது. ஆனால் அதற்குப் பின்னர் அவர் எழுதிய புத்தகம் ஒன்று சமீபத்தில் வெளிவந்திருக் கிறது. ஓர் எழுத்தாளர் எழுதாமல் இருப்பதற்குக்கூட பிரயத்தனம் செய்யவேண்டும். தமிழில் தொடர்ந்து 60 வருடங்களுக்கு மேலாக எழுதும் சில எழுத்தாளர்களிடம் ஓய்வெடுப்பது பற்றிக் கேட்டேன். அவர்கள், தங்களை மீறிய கலை எழுச்சி தங்களைத் தொடர்ந்து எழுத வைக் கிறது என்று கூறினார்கள்.

நீண்டகாலமாக எழுதும் எழுத்தாளர்களுக்குச் சோர்வு எதிரி என்றால் அந்தச் சோர்விலிருந்து மீள்வதற்கும் அவர்கள் எழுத்தையே பயன்படுத்துகிறார்கள். வள்ளுவர் சொல்வார், 'அவள்தான் நோய். நோய்க்கு மருந்தும் அவள்தான்' என்று. அப்படியே எழுத்தாளர்களுக்கும். எழுத்துத்தான் சோர்வைத் தருகிறது. அதிலிருந்தும் மீள்வதற்கும் அவர்களுக்கு மருந்து எழுத்துத்தான்.

ஓர் ஆங்கில எழுத்தாளருடைய புத்தகம் ஒன்று சமீபத்தில் வந்திருக்கிறது. இளம் எழுத்தாளர். வயது முப்பதுதான். பின்னட்டையில் முப்பது மொழிகளில் அவருடைய எழுத்து மொழிபெயர்ப்பாகியிருக்கிறது என்று அச்சாகியிருந்தது. புத்தகம் பதிப்பாகிச் சில மாதங்களிலேயே 30 மொழிகளில் வெளிவந்துவிட்டது. அதிலே ஒன்று ஐஸ்லாண்டிக் மொழி. அந்த மொழியைப் பேசுபவர்கள் இந்த உலகத்திலேயே 300,000 பேர்தான் உள்ளனர். ஆனால், உலக மொழிகளில் 15வது இடத்தில் இருக்கும் தமிழில் இன்னும் மொழிபெயர்ப்பு வரவில்லை. ஆகக்குறைந்த எண்ணிக்கையினர் பேசும் ஐஸ்லாண்டிக் மொழி கூடத் தமிழை முந்திக்கொண்டுபோவது எனக்கு ஆச்சரியமாக இருக்கிறது.

இஸ்மாயில் காதரே என்று ஓர் எழுத்தாளர். இவர் அல்பேனிய மொழியில் எழுதுகிறார். அல்பேனியா என்பது சிறிய நாடு. சனத்தொகை 3 மில்லியன்தான். அல்பேனிய மொழியின் வயது 600. அந்த மொழிக்கு எழுத்துரு கிடைத்து நூறு வருடங்கள்தான் ஆகின்றன. இருந்தும் இஸ்மாயில் காதரே அல்பேனிய மொழியில் எழுதுகிறார். அவருடைய எழுத்தை நேரடியாக ஆங்கிலத்தில் மொழிபெயர்க்க முடியாமல் முதலில் பிரெஞ்சில் மொழிபெயர்த்து, பின்னர் ஆங்கிலத்துக்கு மொழிமாற்று கிறார்கள். அவருக்கு புக்கர் சர்வதேச இலக்கிய விருது கிடைக்கிறது. நோபல் பரிசுக்கு அடுத்தபடியான சர்வதேச இலக்கியப் பரிசு இதுதான்.

இதையெல்லாம் நான் எழுதுவதற்குக் காரணம் இருக்கிறது. தமிழ் இலக்கியம் மற்ற மொழிகளில் உடனுக்குடன் மொழிபெயர்க்கப்படுவதில்லை. வேற்று மொழி இலக்கியங்களும் தமிழுக்கு மாற்றப்படுவதில்லை. தமிழ் எழுத்தாளர்கள் தங்கள் சின்ன வட்டத்துக்குள்ளேயே எழுதுகிறார்கள். வெளியுலகம் அவர்களுக்குத் தெரிவதில்லை. அவர்கள் படைப்புகளும் தொண்ணூறு சதவீதம் உலக வெளியை அடைவதில்லை. இந்தப் பரிதாபம் தமிழ் எழுத்தாளர்களுக்கு மட்டும்தான் என்னும்போது வேதனையாக இருக்கிறது. அப்படியிருந்தும் அவர்கள் தொடர்ந்து சோர்வில்லாமல் எழுதுவது எத்தனை

பெரிய காரியம். காரணம் என்ன என்று யோசித்தேன். கார்ல் மார்க்ஸ் சொன்ன காரணம்தான் சரி என்று பட்டது. 'மில்டன் எதற்காக இழந்த சொர்க்கம் படைத்தார். பட்டுப்புழு எதற்காக பட்டுநூல் செய்கிறதோ அந்தக் காரணத்திற்காகத்தான்.'

என் சக எழுத்தாளர்களைப் போலத்தான் நானும். சோர்வு வரும்போது அதைத் தாண்டவும் எழுத்தையே பயன்படுத்து கிறேன். அப்படி கடந்த மூன்று ஆண்டுகளில் எழுதியதுதான் இந்தத் தொகுப்பில் உள்ள 16 சிறுகதைகள். முந்தி எழுதியவை போலவோ, வேறு யார் எழுதியவை போலவோ இல்லாத, தமிழ் வாசகருக்குப் பரிச்சயமில்லாத புது நிலங்களின் பின்னணி யில் புனைந்த புதிய கதைகள். இவற்றை வெளியிட்ட *காலம்*, *காலச்சுவடு*, *உயிர்மை*, *தீராநதி*, *வார்த்தை* இதழ்களுக்கு என் நன்றி.

என் நீண்டநாள் நண்பர் திலிப் குமாரை இங்கே நினைத்துக் கொள்கிறேன். அவருடைய தூண்டுதலிலும் முயற்சியிலும்தான் சில கதைகளை ஆங்கிலத்தில் தொகுப்பாக வெளியிட நேர்ந்தது. *Inauspicious Times* என்ற தலைப்பில் அது கிழக்கு பதிப்பகத் திலும் *Amazon.com* இலும் விற்பனையாகிக்கொண்டிருக்கிறது. அவருக்கு என் நன்றியை கூறிக்கொள்கிறேன்.

என் இதயத்துக்கு அருகில் இருக்கும் இருவரை இந்த நேரத்தில் நான் மறக்க முடியாது. என் அக்கா. இன்றும் என் கதைகள் வரும் பத்திரிகைகளைத் தேடி எடுத்துப் பத்திரப்படுத்தி வைப்பது மட்டுமல்லாமல் அவற்றைத் தந்து என்னைப் படிக்க வும் சொல்கிறார். நான் அவருக்கு ஞாபகமூட்ட வேண்டும், இது நான் எழுதியதுதான், ஏற்கெனவே படித்திருக்கிறேன் என்று. அடுத்தவர் என் தங்கை, சரா என்று அழைக்கப்படும் சரஸ்வதி. அபூர்வமான ஞாபகசக்திக்குச் சொந்தக்காரர். நான் மறந்துவிட்ட சம்பவங்களை எனக்கு இன்றைக்கும் நினைவூட்டிக்கொண்டே இருப்பார். இவர்களுக்குப் பாசம் கலந்த என் நன்றியைத் தெரிவிக்கிறேன்.

சில நண்பர்களையும் நினைவில் வைக்கவேண்டும். பராசக்தி சுந்தரலிங்கம், கிருஷ்ணா டாவின்சி, பா. ராகவன், இளைய அப்துல்லாஹ், பொ. கருணாகரமூர்த்தி. எங்கிருந் தாலும் எந்தச் சந்தர்ப்பத்திலும் மறக்காமல் நான் எழுதுவதைப் படித்து உடனுக்குடன் எழுதி உற்சாகமூட்டியவர்கள். இவர் களுக்கு நான் கடமைப்பட்டவன்.

இந்தத் தொகுப்பைக் கொண்டு வருவதற்கு முழுக்காரண மாக அமைந்த 'காலச்சுவடு' கண்ணனுக்கும் தேவிபாரதிக்கும் அட்டைப்படம் வரைந்த சந்தோசுக்கும் நான் எதிர்பாராத

தருணத்தில் எனக்குத் தெரியாமல் புகைப்படமெடுத்து உதவிய Digi Media Creations நண்பர் கருணாவுக்கும் என் நன்றி உரியது.

இலங்கையிலிருந்து அவுஸ்திரேலியா வரை, அமெரிக்கா விலிருந்து துபாய் வரை மின்னஞ்சல்கள் மூலம் அவ்வப்போது பாராட்டுகள் தெரிவித்த, முகம் தெரியாத வாசகர்களையும் நான் நன்றியுடன் நினைத்துக்கொள்கிறேன்.

ரொறொன்ரோ  
26 ஜூலை 2009

**அ. முத்துலிங்கம்**  
amuttu@gmail.com  
www.amuttu.com

# தாழ்ப்பாள்களின் அவசியம்

அம்மாவுக்குக் கனடாவில் நம்பமுடியாத பல விசயங்கள் இருந்தன. அதில் மிகப் பிரதானமானது வீடுகளில் பூட்டு என்ற பொருளுக்கு வேலை இல்லாதது. அம்மாவின் கொழும்பு வீட்டில் அலமாரிக்குப் பூட்டு இருந்தது. தைலாப்பெட்டிக்குப் பூட்டு இருந்தது. மேசை லாச்சிக்குப் பூட்டு இருந்தது. பெட்டகத்துக்குப் பூட்டு. வாசல் கதவுக்குப் பூட்டு. கேட்டிலே பெரிய ஆமைப் பூட்டு. இப்படியாகப் பூட்டு மயம்.

ஆனால் கனடாவில் குளிர்சாதனப் பெட்டிக்குக்கூடப் பூட்டு இல்லாதது மன்னிக்க முடியாத குற்றமாக அம்மாவுக்குப் பட்டது. எல்லா குளிர்சாதனப் பெட்டிகளும் பூட்டோடு வரும் என்றுதான் அவர் நினைத்தார். கொழும்பில் இருந்தபோது அவர் ஒரு வீட்டுக்குப் போயிருக்கிறார். அங்கே வரவேற்பு அறையில் விருந்தாளிகள் உட்கார்ந்து சம்பாசணை செய்யும்போது அவர்களுடைய குளிர்சாதனப் பெட்டியும் கலந்துகொண்டது. அதற்கு அடிக்கடி உயிர் வந்து சத்தம் எழுப்பும். பிறகு மௌனமாகி விடும். அந்தக் குளிர்சாதனப் பெட்டியில் அம்மாவுக்கு மிகவும் பிடித்த அம்சம் அதில் தொங்கிய பூட்டுத்தான்.

விருந்து நடந்துகொண்டிருந்தபோது வீட்டுக்கார அம்மா வந்து சாவிபோட்டு குளிர்சாதனப்பெட்டியை திறந்து, வேண்டிய சாமான்களை எடுத்துப்போனது ஆடம்பரமாக இருந்தது. கனடாவில் பார்த்தால் அதற்குப் பூட்டு இல்லை. அதை வேறு மறைத்துவைத்திருந்தார்கள். சமையலறையில் குளிர்சாதனப் பெட்டி இருக்கும் விசயம் மற்றவர்களுக்கு எப்படித் தெரியும் என்பதுதான் அம்மாவின் பெரிய கவலை.

அடுத்த சங்கதி குளியலறை. அதற்கு பூட்டு இல்லாதது அம்மாவுடைய மூளையின் எல்லைக்கு அப்பாற்பட்டதாக இருந்தது. சரி, பூட்டு இல்லாவிட்டால் பரவாயில்லை. கதவையும் சாத்தமுடியாது. கதவைச் சாத்தினால் அது மெல்ல மெல்ல உயிர் பெற்றதுபோல தானாகவே அசைந்து நகரும். குளித்து முடித்து வெளியே வரும்போது, கதவு 'ஆ'வென்று திறந்தபடி இருக்கும். கதவுக்கு அவசரமாக ஒரு பூட்டு வாங்க வேண்டும். அல்லது குளிக்காமல் இருக்கவேண்டும்.

என்னிடம் ஒரு வார்த்தை சொல்லாமல் அம்மா நேராக என்னுடைய புத்தகத்தட்டுக்குப் போய் சி.சு. செல்லப்பா எழுதிய 'சுதந்திர தாகம்' மூன்று பாகத்தையும் எடுத்து வந்தார். எனக்கு அம்மாவிடம் இருந்த மதிப்பு மூன்று மடங்கு அதிகமாகியது. மூன்று பாகத்தையும் ஒரேயடியாகப் படிக்கப் போகிறாரா என்று நினைத்தேன். அவருடைய நோக்கம் வேறு. அட்டையில் எழுதியிருந்த தலைப்பைக்கூட அவர் பார்க்கவில்லை. குளித்துவிட்டு திரும்பி வரும்போது, பெரிய நிம்மதி அவர் முகத்தில் தோன்றியது. புத்தகம் நல்லதா என்று கேட்டேன். 'இந்தப் புத்தகம் தொக்கை காணாது. கதவுக்கு முண்டு கொடுப்பதற்கு இதனிலும் மொத்தமான புத்தகம் இருக்கிறதா?' என்றார்.

அம்மா தங்கியிருந்த மீதி நாட்கள் சுகமாக கழிந்தனவா என்றால் அதுவுமில்லை. ஒரு வீட்டின் வெளிக்கதவுக்கு தாழ்ப்பாள் முக்கியம் என்ற விசயம் அம்மா சொல்லும் வரைக்கும் எனக்கு மறந்துபோனது. எங்கள் கொழும்பு வீட்டுவீதியில் எல்லா வீடுகளுக்கும் தாழ்ப்பாள் இருந்தது. உள்ளுக்கு ஒன்று, வெளியே ஒன்று. இரவு படுக்கப் போகும்போது, உள் தாழ்ப்பாளைப் போடுவோம். வெளியே போகும்போது, வெளி தாழ்ப்பாளை இழுத்துப் பூட்டுவோம். நாங்கள் குடும்பமாக பயணம் புறப்படும்போது, எனக்கு நடுக்கம் பிடித்துவிடும். கதவை இறுக்கிச் சாத்தி தாழ்பாள் போட்டு அம்மா ஆமைப் பூட்டை கொழுவி பூட்டுவார். அந்த ஆமைப்பூட்டு ஒரு தேங்காயளவு பெரியது. அம்மா அதை இழுஇழுவென்று இழுத்துப் பார்த்தபிறகு புறப்படுவார். நாங்களும் தொடருவோம். ஒரு நூறு அடி போனபிறகு ஐயா ஏதோ யோசித்து திரும்பிவருவார். ஆமைப்பூட்டில் தன் முழுப்பாரத்தையும் போட்டு தொங்கிப் பார்ப்பார். அதன் பிறகுதான் எங்கள் பயணம் தொடங்கும்.

கனடாவில் அம்மா வெளிக்கதவுக்கு தாழ்ப்பாள் வாங்கிப் பூட்டவேண்டும் என்று பிடிவாதம் பிடித்தார். தன்னால் இரவுகளில் தூங்கமுடியவில்லை என்றும் கெட்ட கனவுகள் துரத்து

கின்றன என்றும் முறைப்பாடு வைத்தார். 'கனடாவில் ஒருவரும் தாழ்ப்பாள் போடுவதில்லை. எங்கள் வீட்டு பாதுகாப்புக்கு அபாயமணி பூட்டியிருக்கிறது. திருடர்கள் வந்தால் இலகுவில் காட்டிக் கொடுத்துவிடும்' என்றேன்.

'அது எப்படி? அபாயமணி எப்போது ஒலிக்கும்? திருடன் உள்ளே வரமுன்னரா அல்லது வந்த பின்னரா?' 'உள்ளே திருடன் நுழைந்த பிறகுதான் அபாயமணி அடிக்கும்' என்றேன். அம்மா 'என்ன பிரயோசனம், திருடன் உள்ளே வராமல் அல்லவா பார்க்கவேண்டும்' என்றார். அதற்கு என்னிடம் பதில் இல்லை.

அம்மாவுடன் பல கடைகள் ஏறி இறங்கினேன். சிலருக்கு தாழ்பாள் என்றால் என்னவென்றே தெரியவில்லை. அப்படித் தெரிந்தாலும் கதவுகளைப் பூட்ட பயன்படுத்தும் தாழ்ப்பாள் கள் பற்றி அவர்கள் கேள்விப்பட்டிருக்கவில்லை. கடைசியில் பழைய சாமான்கள் விற்கும் ஒரு கடையில், கடந்துபோன நூற்றாண்டைச் சேர்ந்த இரண்டு பெரிய தாழ்ப்பாள்களைக் கண்டுபிடித்தோம். அம்மாவுக்கு மெத்தப் பிடித்துப்போனது. அவற்றை பூட்டிய பிறகுதான் அம்மாவுக்கு நிம்மதியாக நித்திரை வந்தது.

ஆனால் என்னுடைய நிம்மதி குலைந்துபோனது. டெலி போன் மணி அடித்தால் அம்மாவால் சும்மா உட்கார்ந்திருக்க முடியாது. ஓடி வந்து அதை எடுக்கவேண்டும். கனடாவில் ஒருவரும் டெலிபோனை எடுப்பதில்லை. அது ஒரு அழகுக் காகத்தான் வீட்டில் இருக்கிறது. அது அடிக்கடி மணியடித்து வீட்டைக் கலகலப்பாக்கும். இதை அம்மாவுக்கு எத்தனை தடவை சொன்னாலும் புரியவில்லை. எங்கள் வீடு ஒடுக்கமானது. ஆனால் அதை ஈடுகட்டுவதற்கு நீளமாக நிர்மாணித்திருந் தார்கள். வீட்டின் துவக்கத்தில் இருக்கும் காலநிலையும் வீட்டின் அந்தலையில் இருக்கும் காலநிலையும் வேறு வேறாக இருக்கும். அவ்வளவு நீளம். அம்மாவும் விடுவதில்லை. மணிச் சத்தம் கேட்க ஆரம்பித்ததும் ஓட்டப்பந்தயத்தில் ஓடுவது போல, மூர்சைப் பிடித்து ஓடி வந்து தொலைபேசியைத் தூக்கு வார். தூக்கிய வீச்சில் தொலைபேசியின் வாயில் 'ஹா' என்று கத்தி நிறுத்தி மூச்சை ஒருதரம் உள்ளே இழுத்தபிறகு 'லோ' என்று சொல்லி முடிப்பார்.

என்னிடம் ஒரு செல்பேசி உண்டு. நண்பர்கள் என்னுடன் அதிலே உரையாடினார்கள். வீட்டுத் தொலைபேசி என்ற ஒன்றை நான் பாவிப்பதில்லை. அடித்தால் அதை எடுக்க மாட்டேன். விற்பனைக்காரர்களுக்காகவும் தவறான எண் டயல் பண்ணுகிறவர்களுக்காகவும் நன்கொடை யாசிப்பவர்

களுக்காகவும் வேண்டாதவர்களுக்காகவும் அதை பராமரித்தேன். அவர்கள் விடாப்பிடியாக அதில் அழைப்பதுமட்டுமில்லாமல் தகவல்களும் விட்டார்கள். ஒவ்வொரு ஞாயிற்றுக்கிழமையும் காலை பத்து மணிக்கு நான் டெலிபோனில் அந்த வாரம் சேர்ந்திருக்கும் தகவல்களை எல்லாம் ஒவ்வொன்றாக செவி மடுத்து பின்னர் அழிப்பேன். அதற்கு எனக்கு அரைமணி நேரம் எடுக்கும். அம்மாவால் அதைத் தாங்கமுடியவில்லை. தொடர்ந்து வேகமாக ஓடி டெலிபோன் மணி நிற்பதற்கிடையில் அதை கையிலே தூக்குவதை அவர் கடமை என்றே நினைத்தார். எதற்காக இப்படி அடித்துப் பிடித்து ஓடுகிறார் என்று கேட்டேன். 'மகனே, நீ என்னைக் கூப்பிடலாம் அல்லவா? இன்றைக்கு வெந்தயக்குழம்பு வைத்தீர்களா என்று நீ கேட்கக் கூடும் என்று நினைத்தேன்.'

'தொலைபேசி மணி அடித்தால் அதை தொடவேண்டாம்.' 'தொலைபேசி மணி அடித்தால் அதை தொடவேண்டாம்' என்று அம்மாவிடம் திருப்பித் திருப்பி சொன்ன நான், கதவு மணி அடித்தால் என்ன செய்யவேண்டும் என்பதைச் சொல்லித் தரவில்லை.

ஒருநாள் நான் வெளியே போய்விட்டு திரும்பி வந்தபோது, வீட்டில் பெரிய ஆரவாரமும் சிரிப்பு சத்தமும் கேட்டது. நான் தவறான வீட்டுக்கு வந்துவிட்டேனோ என்று வீட்டு நம்பரை சரிபார்த்துக்கொண்டேன். விருந்தினர் அறையில் அம்மாவோடு மூன்று பேர் உட்கார்ந்திருந்தார்கள். அந்த ஆண் சாம்பல் நிற ஆடை அணிந்திருந்தார். மடிப்புகள் கலைந்த கோட்டும் விளிம்புகள் தேய்ந்துபோன கழுத்துப்பட்டியுமாக உட்கார்ந்திருந்த அவருக்கு ஐம்பது வயது மதிக்கலாம். மனைவி போல தோற்றமளித்த குள்ளமான பெண், சாம்பல் நிற உடையில் தலையிலே சண்டியர்கள் லேஞ்சி கட்டுவதுபோல கட்டியிருந்தார். பெரிய சோபாவை பாதி நிறைத்து ஓர் இளம்பெண் உட்கார்ந்திருந்தாள். இரண்டு பெண்களின் உடைகளும் சாம்பல் கலரில் சாக்குத் துணியில் தைத்ததுபோல வெட்டு இல்லாமல், உருவம் இல்லாமல், சுருக்கு இல்லாமல் கவர்ச்சியே இன்றி காணப்பட்டன.

அறிமுகப்படுத்தும்போது, அந்த இளம் பெண் தன் பெயரைச் சொன்னாள். அவளுடைய பாதணிகள் ஒரு முதலையினுடைய தலைபோல முன்னுக்கு ஒடுங்கிப்போய் இருந்தது எனக்கு விநோதமாகப்பட்டது. நான் கேட்காமலே தனக்கு 14 வயது நடக்கிறது என்றாள். நான் பார்த்ததிலே ஆக வயதுகூடிய 14 வயதுப்பெண் அவள்தான். கைகள் இரண்டையும் தொடைகளில் வைத்து கண்களை ஒரு கணத்துக்கு கீழே இறக்கி நாடகத்

தனமாக மேலே தூக்கினாள். ஒரு விரலால் தோள் மயிரை சுண்டிவிட்டாள். அவளுடைய சாக்குத் துணி உடையைத் தாண்டி ஒரு கவர்ச்சி அந்த நொடியில் வெளிப்பட்டது. என்னுடைய ரத்தம் உயிர்பெற்று சுழலத் தொடங்கியது.

அந்த மனிதர் அடிக்கடி இருமலால் குரல்வளையை நிறைத்தார். பேசியபோது, நாய் நக்கிக் குடிக்கும்போது ஏற்படுவது போன்ற ஓர் ஒலி அவர் தொண்டையிலே உருவானது. பிரசாரகர் களுக்கு உள்ள எல்லாத் தகுதிகளும் அவருக்கு இருந்தன. அவர் விட்ட இடத்திலிருந்து தொடர்ந்து அம்மாவிடம் பேசினார். எங்கள் வீட்டுக்கு எனக்கு அறிவிக்காமல் வந்திருந்த விருந்தினர்களுக்கு அம்மா பாசத்தோடு பணிவிடை செய்தார். மேசையிலே புத்தகங்களும் சஞ்சிகைகளும் துண்டுப் பிரசுரங் களுமாக பரவிக் கிடந்தன. அந்த மனிதரின் கண்களையே அம்மா உற்று நோக்கிக்கொண்டிருந்தார். அது, ஒரு கன்றுக் குட்டி தாய்ப்பசுவை பார்க்கும் பார்வை.

வீட்டுக்கு விருந்தாளிகளை வரவிடக்கூடாது. அப்படி அவர்கள் தவறுதலாக வந்துவிட்டால் அவர்களை உபசரிப் பதற்கென்று ஒரு வரைமுறை இருக்கிறது. அதில் தவறாமல் இருக்கவே நான் முயன்றேன். அந்த பிரசாரகர் சளசளவென்ற குரலில் ஒரு நீளமான வசனத்தை சொல்வார். பிறகு பரிசோதிப் பதற்காக 'நான் என்ன சொன்னேன்' என்று அம்மாவிடம் வினவுவார். அம்மா, அவர் சொன்னதை மூன்றாம் வகுப்பு மாணவிபோல திருப்பி அப்படியே ஒப்பிப்பார். வசனத்தின் கடைசிப் பகுதியில் குரலை அவர் ஏற்றுவதுபோல அம்மாவும் ஏற்றுவார். பிரசாரகருக்கு ஒரு புதிய அடிமை கிடைத்துவிட்டது போலவே எனக்குத் தோன்றியது. அந்த இளம்பெண் மரத்தரை சப்திக்க அடிக்கடி காலை மாற்றி அமர்ந்தாள். அப்படியே கண்களை ஒருமுறை கீழே இறக்கி மேலே தூக்கலாம் என்று நான் காத்திருந்தேன். என் கோபத்தை அந்த ஒரு காரணத் துக்காக நான் தள்ளிவைத்துக்கொண்டே போனேன்.

அவர்கள் போனதும் நான் அம்மாவைப் பிடித்தேன். 'ரோட்டிலே போற வாற ஆட்களை எல்லாம் வீட்டுக் கதவை திறந்து உள்ளே அழைப்பீர்களா?' என்று கேட்டேன். அம்மா வின் முகம் வாடிவிட்டது. ஒன்றுமே புரியாமல் திகைத்துப் போனார். 'நீ என்ன சொல்லுறாய். போறவாற ஆட்களா? அவர்கள் வெள்ளைக்காரர்கள்' என்றார். அம்மாவின் அசைக்க முடியாத கருத்துப்படி வெள்ளைக்காரர்கள் என்றால் திருட மாட்டார்கள், பொய்சொல்லமாட்டார்கள். கொலைசெய்ய மாட்டார்கள். பெண்களின் உறுப்புகள் எல்லாம் அவர்கள் கண்களுக்கு தட்டையாகவே தெரியும்.

நான் முற்றிலும் கோபம் தணிந்த பிறகு ஒரு நாள் இரவு உணவுக்காக மேசையின் முன் அமர்ந்தேன். வழக்கம்போல அம்மா நின்றுகொண்டிருந்தார். அரைமணி நேரத்தில் சமைக்க வேண்டிய உணவுக்கு அம்மா அரைநாள் எடுத்திருப்பார். எவ்வளவு சொன்னாலும் உட்காரமாட்டார். ஓர் அடி தூரத்தில் இருக்கும் உணவை அவர்தான் எடுத்து கோப்பையில் வைப்பார். அதை ரசித்துச் சாப்பிடும்போது, என் முகம் எப்படி போகிறது என்பதை உன்னிப்பாக கவனிப்பதே அவர் வேலை.

அம்மா மெதுவாக என்னிடம் 'மகனே, உனக்கு பரவச நிலையை எட்டியவர்களின் கடவுள் பெயர் தெரியுமா?' என்றார். நான் 'தெரியாது' என்று சொன்னேன். 'உலகத்தின் ஆதிக் கடவுள் யாவே. அது ஹீப்ரு வார்த்தை. அந்த மொழியில் உயிரெழுத்து கிடையாது. எல்லாமே மெய்யெழுத்துதான். ஆகவே, அந்த வார்த்தையை உச்சரிக்கும்போது நீ எப்படியும் உச்சரிக்கலாம். ஆனால் கடவுளின் உண்மையான பெயர் ஹீப்ரு மொழி தோன்றுவதற்கு முன்னரே தோன்றிவிட்டது. அந்தப் பெயர் தெட்ராகிரம்மட்டன். ஆதிக் கடவுளை ஆராதிப்பவர்கள் இறக்கும்போது நேராக சொர்க்கம் செல்வார்கள். எனக்காக அவர்கள் பிரார்த்தனை செய்வதாகச் சொல்லியிருக்கிறார்கள்.'

அந்த வருடம்தான் புளூட்டொ கிரகம் அல்ல என்று அறிவிக்கப்பட்டது. அந்த வருடம்தான் இலங்கை சமாதானப் பேச்சு வார்த்தை ஜெனீவாவில் முறிந்தது. அந்த வருடம்தான் பனிக்காலம் முன்னறிவித்தல் இன்றி கனடாவில் ஒரு மாதம் முந்தி வந்தது. மரங்கள் அவசர அவசரமாக இலைகளைக் கொட்டின. அம்மா தடித்த குளிர் ஆடை அணியாமல் குழம்பு தெறித்து கறைபட்ட மெல்லிய மேலாடை தரித்திருந்தார். அவருடைய உடம்பு மெல்ல நடுங்குவதை அவர் பொருட்படுத்தவில்லை. இரண்டு கைகளையும் கழுத்து எலும்பில் வைத்துக்கொண்டு என் முழங்கால்களைப் பார்த்து தான் திரும்பப் போகவேண்டும் என்று சொன்னார். நான் மறுக்கவில்லை. காரணம் தெட்ராகிரம்மட்டன் அல்லது சமையல் அல்லது பாவாடையாகவும் இருக்கலாம். சமைப்பதை அம்மா அளவுக்கதிகமாக நேசித்தார். அதிகாலை எழும்பி அடுப்பு பற்றவைப்பதுபோல இங்கேயும் செய்ய விரும்பினார். மனிதனுக்கு கிடைத்த 24 மணித்தியாலத்தில் அரைமணிக்குமேல் கனடாவில் யாரும் சமையலுக்குச் செலவிடுவதில்லை என்பதை நம்ப மறுத்தார். சமையல் சாமான்களுடைய விலையை உடனுக்குடன் இலங்கை காசில் மாற்றி, ஒரு நிமிடம் ஆச்சரியப்படாமல் அவர் கரண்டியைத் தூக்கியது கிடையாது. அன்றைய சமையலைக் குறிப்பிடும்போது, அதன் விலையையும் சேர்த்தே

சொல்வார். எட்டாயிரம் ரூபாய் இறைச்சியை வதக்கி இன்றைக்கு கறி வைத்தேன் என்பார் அல்லது எண்ணூறு ரூபாய் கீரையை தாளித்து கடைந்திருக்கிறேன் என்பார்.

அம்மா திரும்பிப்போய் ஒரு மாதம் ஆகிவிட்டது. எவ்வளவு ஆர்வத்துடன் என்னைப் பார்க்க 10,000 மைல் தூரம் கடந்து வந்தாரோ அந்த ஆர்வம் எல்லாம் வடிந்து குழம்பிப்போய் திரும்பினார். மிகக் கடுமையாக நடந்துகொண்டுவிட்டேனோ என்று சிலசமயம் நான் நினைத்ததுண்டு. ஒருநாள், அம்மா பின் தோட்டத்தில் பாவாடை காயப்போட்டதற்கு பக்கத்து வீட்டுக்காரன் முறைப்பாடு செய்து அது பெரிய விவகாரமாகிப் போனது. 'என் வீட்டுத் தோட்டத்தில், நான் கட்டிய சணல் கயிற்றில், என்னுடைய பாவாடையைத்தானே காயப் போட்டேன். அவன் தலையில் போட்டேனா?' என்று அம்மா ஒருநாள் முழுக்க அரற்றினார். அவரால் புரிந்துகொள்ள முடியவில்லை. கண்கள் நனைந்து பளபளத்தன. போவது என்ற தீர்மானம் அன்றே அவர் மனதில் உருவாகியிருக்க வேண்டும். கடைசி துரும்பு என்று சொல்வார்கள், அப்படியும் இருக்கலாம்.

டெலிபோன் அடித்தால் எடுக்கக்கூடாது என்ற விதியும் அம்மாவை பெரிதும் வருத்திவிட்டது. குளிர்பானப் பெட்டியை பூட்டக்கூடாது, கதவுகளை திறக்கக் கூடாது. பாவாடை காயப் போடக்கூடாது. விருந்தினரை உள்ளே அழைக்கக்கூடாது. இப்படியான பல சட்ட திட்டங்களை அம்மாவால் எதிர் கொள்ள முடியவில்லை.

அவர் கடைசியாக விடைபெறும்போது, விமான நிலையத் தில் கேட்ட கேள்வி இன்னும் மனதில் நிற்கிறது. 'ஒவ்வொரு ஞாயிறு காலையும் பத்து மணிக்கு நீ டெலிபோன் தகவல்களை அழிக்கிறாயா?' நான் 'ஓம்' என்றேன். 'மறக்காமல் தகவல்களை கேட்டுவிட்டு செய்' என்றார். ஏன் அப்படிச் சொன்னார் என்பது எனக்குப் புரியவில்லை. முத்தமிடும்போது, என் முதுகைத் தடவி 'யாவே உன்னை ஆசீர்வதிக்கட்டும்' என்றார். நான் அவர் கன்னத்தைத் தொட்டேன். என்ன இது ஈரம் என்று கையை பார்த்தபோது, அவர் பாதுகாப்பு வலயத்துக்குள் மஞ்சள் கைப்பையுடன் நுழைந்துவிட்டார். ஒரு கணத்துக்கு அந்த மெலிந்துபோன தோள்மூட்டின் ஓரம் தெரிந்தது; பின்னர் மறைந்துபோனது.

மாலை ஏழு மணி இருக்கும். கதவை யாரோ தட்டினார் கள். இது யார், மணியை அடிக்காமல் கதவைத் தட்டுவது என்று யோசித்தேன். அந்த நேரத்தில் ஒருவருமே என் வீட்டுக்கு வருவதில்லை. அவசரப்பட்டு கதவை திறந்தபோது, மூன்று

பேர் கதவை ஒட்டிக்கொண்டு நின்றார்கள். வேறுயாருமில்லை. எனக்கு முன்பே பரிச்சயமான பிரசாரக்காரர்கள்தான். அவரும் மனைவியும் வயது 14 என்று சொல்லிக்கொண்ட அந்தப் பெண்ணும்தான்.

மூவரும் அதே நிறத்தில் அதே உடையை அணிந்திருந்தார்கள். அவர் கையிலே பெண்கள் காவும் பை ஒன்றை வைத்திருந்தார். என் வாய்க்கு கிட்டவந்து 'அம்மா இருக்கிறாரா?' என்றார். திருத்த வேலைகள் முற்றுப் பெறாத அவருடைய பற்கள் பெரிதாக்கப்பட்டு தெரிந்தன. நான் காலை மடித்து கதவுக்கு குறுக்காக வைத்துக்கொண்டு 'அம்மா இலங்கைக்கு போய்விட்டாரே' என்றேன். அப்படியா என்று அதிசயப்பட்டவர், என்னை இன்னும்கூட அதிசயப்படவைக்க நினைத்தோ என்னவோ காலைத்தூக்கி கடவையை கடப்பதுபோல தாண்டி உள்ளே வந்தார். சற்று முன்னர் நான் உட்கார்ந்து குளோப் பேப்பர் படித்த அதே இருக்கையில் அமர்ந்து என்னையும் அமரலாம் என்பதுபோலப் பார்த்தார். அவர் மனைவி கையோடு கொண்டுவந்திருந்த புத்தகங்களையும் சஞ்சிகைகளையும் துண்டுப் பிரசுரங்களையும் அமைதியாக மேசை மேல் அடுக்கினார். 14 வயது என்று கூறி அறிமுகமாகிய பெண், அங்கேயிருந்த பெரிய சோபாவை அமுக்கி அமர்ந்தாள். அது ஓர் அடி ஆழம் கீழே புதைந்தது. விருப்பமில்லாத இடத்துக்கு அவளை யாரோ இழுத்து வந்துவிட்டதுபோல முழங்கால்களை ஒட்ட வைத்து, தோள்மூட்டுகளை பின்னே தள்ளி, முதலைக் காலை முன்னுக்கு நீட்டி உட்கார்ந்திருந்தாள்.

பிரசாரகர் 'உங்கள் தாயார் பெருந்தன்மையானவர்' என்றார் துடக்க வசனமாக. மற்ற இருவரும் ஆமோதிப்பதுபோல தலையை ஆட்டினார்கள்.

'அவருக்கு யாவேயைப் பற்றி தெரியும்' என்றார்.

'அப்படியா?'

'உங்களுக்கு சொர்க்கம் போக விருப்பம் உண்டா?' அவரிடம் அதிகப்படியாக ஒரு டிக்கட் இருப்பதுபோல என்னைப் பார்த்தார்.

'நிச்சயமாக.'

'எப்படிப் போகவேண்டும் என்பது தெரியுமா?'

'என்ன intersection?' என்று சொன்னால் நான் எப்படியும் விசாரித்துப் போய்விடுவேன்.'

அவருடைய முகம் வாசல் கதவைத் தட்டி உள்ளே நுழைந்த போது பார்த்த முகம் அல்ல. மாறிவிட்டது. கண்கள் நொடியில்

இரவுப் பிராணியின் கண்கள்போல சிவப்பாகிப் பளபளத்தன. மனைவி குனிந்தபடி வதவதவென்று புத்தகங்களையும் இதழ் களையும் துண்டுப்பிரசுரங்களையும் மறுபடியும் அள்ளி பையினுள் அடைத்தார். யாரோ ரகஸ்ய பட்டனை அமுக்கியது போல 14 வயது என்று சொல்லிக்கொண்ட பெண், சோபாவில் இருந்து துள்ளி எழும்பி அமுங்கிய இருக்கை பழைய நிலைக்கு வருமுன்னர் அந்த நெடுந்தூரத்தைக் கடந்து வாசல் கதவருகில் போய் நின்றாள்.

அந்த மனிதரின் உடம்பு கீழே கீழே போனது. நாய் கோபம் கூடக்கூட பதிந்துகொண்டே போவது ஞாபகத்துக்கு வந்தது. மூச்சு என் காது கேட்க சத்தமாக வெளிவந்தது. அவர் தன் நிலை இழக்காமல் இருப்பதற்கு பெரும் பிரயத்தனம் செய்தாரென்று நினைக்கிறேன். ‘உங்கள் தாயார் அருமையான பண்பு நிறைந்தவர். அவருடைய சொர்க்கத்தை உறுதி செய்வதற்கு நாங்கள் தொடர்ந்து பிரார்த்தனை செய்வோம்.’

நான் ‘கட்டணம் ஏதாவது உண்டா?’ என்று கேட்டேன். மனிதர் ‘டக்’கென்று எழுந்து நின்றார். அவருடைய முகத்து சதைகள் தனித் தனியாகத் துள்ளின. உதடுகளைத் திறக்காமல், என்னைப் பார்க்காமல், பற்களினால் விடை சொல்லிவிட்டு வாசலை நோக்கி விரைந்தார். என் வீட்டுக் கதவை திறந்து சொர்க்க வாசலை என் முகத்தில் அறைவதுபோல சத்தத்துடன் சாத்தினார். மூவரும் மறைந்துவிட்டார்கள்.

அம்மா போனபின் முதன்முதலாக உள்க்கதவுத் தாழ்ப் பாளை அன்றிரவு தூங்கப் போகமுன் இழுத்து போட்டுக் கொண்டேன்.

# பத்து நாட்கள்

இஸ்லாமபாத் நகரம் எட்டுப் பிரிவுகளாக அமைக்கப்பட்டது. அதில், எஃப் பகுதியில் வீடு பிடிப்பது மிகக் கஷ்டம். அரசாங்க உத்தியோகத்தர்களும் ராணுவ அதிகாரிகளும் அரசியல் செல்வாக்குள்ளவர்களும் அங்கே வீடு கட்டி வாழ்ந்தார்கள். எப்போதாவது அந்தப் பகுதியில் வீடு வாடகைக்கு வரும். யாராவது பெரிய அரசாங்க அதிகாரியைப் பிடித்து ஆறுமாதம் காத்திருக்க முடியுமானால், ஒரு வீடு சில வேளை கிடைக்கலாம். அப்படித்தான் எனக்கு அந்த வீடு கிடைத்தது.

சுற்றிலும் மரங்கள் சூழ்ந்திருக்கும் வீடு. மாடியில் நின்று பார்த்தால் ஒரு நல்ல நாளில் மர்கலா மலைச் சிகரம் தெரியும். வீதிகள் ஒன்றையொன்று செங்குத்தாக குறுக்கறுத்து ஓடுவதால் குடியிருப்புகள் உயரத்தில் நின்று பார்க்கும்போது, நீள்சதுரங்களாகத் தோற்றமளிக்கும். எங்கள் வீதி நெடுகலும் நாவல் மரங்களை நட்டு வைத்திருந்ததால் அந்தப் பிராந்தியம் குளிர்மையாகவே இருக்கும். சுற்றுச்சூழல் மாசு கிடையாது. சுத்தமான வீதிகள். ஆனால் சந்தைகளும் கடைகளும் நகரின் மையப் பகுதியில் தூரத்தில் இருந்ததால் சில சங்கடங்களும் இருந்தன. ஒரு நல்ல வீட்டை தேடிக் கண்டுபிடிக்கும் போது, ஒன்றிருந்தால் ஒன்று இருக்காது என்பது எதிர்பார்த்ததுதான்.

சரியாக மாலை ஆறுமணியானதும் சோக்கிதார்கள் என்று அழைக்கப்படும் வாயிலோன்கள் ஒவ்வொரு வீடாக வந்து சேருவார்கள். அவர்கள் கைகளில் உருண்டையான கம்பும் போர்வையும் இரவு உணவுப் பொதியும் சுட்டு விளக்கும் இருக்கும். ஒருவருக்கு ஒருவர் முகமன்

கூறி விசாரிப்புகள் நடந்தபிறகு கூட்டமாக தொழுவார்கள். பின்னர், தனித்தனியாகவோ கும்பலாகவோ உட்கார்ந்து சாப்பிடுவார்கள். நிமிர்த்தி வைத்திருக்கும் கயிற்றுக் கட்டில்களை சாய்த்துப்போட்டு புகைப்பிடிப்பார்கள். வீட்டு எசமானர்கள் தூங்கப்போய் சரியாக ஐந்து நிமிடம் கழித்து அவர்களும் தூங்கிவிடுவார்கள். அடுத்தநாள் காலை வீட்டுக்காரர்கள் எழும்ப ஐந்து நிமிடம் முன்பாக எழும்பி தங்கள் வீடுகளுக்கு புறப்பட்டுப் போய்விடுவார்கள்.

எங்கள் வீதியில் ஒரு பெட்டிக்கடை இருந்தது. எனக்கு அந்த வீதியில் கிடைத்த முதல் நண்பன் பெட்டிக்கடைக்காரன்தான். பெயர் நவாஸ். காலை ஆறுமணிக்கு கடையை திறந்தான் என்றால் இரவு எட்டு மணிக்குத்தான் பூட்டுவான். வாரத்தில் ஏழு நாட்களும் வியாபாரம் நடக்கும். அவன் இல்லாமல் அந்த வீதி இயங்க முடியாது. காலை நேரத்தில் அவனிடம் புதினப்பத்திரிகை, பால், பாண், சிகரெட், பிளேட் என்று வாங்குவதற்காக வீட்டுக்காரர்கள் அவன் கடையை நோக்கி வந்தபடி இருப்பார்கள். நவாஸ் சிரித்தபடி வியாபாரத்தை சுறுசுறுப்புடன் கவனிப்பான்.

1960ல் அயூப்கான் இஸ்லாமபாத் நகரத்தை நிர்மாணித்தபோது, பாகிஸ்தானின் தலைநகரத்தை இஸ்லாமபாத்துக்கு மாற்றினார். திட்டமிட்டு நேர்த்தியாகக் கட்டிய நகரம் என்ற படியால், பச்சைப்பசேல் என்ற நெடிய மரங்களும் சுற்றியிருக்கும் மலைகளும் இதன் அடையாளமாயின. நகரத்தின் தொடக்க காலங்களிலேயே நவாஸின் தகப்பன் அந்த பெட்டிக்கடையை அங்கே ஸ்தாபித்துக்கொண்டார். அவர் நோய்வாய்ப்பட்டபோது, கடையை ஏற்று அன்றிலிருந்து நடத்திக்கொண்டிருப்பதாக நவாஸ் ஒருநாள் என்னிடம் கூறினான்.

'எத்தனை வருடங்கள்?' என்றேன். 'எனக்கு 18 வயது நடக்கும்போது கடையை எடுத்தேன். இப்பொழுது முப்பத்தெட்டு நடக்கிறது. 20 வருடங்கள், வருடத்துக்கு 365 நாட்களும் வேலை. இங்கே குடியிருக்கும் அத்தனை பேரையும் எனக்குத் தெரியும். அவர்கள் பிள்ளைகள், பேரப்பிள்ளைகள் எல்லோரும் இங்கேதான் பிறந்தார்கள்.'

நவாசுடைய கிராமம் லைலாப்பூர். அது இஸ்லாமபாத்தில் இருந்து 160 மைல் தூரத்தில் இருந்தது. அவனுடைய வயதான பெற்றோர்களை அவன் பார்க்கப் போவதில்லை; அவர்கள்தான் வந்து அவனை பார்த்துவிட்டு திரும்புவார்கள். வருடம் முழுக்க வேலை செய்யும் ஒருவன் எப்படி போக முடியும் என்று என்னிடம் கேட்பான். 'நவாஸ், நீ ஏன் மணமுடிக்கவில்லை?' என்று ஒருநாள் கேட்டேன். 'ஏழைகள்

அ. முத்துலிங்கம்   27

எடுத்தவுடன் மணமுடிக்க முடியாது. பெண்ணுக்கு பஃரி கொடுப்பதற்கு பணம் சேர்க்கவேண்டுமே' என்றான். அப்படிச் சொல்லும்போதே, அவன் கண்கள் பெட்டிக்கடை மரப்பலகை களில் ஒட்டி வைத்திருந்த பல ஹிந்தி நடிகைகளின் படங் களை ஒரு வினாடி பார்த்து மீண்டன. டிம்பிள் கப்பாடியா, நீத்து சிங், பர்வீன் பாபி, பூஜா பாட், சிறீதேவி, நீலம் என்று அப்போது பாகிஸ்தானில் பிரபலமாயிருந்த அத்தனை நடிகை களும் அங்கே வரிசையாக அவனுக்காக காத்திருந்தனர்.

'உன்னை பெற்றோர் பள்ளிக்கு அனுப்பவில்லையா?' என்றேன். 'ஏதோ அனுப்பினார்கள்? கொஞ்சம் உருது எழுத, வாசிக்கத் தெரியும். கணக்கில் கூட்டல், கழித்தல் மட்டும் செய்வேன். பெருக்கல் வராது. என் பெற்றோருக்கு வசதி கிடையாது. சிறுவனாயிருந்தபோது, எங்கள் வீட்டில் கோழிக் கறி சாப்பிட வேண்டுமென்றால் நான் நோயில் விழவேண்டும் அல்லது கோழி நோயில் விழவேண்டும்.'

நாவல் பழ பருவத்தில் வீதியில் நாவல் பழங்கள் கொட்டும். ஆனால் அதைப் பொறுக்குவதற்கு சிறுவர்கள்தான் இல்லை. அந்த வீதிக் குழந்தைகள் நாகரிகமானவர்கள், வீதியில் விழுந்த வற்றை பொறுக்குவற்கு அவர்களுக்கு அனுமதி கிடையாது. வெளியே நின்று வியாபாரத்தை கவனிக்கும் நவாஸின் தலை மேலே நாளுக்கு நூறு பழங்கள் விழும். அவனுடைய வெள்ளை நிற சல்வார் கமிஸ் ஊதா நிறமாக மாறிவிடும். அந்தச் சமயங் களில் சூரிய ஒளியில் ஒரு பஞ்சாபி நடிகனைப்போல சிவந்த உடம்புடன், பின்னுக்கு வாரி இழுத்த நீண்ட தலைமுடியுடன் பார்ப்பதற்கு அவன் அழகாகவே தோற்றமளிப்பான்.

இப்படியான நாவல்பழ பருவத்தின்போதுதான் ஒருநாள், நான் என் அலுவலகத்திலிருந்து திரும்பியபோது என் வீட்டைக் காணவில்லை. வீதியின் பெயர்ப்பலகையை பார்த்தேன். பெயர் சரியாக இருந்தது. அது என் வீதியேதான். ஆனால் வீதியை மூடி பந்தல் போட்டுவிட்டார்கள். நான் காரை வெளியே நிறுத்திவிட்டு என்ன செய்யலாம் என்று யோசித்தபோது, என்னுடைய முன் வீட்டுக்காரர், ஓய்வுபெற்ற ராணுவ மேஜர், வேலைப்பாடுகள் செய்து முன்னுக்கு வளைந்த செருப்பை அணிந்துகொண்டு, கைத்தடியையும் சுழற்றியவாறு என்னிடம் வந்தார். எனக்கு நடுக்கம் பிடித்தது.

ஆரம்பத்தில் நான் அடிக்கடி மேஜருடன் பேசியதுண்டு. என்ன ஒரு கருத்தை நான் சொன்னாலும் உடனே ஓர் எதிர் கருத்தை அவர் முன்வைப்பார். அப்படியே விவாதம் நீளும். மறந்துபோயும் பங்களதேஷ் – பாகிஸ்தான் போரை பற்றி விவாதிக்கக்கூடாது. அப்படியே உணர்ச்சி பொங்கி

நிலத்திலிருந்து ஓர் அடி எழும்பிவிடுவார். நான், அவர் சொன்ன கருத்துகளை எல்லாம் முழுமையாக ஒப்புக்கொண்ட பின்னர் கூட, அவர் விவாதத்தை அரை மணிநேரம் தொடருவார்.

அவர் ராணுவத்தில் வேலை செய்தவர் என்பது பார்த்த வுடனேயே தெரிந்துவிடும். உயரமாக, எக்கிய வயிற்றுடன் தோற்றமளிப்பார். முகம் மட்டும் அப்பொழுதுதான் யாரையோ கடித்துவிட்டு வந்ததுபோல இருக்கும். ஆனால் அன்று எப்படி யோ ஒரு புன்னகையை வரவழைத்தபடி தன்னுடைய மகனின் திருமணத்துக்குத்தான் அந்த ஏற்பாடுகள் என்று கூறி சிரமத் துக்கு மன்னிப்பு கேட்டார். காரை, வீதி முனையிலே விட்டு விட்டு வீட்டுக்கு நடந்து போகும்படி வேண்டிக்கொண்டார். அப்பொழுது பார்த்தால் என்னைப்போல அந்த வீதியில் குடியிருந்த மற்றவர்களின் கார்களும் அங்கே நிறுத்தப்பட் டிருந்தன. கார்களைப் பாதுகாப்பதற்காக பிரத்தியேகமாக ஒரு காவலனையும் அவர் ஏற்பாடு செய்திருந்தார்.

அடுத்தநாள் காலை இன்னொரு அதிர்ச்சி காத்திருந்தது. பெட்டிக்கடையை காணவில்லை. அது நின்ற இடமும் வெறுமை யாக இருந்தது. நவாஸ் எங்கே என்றால் பதில் சொல்லத் தயங்கினார்கள். அந்த வீதி குடியிருப்பாளர்களுக்கு அன்று பேப்பர், பாண், பால், சிகரெட் ஒன்றுமே கிடைக்கவில்லை. நகர மையத்துக்குத்தான் அவர்கள் போய் வாங்கி வரவேண்டும். பந்தல் போடுவதற்கு பெட்டிக்கடை இடைஞ்சலாக இருந்த தால் அதை அகற்றச் சொல்லி உத்தரவு போட்டார்கள். நவாஸ் இரண்டு நாள் அவகாசம் கேட்டான். அவர்கள் கொடுக்காமல் கடையையும் உடைத்து அவனையும் துரத்தி விட்டார்கள் என்று கேள்விப்பட்டேன். பாகிஸ்தானில் உரை யாடும்போது, சாதாரணமாக உருதுவில்தான் பேசுவார்கள். யாரையாவது திட்டவேண்டும்போல தோன்றினால் பஞ்சாபி யில் மாறிவிடுவது வழக்கம். ஏனென்றால், பஞ்சாபி திட்டு வதற்காக உண்டாக்கப்பட்ட மொழி. அன்று மேஜர் பஞ்சாபி யில் திட்டினார் என்பதுதான் பெரிசாகப் பேசப்பட்டது.

மணவீட்டு அலங்காரங்கள் பிரம்மாண்டமாக இருந்தன. விதம்விதமான சாமியானாக்களும் வண்ண விளக்குகளும் சரிகை சோடனைகளும கண்களைக் கூசவைத்தன. லாகூரி லிருந்து சிவப்பு, வெள்ளை, மஞ்சள் வண்ண ரோசாமலர்கள் வந்து குவிந்தன. நாலு நாள் கொண்டாட்டம் என்று அறிவித் திருந்தார்கள். என்னுடைய வீட்டு மீட்டரில் இருந்து மின்சாரம் கடன்வாங்கி தூண்களிலும் மரங்களிலும் குழாய்கள் கட்டி சினிமா பாடல்கள் ஒலிபரப்பப்பட்டன. பாடல்கள் அலறத் தொடங்கியதும் வீடுகளில் ஒருவரோடொருவர் பேசுவதுகூட

தடைபட்டது. 24 மணிநேரமும் அவை ஒலித்தன. அப்பொழுது தான் மாதுரி தீட்சித், சஞ்சய்தத் நடித்து வெளியான 'கல்நாயக்' படம் வெற்றிகரமாக இஸ்லாமபாத் திரை அரங்குகளில் ஓடிக்கொண்டிருந்தது. 'சோளிகே பீச்சே க்யா ஹை' என்ற பிரபலமான ஹிந்திப் பாடலை 200 தடவை வைத்துவிட்டார் கள். யாராவது வந்து சோளியை திறந்து காட்டினல் ஒழிய நிறுத்தமாட்டார்கள் போலத்தோன்றியது. என்னிடமிருந்து கடன் வாங்கிய மின்சாரத்தில்தான் இந்தப் பாடல் ஒலிக்கிறது. இதை, எந்த நிமிடத்திலும் நிற்பாட்டும் சக்தி என்னிடமிருக் கிறது என்று நினைத்தபோது எனக்கு சிரிப்புத்தான் வந்தது.

ஆனால் இவ்வளவு சங்கடங்களுக்கு மத்தியிலும் ஓர் ஆறுதல் இருந்தது. மாலையானதும் பெரிய பெரிய வெண்கல தாம்பாளங்களில் பலவிதமான உணவு வகைகள் பரிமாறப் பட்டு அவை அலங்காரமான வெள்ளிப்பேப்பரினால் மூடப் பட்டு அந்த வீதியில் உள்ள அத்தனை வீடுகளுக்கும் அனுப்பி வைக்கப்பட்டன. திருமணத்துக்காக வீதியை மூடிய நாலு நாட்களும் விதவிதமான, தேர்ந்த ருசியான பதார்த்தங்கள் மேஜரின் சமையலறையிலிருந்து எங்கள் வீடுகளைத் தேடி வந்தன. வீட்டுக்காரர்கள் சமைப்பதை நிறுத்திவிட்டார்கள். சோக்கிதார்கள் தங்கள் உணவுப் பொதிகளை மறந்தார்கள். திருமணத்துக்காக நந்திக்கோட்டில் இருந்து தருவிக்கப்பட்ட சிறப்பு சமையல்காரர்களின் சமையல் வாழ்நாளுக்கும் மறக்கமுடியாதது என்பதில் எங்களிடையே கருத்து வேற்றுமை கிடையாது.

மணமகளை வீட்டுக்கு அழைத்துவந்த அடுத்தநாள் இரவு, பிரபல கஜல் பாடகர் நுஸ்ரத் பஃடே அலிகான் தன் பரிவாரங் களுடன் வந்தார். அவர் பாடுவதற்கு வரவில்லை; மேஜருக்கு வேண்டியவர் என்று சொன்னார்கள். ஆனாலும் செய்தி பரவிவிட்டது. சனங்கள் ஒவ்வொருவராக வீதியில் சேரத் தொடங்கினார்கள். மேஜர், அவரை ஒரேயொரு பாடல் பாடச் சொல்லி வேண்டிக்கொண்டார். நுஸ்ரத் மணவிழாக்களில் பாடமாட்டார் என்பது எல்லோருக்கும் தெரியும். விதிவிலக்காக நண்பரின் வேண்டுகோளை ஏற்று ஒலிபெருக்கிகளை அணைத்து விட்டு ஒரேயொரு கஜல் பாடல் பாடினார். அவருடைய கண்டத்தில் இருந்து புறப்பட்ட கர்ஜனை போன்ற குரல் அந்த வீதியை ஒரு பனிமூட்டம்போல மூடியது. பாடல் முடிந்த பிறகு எழும்பிய கைதட்டல் வெகுநேரம் நீடித்தது. எங்கள் வீதியைத் தாண்டி பந்தலுக்கு வெளியேயும் ஆட்கள் நிரம்பி வழிந்தார்கள். 'இன்னும் வேண்டும்' என்று அவர்கள் கத்தினார் கள். எனக்கு தில்லானா மோகனாம்பாள் படத்தில் சிங்கப்பூர் ஜமீன்தார் மாளிகைக்கு வெளியே சண்முகசுந்தரம் என்ற

சிவாஜி கணேசன், சனங்களுக்கு நாதஸ்வரம் வாசித்த காட்சி நினைவுக்கு வந்தது.

ஐந்தாறு நாட்கள் கழித்து பந்தலைப் பிரித்தபோது, எங்கள் வீதி திடீரென்று வேறு வீதிபோல ஆகிவிட்டது. உடனேயே எங்களால் இயல்பு நிலைக்குத் திரும்ப முடியவில்லை. என்னிடம் மின்சாரம் கடன் வாங்கி ஒலித்த இசை நின்றுவிட்டது. இரைச்சலுக்கு பழகிய செவிகளால் அமைதியை எதிர்கொள்வது சிரமமாகவிருந்தது. வெண்கலத் தாம்பாளங்களில் சுவையான உணவு பரப்பி வருவதும் நின்று போனது. காலை வேளைகளில் ஒவ்வொரு வீட்டுக்காரரும் வெளியே வந்து பெட்டிக்கடை நவாஸ் வந்துவிட்டானா என்று எட்டிப் பார்த்தார்கள். பத்து நாட்களாக அவன் இல்லை. சரியாக 11வது நாள் நான் மேல் மாடியில் நின்று பார்த்தபோது, புதிய பெட்டிக்கடை ஒன்று திறந்திருந்தது. நவாஸ் ஒன்றுமே நடக்காததுபோல ஊதா நிறமாகிவிட்ட அவனுடைய சல்வார் கமிசை அணிந்துகொண்டு, வாரிய நீண்ட தலைமுடியுடன், ஒரு கிளையினால் பல்லை தீட்டியபடி நின்றான். நான்தான் அன்று அவனிடம் சென்ற முதல் ஆள். தினசரிப் பேப்பரும், பாணும் வாங்கினேன். அவன் இவ்வளவு நாளும் எங்கே போனான், ஏன் போனான் என்ற விவரங்கள் பற்றி என்னிடம் வாய் திறக்கவில்லை. ஆனால் அவன் கேட்ட முதல் கேள்வி விசித்திரமானது. 'சேர், பாஃடே அலிகான் பாடினாராமே, உண்மையா?'

'அருமையான இசை. அரைமணி நேரம் நிறுத்தாமல் பாடினார்' என்றேன். அவன் கண்கள் ஏக்கமாக மாறின. 'அப்படியா. அவர் என்னுடைய ஊர்க்காரர். அவர் குடித்த தண்ணீரை நான் குடித்தேன். அவர் சுவாசித்த காற்றை நான் சுவாசித்தேன். அவர் நடந்த மண்ணில் நான் நடந்தேன். ஆனால் அவருடைய பாடலை இன்றுவரை நான் நேரிலே கேட்ட தில்லை.' அவனுடைய குரலில் பெருத்த சோகமும் ஏமாற்றமும் தொனித்தன.

நவாஸ் முகம் கொடுத்து பேசுவதாகத் தெரியவில்லை. கேட்ட கேள்விகளுக்கு கையிலே பிடித்திருந்த கிளையை பார்த்தபடி பதில் சொன்னான். மணமுடித்த மேஜர் வீட்டுப் பையனை அவன் தோளிலே தூக்கிவைத்து விளையாடியதை என்னிடம் சொல்லியிருந்தான். சரியாக அந்த நேரம் பார்த்து மேஜரின் மகன் நித்திரை கலையாத நிலையில் அசைந்து அசைந்து வந்தான். நவாஸ் பரபரப்பானான். 'சிகரெட்' என்ற ஒரு வார்த்தை மட்டுமே இளைஞன் வாயிலிருந்து வந்தது. ஒட்டகம் படம் போட்ட சிகரெட் பெட்டியை எடுத்து அந்த ஒட்டகம் போலவே வளைந்துகொண்டு நவாஸ் நீட்டினான். இளைஞன்

அ. முத்துலிங்கம்

கண்ணாடித்தாளை ஒரு சுழட்டில் கிழித்து சிகரெட் ஒன்றை எடுத்து வாயில் வைத்தான். லைட்டரினால் நவாஸ் அதை பற்றவைத்தபோது, இளைஞன் ஏதோ முணுமுணுத்தான். எனக்கு அப்போது அமெரிக்காவை தோற்றுவித்த பிதாமகர்களில் ஒருவரான பெஞ்சமின் பிராங்க்ளின் கூறியது நினைவுக்கு வந்தது. 'தன்மானம் வெளியேறிவிடுவதால் ஏழைகள் எப் பொழுதும் வளைந்துதான் காணப்படுவார்கள். எங்கேயாவது வெறும் சாக்குப்பை நிமிர்ந்து நிற்கமுடியுமா?'

பாணையும் பத்திரிகையையும் தூக்கிக்கொண்டு நான் வீட்டை நோக்கி நாவல் பழங்களின்மேல் நடந்து சென்றேன். அன்றிரவு படுக்கமுன் தொலைக்காட்சியில் டிஸ்கவரி பார்த் தேன். குளிர்காலம் தொடங்குவதற்கு முன்னர் கரிபோ மான்கள் வடதுருவப் பகுதியிலிருந்து தெற்காக இடம் பெயர்வதைக் காட்டினார்கள். நிலம் தெரியாதபடி அவை கூட்டம் கூட்ட மாக நகர்ந்தன. அப்பொழுது, தூரத்தில் ஒரு பாறையில் ஒரேயொரு ஓநாய் தன் பாட்டுக்கு உட்கார்ந்திருந்தது. உடனே 30 லட்சம் மான்களும் ஒரு திசையை நோக்கி தலைதெறிக்க ஓடத்துவங்கின. நிருபர் 'ஏன் இவை இப்படி பாய்ந்து பாய்ந்து ஓடுகின்றன?' என்று கேட்டார். அதற்கு விஞ்ஞானி சொன்னார் 'அவற்றின் மரபணுக்களில் 'பயப்படு' என்ற தகவல் எழுதியிருக் கிறது' என்று. மனிதர்கள் சிலரிலும் இப்படியான தகவல்கள் மரபணுக்களில் பதிந்துகிடக்கும்போலும் என்று யோசித்தபடி நான் அன்று தூங்கிப்போனேன்.

வருடம் தவறாமல் 365 நாட்கள் வேலை செய்த நவாஸ், அந்த வருடம் 355 நாட்கள் மட்டுமே வேலைசெய்தான். நாவல் பழ பருவம் போய் குளிர்காலம் தொடங்கியபோது, நவாஸ் கடைக்கு காலையில் வரும் கூட்டம் குளிராடை அணிந்து வந்தது. மாலை நேரங்களில் வீதியில் நடை பயின்றார் கள். புதுமணத் தம்பதிகளையும் சில வேளைகளில் காணக் கூடியாக இருந்தது. மணநாள் அன்று அந்தப் பெண்ணை நான் நல்லாய் பார்க்கவில்லை. அவள் மயில் தோகை விரிப்பது போல தோள்களை விரித்து கவர்ச்சியாக காட்சியளித்தாள். கராச்சியில் இருந்து வருவிக்கப்பட்ட நாகரிகமான பெண். அவள், நெஞ்சை முன்னேவிட்டு பின்னால் நடந்தாள். அவளுக்குப் பின்னால் அவன் நடந்தான்.

நீண்ட இடைவெளிக்குப் பின்னர் ஒரு நாள் காலை அதிசயமாக மேஜரும் வீதியில் தோன்றினார். தொளதொளத்த மேலாடையை பல்லினால் கவ்விப்பிடித்தபடி சல்வாரின் கயிற்றை இறுக்கிக் கட்டியவாறு அவர் நவாஸ் கடையை நோக்கி நடந்தார். பிரசவக்கோடு போல ஒரு கறுப்புத் தழும்பு

அவர் வெள்ளை உடலில் விழுந்திருந்தது. அவருடைய தேகம் ஓய்வு பெற்றாலும் வயிறு முப்பதை தாண்டவில்லை. பங்களா தேஷ் போரில் அவர் பெரும் சாகசம் செய்தார் என்று கேள்விப்பட்டிருந்தேன். அவருடைய உச்சக்கட்ட வீரப்பிரதாபம் வேறு ஒன்றும் இல்லை. சிறைபிடிக்கப்பட்ட 91,000 பாகிஸ் தானியர்களின் பட்டியலில் அவருடைய பெயர் இல்லை என்பதுதான்.

பத்தடி தூரத்திலேயே மேஜரைக் கண்ட நவாஸ், ஓர் எலும்பில்லாத பிராணிபோல மாற்றமடைந்தான். தவழ்வது போல அவரை நோக்கி ஓடினான். தையல்காரர் ஊசியை வாயிலே வைத்துக்கொண்டு பேசுவதுபோல பல்லினால் மேஜர் எதையோ சொல்ல, நவாஸ் வயிற்றை இரண்டாக மடித்து விழுந்து சிரித்தான். போப்பாண்டவர் கிரிகோரி, 1582 ம் ஆண்டு ஒக்டோபர் மாதத்தில் பத்து நாட்களை உலக காலண்டரில் இருந்து கிழித்ததுபோல, இங்கேயும் யாரோ அந்த வருடம் பத்து நாட்களை அழித்துவிட்டார்கள் என்று நினைத்துக்கொண்டேன்.

## புவியீர்ப்புக் கட்டணம்

கடிதத்தை உடைக்கும்போதே அவனுக்கு கை நடுங்கியது. அது எங்கேயிருந்து வந்திருக்கிறது என்பது தெரியும். இது மூன்றாவது நினைவூட்டல். மூன்று மாதங்களாக அவன் புவியீர்ப்புக் கட்டணம் கட்டவில்லை. இப்போது, உடனே கட்டவேண்டும் என்று இறுதிக் கடிதம் வந்திருக்கிறது. கடந்த இரண்டு வருடங்களாகத் தான் இந்தத் தொல்லை. அதற்கு முன் இப்படி விபரீதமான ஒரு துறை – புவியீர்ப்புத் துறை – உண்டாகி யிருக்கவில்லை.

'அம்மையே!'

'சொல்லுங்கள், நான் உங்களுக்கு இன்று எப்படி உதவலாம்?'

'புவியீர்ப்புக் கட்டணத்தை கட்டும்படி மீண்டும் நினை வூட்டல் கடிதம் வந்திருக்கிறது.'

'நீங்கள் யார் பேசுவது?'

'நான் 14 லோரன்ஸ் வீதியிலிருந்து பேசுகிறேன்.'

'சரி, உங்களுக்கு என்ன பிரச்சினை?'

'இந்தக் கட்டணம் அதிகமாக இருக்கிறது. இன்னொரு முறை பரிசீலிக்கமுடியுமா?'

'இதோ கணினியில் உங்கள் கணக்கை திறந்திருக்கிறேன். சென்ற மாதமும் உங்களோடு பேசியிருக்கிறேனே. அதற்கு முதல் மாதமும் இதே கேள்வியைக் கேட்டிருக்கிறீர்கள். ஆரம்பத்தில் இருந்து ஒழுங்காக பணம் கட்டி வந்த உங்களுக்கு திடீரென்று என்ன நடந்தது?'

'என்னுடைய நிதிநிலைமை மோசமாகிவிட்டது.'

'அதற்கு நாங்கள் என்ன செய்யமுடியும்? எங்கள் துறையின் விதிமுறைகள் அடங்கிய கையேட்டை உங்களுக்கு அனுப்பியிருந்தோமே. அதன் பிரகாரம்தான் கட்டணம் அமைத்திருக்கிறோம்.'

'அம்மையே, உங்கள் கையேடு மிகவும் பாரமாக உள்ளது. எழுத்துகள் எறும்புருவில் படித்து முடிப்பதற்கிடையில் ஓடி விடுகின்றன. உங்கள் கட்டண அமைப்பும் ஒன்றுமே புரிய வில்லை. மிக அநியாயமாக இருக்கிறது.'

'புரியாதது எப்படி அநியாயமாகும்? நீங்கள் தண்ணீருக்கு கட்டணம் செலுத்துகிறீர்கள். மின்சாரக் கட்டணம், சமையல் வாயு கட்டணம், சூரியஒளி வரி, காற்றுத்தூய்மை வரி என்று சகலதும் கட்டுகிறீர்கள். தொலைக்காட்சி, தொலைபேசி, செல் பேசி எல்லாம் பட்டுபட்டென்று தீர்த்துவிடுகிறீர்கள். இதிலே மாத்திரம் என்ன குறை கண்டீர்கள்?'

'அம்மையே, புவியீர்ப்புக்கும் எனக்கும் என்ன சம்பந்தம். ஆதியிலிருந்து அது இருந்துகொண்டுதானே இருக்கிறது. நியூட்டன் அதைக் கண்டுபிடிப்பதற்கு முன்னர்கூட இருந்திருக்கிறது என்று சொல்கிறார்களே. இவ்வளவு நாளும் அதற்கு வரி விதிக்கவில்லை. இப்பொழுது இரண்டு வருடங்களாக அதற்கும் வரி கட்டவேண்டுமென்றால், எப்படி?'

'ஐயா, நீங்கள் சொல்வது ஆச்சரியமாக இருக்கிறது. இந்தக் கேள்வியை இரண்டு வருடத்திற்கு முன்னரே கேட்க உங்களுக்குத் தோன்றவில்லை? தண்ணீரை உங்கள் வீட்டுக்கு கொண்டுவருகிறோம். காற்றை தூய்மையாக்கி சுவாசிக்க வழங்குகிறோம். கூரையிலே விழும் சூரிய ஒளியில் உங்கள் சாதனங்கள் இயங்குவதற்கு அனுமதிக்கிறோம். சமையலுக்கு வாயு தருகிறோம், மின்சாரம் தருகிறோம். எல்லாவிதக் கட்டணமும் கட்டிவிடுகிறீர்கள். ஆனால் புவியீர்ப்புக்கு மட்டும் எதிர்ப்பு தெரிவிக்கிறீர்கள். யோசித்துப் பாருங்கள், புவியீர்ப்பு இல்லாமல் உங்களால் ஒரு நிமிடம்கூட வாழ முடியுமா? கார் ஓட்ட முடியுமா? நடக்க முடியுமா? உங்கள் பிள்ளைகள் ஓடியாடி விளையாட முடியுமா? ஒன்றுக்குப் போவதுபோல ஒரு சின்னக் காரியம்கூட உங்களால் செய்யமுடியாதே?'

'அம்மையே, என்னுடைய சுண்டெலி மூளையில் இவை யெல்லாம் புரிய தாமதமாகிறது. ஆனால் உங்கள் துறை என்ன செய்கிறது? புவியீர்ப்பை சுத்தம் செய்கிறதா அல்லது வீடு வீடாய் கொண்டுபோய் அதை இறக்குகிறதா? இது மிகப் பெரிய அநியாயமாகப் படவில்லையா?'

அ. முத்துலிங்கம்

'அமெரிக்காவில் உள்ள அத்தனை பேரும் புவியீர்ப்புக் கட்டணம் கட்டுகிறார்கள். ஐரோப்பா கட்டுகிறது. சில ஆப்பிரிக்க நாடுகளும் கட்டத் தொடங்கிவிட்டன. உலகம் படுவேகமாக முன்னேறிக் கொண்டிருக்கிறது. நீங்கள் ஒரு தேசப்பற்றாளராக நடக்கவில்லை. புவியீர்ப்பின் முக்கியத்துவத்தை உணர்ந்தும் அதனை முற்றிலும் பயன்படுத்தியும் அதற்கான கட்டணத்தை நீங்கள் கட்டத் தயங்குவது விசனத்துக்குரியது. இதைப் பற்றி நான் மேலிடத்துக்கு முறைப்பாடு செய்யவேண்டியிருக்கும்.'

'அம்மையே, உங்கள் இனிமையான குரலும் 'முறைப்பாடு' என்ற வார்த்தையும் ஒரே வாசகத்தில் வரலாமா? இந்தத் துறை துவங்கிய காலத்திலிருந்து நான் கட்டணத்தை சரியாகக் கட்டி வந்தேன். எனக்கு தேசப்பற்றும் பூமிப்பற்றும் புவியீர்ப்புப் பற்றும் அதிகம் உண்டு. புவியீர்ப்பு கவிதை ஒன்றாவது படிக்காமல் நான் தூங்கப் போவதில்லை. அம்மையே, எப்படியும் கட்டிவிடுகிறேன். சிரமத்துக்கு மன்னிக்கவும். வணக்கம்.'

'வணக்கம்.'

'ஹலோ.'

'ஹலோ.'

'அது யார்? 14 லோரன்ஸ் வீதிதானே? வீட்டுச் சொந்தக் காரரா பேசுவது?'

'நான்தான், சொல்லுங்கள்?'

'ஐயா, நான் புவியீர்ப்புத் துறையிலிருந்து பேசுகிறேன். நீங்கள், கடந்த நாலு மாதம் கட்டணம் கட்டாமல் எங்கள் சேவையைப் பயன்படுத்தி வருகிறீர்கள். உங்கள் மேல் நடவடிக்கை எடுக்கவேண்டிய கட்டம் நெருங்கி வருகிறது என்பதை வருத்தத்துடன் தெரிவித்துக்கொள்கிறேன்.'

'அம்மையே, இது என்ன அநியாயம். நான் பணக் கஷ்டத்திலிருக்கிறேன், கொஞ்சம் கருணை காட்டுங்கள். நான் கட்ட முடியாது என்று சொல்லவில்லையே, எனக்கு சிறிது அவகாசம் கொடுங்கள். புவியீர்ப்பு முடிவதற்கிடையில் எப்படியும் கட்டி விடுவேன்.'

'நீங்கள் இடக்காகப் பேசுவதாக நினைக்கிறீர்கள். உங்களுக்கு இத்துடன் எட்டு அவகாசம் கொடுத்தாகிவிட்டது. எங்கள் தரவுகளின் அடிப்படையில் பார்த்தால் நீங்கள் ஏமாற்றும் பேர்வழி என்று தெரிகிறது. நீங்கள் உடனடியாக முழுப்பணத்தையும் கட்டாவிட்டால் பாரதூரமான விளைவுகளைச் சந்திக்க நேரிடும்.'

'அம்மையே, பெரிய வார்த்தை சொல்லலாமா? ஏமாற்றுவது என்ற வார்த்தையை எழுத்துக்கூட்டக்கூட எனக்கு வல்லமை போதாது. நான் அப்படியான ஆளும் அல்ல. சின்ன வயதில் அம்மாவின் கோழிக்குஞ்சு ஒன்றை அவருக்கு தெரியாமல் திருடி விற்றது பற்றி யாரோ சொல்லியிருக்கிறார்கள். தேவ சங்கீதம் போல ஒலிக்கும் உங்கள் குரலில் இந்த வார்த்தைகள் வரலாமா? நான் இந்த மாதம் முழுக்காசையும் கட்டிவிடுகிறேன்.'

சரி, அப்படியே செய்யுங்கள். அடுத்த மாதம் எங்கள் துறையிலிருந்து ஒருவர் உங்களை அழைக்காமல் பார்த்துக் கொள்ளுங்கள்.

'மெத்தச் சரி. அம்மையே, ஒரு விளக்கம் கூறவேண்டும்.'

'சொல்லுங்கள்.'

'ஒவ்வொரு மாதமும் இந்தக் கட்டணம் ஏறிக்கொண்டே வருகிறதே, அது ஏன்?'

'நாங்கள் அனுப்பிய சுற்றறிக்கை 148.8 ஐ நீங்கள் படிக்க வில்லையா?'

'இல்லை, அம்மையே.'

'அதில் 48வது பக்கத்தை படிக்கவேண்டும். புவியீர்ப்பை நீங்கள் பயன்படுத்துகிறீர்கள். உங்கள் மனைவி பயன்படுத்து கிறார். உங்கள் இரண்டு பிள்ளைகளும் பயன்படுத்துகிறார்கள். உங்கள் எடை மாதாமாதம் கூடுகிறதல்லவா, அதுதான் காரணம். உங்கள் எட்டு வயது மகனைக் கேட்டிருந்தால் அவன் பதில் சொல்லியிருப்பானே.'

'உங்களுக்கு எப்படி என் மகனின் வயது எட்டு என்று தெரியும், இது பெரிய அநியாயமாக இருக்கிறதே.'

'ஐயா, எங்களுக்கு எல்லாம் தெரியும். உங்கள் மகன் பிறந்தது அல்பெர்ட் மார்ட்டின் மருத்துவமனையில், அவனுடைய எடை பிறக்கும்போது 7 றாத்தல் 8 அவுன்ஸ் என்பதும் பதிவாகியிருக்கிறது. உங்கள் மனைவியின் சுற்றளவு அதிகமாகி வருகிறதே, அதைக் கவனித்தீர்களா?'

'நீங்கள் எல்லைமீறிப் பேசுகிறீர்கள்?'

'ஏன் கட்டணம் கூடுகிறது என்று கேட்டீர்கள், அதற்குக் காரணம் கூறினேன். இந்தத் திட்டத்தால் பயன் பெற்றவர்கள் அதிகம். சிலர் தங்கள் எடையை கணிசமாகக் குறைத்துவிட்டார் களே.'

'அம்மையே, எங்கள் எடை எப்படி உங்களுக்குத் தெரியும்?'

'நீங்கள் சுற்றறிக்கை 133.6 ஐ படித்திருக்கவேண்டும். உங்களுடைய இன்றைய எடை 174, கடந்த மாதம் அது 172 ஆக இருந்தது. உங்கள் வீட்டு மூலைகளில் பொருத்தியிருக்கும் மந்திரக் கண்கள் இந்தத் தகவல்களை எமக்கு அனுப்புகின்றன.'

'அம்மையே, நாங்கள் இரண்டு வாரகாலம் இந்த நாட்டில் இல்லை. வெளிநாட்டுக்குப் பயணம் போயிருந்தோம். அதற்குக் கழிவு ஒன்றும் இல்லையா? நாங்கள் இந்த நாட்டு புவியீர்ப்பை பயன்படுத்தவில்லையே?'

'ஐயா, இதையெல்லாம் எங்கள் துறை முன்கூட்டியே ஆழமாக சிந்தித்திருக்கிறது. உங்கள் சட்டத்தரணிமூலம் ஒரு சத்தியக்கடதாசி தயாரித்து அனுப்பிவிடுங்கள். இந்தத் தேதியிலிருந்து இந்தத் தேதிவரை நாங்கள் இந்த நாட்டு புவியீர்ப்பை பாவிக்கவில்லை. நாங்கள் பயணம் சென்ற தேசத்தில் அவர்களுக்குச் சேரவேண்டிய புவியீர்ப்பு கட்டணத்தைச் செலுத்திவிட்டோம். இப்படி எழுதி அனுப்புங்கள். நாங்கள் அதற்கான கழிவை உங்கள் கணக்கில் சேர்த்துவிடுவோம்.'

'நன்றி அம்மையே, நன்றி. உங்கள் அறிவுக்கூர்மை என் நெஞ்சைத் துளைத்தாலும் உங்கள் குரல் இனிமை என்னை திக்குமுக்காடவைக்கிறது. இன்னும் ஒரேயொரு கேள்வி கேட்க அனுமதிப்பீர்களா?'

'சரி, கேளுங்கள்.'

'என்னுடைய மாமியார் படுத்த படுக்கையாக இருக்கிறார். அவர் ஒரு கட்டிலில் தூங்குகிறார். அவருக்கு பக்கத்தில் ஒரு கிளாசில் அவர் பல் தூங்குகிறது. அவர் புவியீர்ப்பை பாவிப்பதே இல்லை. அதற்கு ஏதாவது சலுகை உண்டா?'

'இப்படி ஒரு கேள்வி கேட்கிறீர்களே. நான் வெட்கப்படுகிறேன். உங்கள் மாமிக்கு புவியீர்ப்பு இல்லையென்று வையுங்கள். அவரால் கட்டிலில் படுத்திருக்கமுடியுமா? இப்பொழுது செவ்வாய் கிரகத்தை தாண்டியல்லவோ பறந்து போய்க்கொண்டிருப்பார்.'

'மன்னியுங்கள். என்னுடைய மூளையை பிரகாசிக்க வைத்து விட்டீர்கள். இன்றே புவியீர்ப்புக் கட்டணத்தை கட்டிவிடுவதாக வாக்குறுதியளிக்கிறேன்.'

'முதலில் செய்யுங்கள்.'

'ஹலோ'

'ஹலோ'

'ஐயா, உங்கள் வாக்குறுதியும் செவ்வாய் கிரகத்தைத் தாண்டி பறந்து கொண்டிருக்கிறது. இறுதி எச்சரிக்கை தருவதற் காக வருந்துகிறேன். இன்னும் ஒரு வாரத்திற்குள் நீங்கள் நிலுவைக் கட்டணம் முழுவதையும் கட்டிவிடவேண்டும்.'

'அம்மையே, இது என்ன இப்படி வெருட்டுகிறீர்கள். நான் என்ன வைத்துக்கொண்டு இல்லையென்கிறேனா? காற்று வரி கட்டினேன், வாயு கட்டணம் கட்டினேன், தண்ணீர் கட்டணம் கட்டினேன், மின்சாரக் கட்டணம் கட்டினேன்.'

'அதைத்தான் நானும் கேட்கிறேன். எல்லாத் துறைகளுக் கும் கட்டுகிறீர்கள், புவியீர்ப்புக் கட்டணத்தை கட்டுவதற்கு மட்டும் தயக்கம் காட்டுகிறீர்கள்.'

'அதன் காரணம் உங்களுக்குத் தெரியும்தானே.'

'இல்லை, தெரியாது. தயவுசெய்து என் அறிவைக் கூட்டுங்கள்.'

'மின்சாரக் கட்டணம் கட்டாவிட்டால் இணைப்பைத் துண்டித்துவிடுவார்கள். தண்ணீர்க் கட்டணம் கட்டாவிட்டால் தண்ணீரை வெட்டிவிடுவார்கள். காற்று, தொலைபேசி, வாயு எல்லாத்தையும் வெட்டிவிடுவார்கள். புவியீர்ப்புக் கட்டணம் கட்டாவிட்டால் அதைத் துண்டிப்பீர்களா? நியூட்டன் திரும்பப் பிறந்து வந்தால்கூட அதைச் செய்யமுடியாதே.'

'ஐயா, சுற்றறிக்கை வாசிக்கத் தெரியாத நீங்கள் இவ்வளவு சிந்திப்பீர்கள் என்றால் இந்தத் துறையை நடத்தும் விஞ்ஞானிகள் எவ்வளவு சிந்திப்பார்கள். சென்றவாரம் செய்தித்தாள் படித் தீர்களா?'

'நீங்கள் என்னுடைய நாலாம் வகுப்பு உபாத்தினிபோல கேள்விக்கு மேல் கேள்வி கேட்கிறீர்கள்.'

'ஐயா, நீங்கள் சுற்றறிக்கைதான் படிப்பதில்லை, பேப்பர் என்ன பாவம் செய்தது, அதைப் படிக்கலாம் அல்லவா?'

'அம்மையே, என் கனவில் துர்தேவதைகள் வந்து என்னை ஆட்டிப்படைக்கின்றன. நான் என்ன செய்ய?'

'சரி, துர்தேவதைகள் போனபிறகு பேப்பரை படித்து தெரிந்துகொள்ளுங்கள்.'

'அம்மையே, என் ஆவலைப் பெருக்கவேண்டாம். தாங்க முடியவில்லை. பேப்பரில் என்ன செய்தி வந்தது, தயைகூர்ந்து செப்புங்கள்.'

அ. முத்துலிங்கம்

'செப்புகிறேன். ஒருவர் எட்டுமாதத்துக்கு புவியீர்ப்புக் கட்டணம் கட்டாமல் உங்களைப்போல ஏமாற்றிக்கொண்டே வந்தார்.'

'அப்படியா?'

'அவருக்கு தண்டம் விதித்தோம், அவர் அதையும் கட்ட வில்லை. ஆகவே புவியீர்ப்பை அவர் இனிமேல் பாவிக்கக் கூடாது என்று தீர்மானித்தோம்.'

'பிறகு என்ன நடந்தது?'

'அவரை விண்வெளிக்கலத்தில் ஏற்றிச்சென்று புவியீர்ப்பு இல்லாத இடத்தில் இறக்கிவிட்டோம். மனிதர் ஒரு தடவை பூமியைச் சுற்றி வந்தார். அதற்கிடையில் மனது மாறி சம்மதித்து விட்டார். திரும்பவும் அவரை பூமியில் கொண்டுவந்து இறக்கி விட நேர்ந்தது.'

'உண்மையாகவா!'

'மனிதர் முழுக்காசையும் கட்டினார்; தண்டத்தையும் கட்டினார்; வட்டியையும் கட்டினார். ஆனால் ஒரு பிரச்சினை?'

'அது என்ன?'

'விண்வெளிக்கலத்தில் ஏற்றிச்சென்ற பயணச் செலவு, விண்வெளி உடையின் விலை, இன்ன பிற செலவுகளை மாதாமாதம் கட்டுகிறார். 2196 மாதங்களில் கட்டிமுடித்து விடுவார்.'

'2196 மாதங்களா?'

'ஓமோம், கட்டிமுடிக்க 183 வருடங்கள் ஆகும்.'

'அவ்வளவு வருடம் வாழ்வாரா?'

'அது தெரியாது. அவருடைய பிள்ளைகள் நிலுவைக் கணக்குக்கு உத்திரவாதம் கொடுத்திருக்கிறார்கள்.'

'அம்மையே, நான் இன்றே உங்கள் கட்டணத்தை ஒருசதம் மிச்சம் வைக்காமல் கட்டிவிடுகிறேன்.'

'ஹலோ.'

'ஹலோ.'

'உங்களைப் பற்றி புவியீர்ப்புத்துறையினர் சிலாகித்துச் சொன்னார்கள். நீங்கள் கட்டணத்தை உடனுக்குடன் கட்டி விடுவதாக புகழ்கிறார்கள்.'

‘நன்றி. நீங்கள் யார் பேசுவது? தொண்டை அடைத்த வாத்தின் குரல்போல இருக்கிறதே!’

‘நான்தான் பூமிப்பயணத்துறையில் இருந்து பேசுகிறேன்.’

‘இது என்ன புதுத்துறையா?’

‘என்ன ஐயா எங்களுடைய கடிதம், சுற்றறிக்கை ஒன்றும் கிடைக்கவில்லையா? மூன்று மாதக் கட்டணம் நிலுவையில் இருக்கிறதே.’

‘என்ன கட்டணம்?’

‘பூமிப் பயணக் கட்டணம். அதாவது பூமி சூரியனைச் சுற்றி வருவது உங்களுக்குத் தெரியும். ஒருமுறை பூமி சூரியனைச் சுற்றும்போது, நீங்கள் 149,600,000 மைல்களைக் கடக்கிறீர்கள். நினைத்துப் பாருங்கள், இத்தனை மைல்கள் நீங்கள் இலவச மாகப் பயணம் செய்கிறீர்கள். ஒரு சதம் செலவு இல்லாமல். இனிமேல் இது இலவசம் கிடையாது. பயணத்துக்கு கட்டணம் கட்டவேண்டும்.’

‘அப்படியா. அருமையான விசயம். இனிமேல் நாள் நாளாக எண்ணாமல் மைல் மைலாக எண்ணலாம். நினைத்துப் பார்க்கும் போதே புல்லரிக்கிறது.’

‘முதலில் மூன்று மாதக் கட்டணத்தை அனுப்பிவிடுங்கள். பிறகு புல்லரியுங்கள். நீங்கள் பயணம் செய்த தூரம் 37,400,000 மைல்கள்.’

‘அதற்கென்ன. பாட்டுப் பாடிக்கொண்டு ஒரு காசோலை எழுதி ஒப்பம் வைத்து அனுப்பிவிடுகிறேன். ஒரு கேள்வி அம்மையே. இதிலே, விமானத்தில் இருப்பதுபோல முதலாம் வகுப்பு, இரண்டாம் வகுப்பு, மூன்றாம் வகுப்பு என்று இருக்கிறதா?’

‘இல்லை. இல்லவே இல்லை. எல்லோரும் சரிசமம்தான்.’

‘மிச்சம் நல்லது. ரமத்துவம் என்றால் எனக்குப் பிடிக்கும். என்னுடைய அம்மாவுக்கும் பிடிக்கும்.’

‘உங்களுக்கு ஒரு சலுகையும் இருக்கிறது.’

‘அப்படியா, சொல்லுங்கள்.’

‘லீப் வருடத்தில் ஒரு நாள் அதிகம் அல்லவா? ஆனால் நாங்கள் கட்டணத்தை கூட்டப்போவதில்லை. லீப் வருடத் திலும் அதே கட்டணம்தான்.’

'நம்பவே முடியவில்லை. இந்த நற்செய்தி கொடுத்த உங்களுக்கு ஒரு முத்துமாலை பரிசளித்தாலும் தகும். அல்லா விடில் புள்ளி விழாத சிவந்த அப்பிள் கொடுத்தாலும் தகும். கேட்கும்போதே மனம் புளகிக்கிறது. அம்மையே, பணக்காரர் களுக்கு நல்ல வசதியிருக்கிறது. அவர்கள் அதிகக் கட்டணம் கட்டலாம் அல்லவா?'

'பாருங்கள், உங்கள் மூளை சுறுசுறுப்பாக வேலை செய்கிறது. உங்களைப்போல ஆட்கள்தான் பூமிக்குத் தேவை. நீங்கள் விமானத்தில் போகும்போது, அளவுக்கு அதிகமான பொதி கொண்டுபோனால் மிகை கட்டணம் கட்டவேண்டும். அப்படித் தான் இங்கேயும்.'

'உதாரணமாக?'

'ஒரு பணக்காரரிடம் நாலு வீடுகள், ஐந்து கார்கள், அப்படி ஏராளமான பொருள்கள் இருந்தால் அவர் மிகை கட்டணம் கட்டவேண்டும். சாதாரண குடும்பத்தவர்கள் மிகை கட்டணம் கட்டத் தேவையில்லை. உங்களுக்கு அந்த அபாயம் கிடையாது.'

'அம்மையே, உங்களை எப்படிப் பாராட்டுவது என்றே தெரியவில்லை. இன்றே என் பயணக் கட்டணத்தை அனுப்பி விடுவேன்.'

'நல்லது. அது என்ன சத்தம்?'

'ஒன்றுமில்லை. பூமி பிரண்டு மறுபக்கம் திரும்பும் சத்தம்.'

'சரி, நீங்கள் என்னிடம் பத்து நிமிடம் பேசியபோது 11000 மைல்கள் பிரயாணம் செய்துவிட்டீர்கள். அதற்கும் சேர்த்து பணத்தை கட்டிவிடுங்கள்.'

'உடனே, உடனே செய்வேன். இதனிலும் பார்க்க மகிழ்ச்சி தரும் விசயம் எனக்கு வேறு என்ன இருக்கிறது? இன்னொன்று.'

'என்ன?'

'நான் ஒரு சுற்றுலா போவதற்கு திட்டமிட்டிருந்தேன். இந்தப் பெரிய பிரபஞ்ச பயணம் போகும்போது, சின்னஞ்சிறு சுற்றுலா என்ன கேடு என்று அதை நிறுத்திவிட்டேன். அந்தக் காசை மிச்சம் பிடித்து பூமிப் பயணக் கட்டணத்தை உடனேயே கட்டிவிடுகிறேன்.'

'பூமிப் பற்றாளர் என்றால் நீங்கள்தான்.'

'அம்மையே, ஓர் ஆலோசனை. நட்சத்திரங்கள் சும்மா சும்மா மினுங்கிக்கொண்டு கிடக்கின்றன. அதற்கு ஒருவரும்

வரி கட்டுவதில்லை. சந்திரன் வளர்வதும் தேய்வதுமாய் இருக்கிறான். அவனையும் வளைத்துப் போடவேண்டும். ஒருவருமே கவனிப்பதில்லை.'

'அருமையான யோசனை. கவனிக்கிறோம். கவனிக்கிறோம்.'

ஸ்ரீ

# லூசியா

அவன் ஆற்றிலே மீன் பிடித்துக்கொண்டிருந்த போது, அவனுடைய கறுப்பு அடிமைச் சிறுவன் ஓடோடி வந்தான். ஓடிவந்த வேகத்தில் அவனுடைய மூச்சு மேலும் கீழுமாக இழுத்தது. 'என்ன என்ன?' என்று கேட்டான் எசமான். 'அந்தக் கிழவன் உங்களுடன் பேசவேண்டு மென்று எனக்கு சைகைமூலம் சொன்னான். அவனிடம் ஒரு கறுப்பு அட்டை புத்தகம் இருக்கிறது. அது பைபிள் தான்' என்றான் சிறுவன். 'உனக்கு எப்படி அது பைபிள் என்பது தெரியும்?' அதற்கு அடிமை 'எனக்குத் தெரியும் எசமான். என்னுடைய முந்தைய எசமானிடம் ஒரு பைபிள் இருந்தது. அதை நான் பார்த்திருக்கிறேன்' என்றான்.

அந்தச் சம்பவத்திற்கு பிறகு எசமானால் நேராக சிந்திக்க முடியவில்லை. மீன் பிடிப்பதிலும் நாட்டம் குறைந்து விட்டது. தூண்டிலை எடுத்து சுற்றி வைத்துக்கொண்டு தன் இருப்பிடத்தை நோக்கி நகர்ந்தான். அவன் நெஞ்சு படபடவென்று அடித்தது. அடிமை சொல்வது உண்மை யாக இருக்குமா? கூடையையும் மீன்களையும் தூக்கிக் கொண்டு அடிமையும் அவன் பின்னால் போனான்.

அன்றிரவு எசமானுக்கு நித்திரை வரவில்லை. அடுத்த நாள் காலை எப்படியும் பைபிளை வாங்கிவிடவேண்டும் என்று முடிவு செய்தான். அவனிடம் இரண்டே இரண்டு புத்தகங்கள்தான் இருந்தன. கடந்த இரண்டு வருடங்களில் அவற்றை பத்து தடவை படித்து அவை மனப்பாடமாகி விட்டன. கர்த்தரின் கருணையை எண்ணி வியந்தான். பத்தாயிரம் மைல்களுக்கப்பால் காட்டுமிராண்டிகள் வாழும் ஒரு தீவில் சிறைத்தண்டனை அனுபவித்து

வரும் அவனுக்கு ஒரு பைபிளை அனுப்பியிருக்கிறான். முழங்கால்களில் உட்கார்ந்து ஆண்டவனைப் பிரார்த்தித்தான். சிலோன் கரையில் கப்பல் உடைந்ததோடு அதிலிருந்த பொருட்கள் எல்லாம் மூழ்கிவிட்டன. அவனிடம் எஞ்சியது இரண்டு வெள்ளிக்காசுகள், ஒரு தங்கக் காசு, கைக்கத்தி, வாள், சப்பாத்து, அவன் அணிந்திருந்த உடை, இரண்டு புத்தகங்கள். அவனுடைய அடிமை நேற்றிரவு பின்னிய அழகான தொப்பியும் இருந்தது. இவை எல்லாவற்றையும் கொடுத்தால்கூட பரவாயில்லை, எப்படியும் பைபிளை வாங்கிவிடவேண்டும்.

பொழுது புலர்ந்ததும் கிழவனைத் தேடி புறப்பட்டார்கள். அந்த அதிகாலையில் அவர்களைப் பார்த்ததில் கிழவன் அதிசயப்படவில்லை. தினமும் அது நடப்பது போலவே முகத்தை வைத்திருந்தான். கிழிந்த ஆடையை அணிந்து குறுக்காலே ஒரு துண்டைக் கட்டியிருந்தான் கிழவன். எசமான் உயரமாக நின்றான். அடிமை பேரத்தை சைகையினால் ஆரம்பித்தான். முதலில் ஒரு வெள்ளிக்காசுக்கு கேட்டுப்பார்ப்போம் என எசமான் நினைத்தான். ஆனால் கிழவன் அடிமைச் சிறுவன் பின்னிய தொப்பியை எடுத்துக்கொண்டு பைபிளை தரச் சம்மதித்தான். தொப்பியை எடுத்து தலையில் மாட்டி தன் சிவந்த பற்களைக் காட்டிச் சிரித்தான். எசமானும் அடிமையும் திரும்பிப் பாராமல் பைபிளை தூக்கிக்கொண்டு தங்கள் இருப்பிடத்துக்கு போய்ச் சேர்ந்தார்கள்.

பைபிளைத் திறந்து பார்த்தான் எசமான். அவன் கண்கள் பனித்தபடி இருந்ததால் அவனால் எழுத்துகளை உடனே வாசிக்க முடியவில்லை. திறந்த பக்கத்தில் அவனுடைய கைவிரல்கள் தொட்ட இடத்தை படிக்கத் தொடங்கினான். 16வது அதிகாரம். புனிதபோலிடம் சிறையதிகாரி தன்னை கடைத்தேற்றுவதற்கு என்ன வழி என்று கேட்கிறான். அதற்கு புனிதபோல் ‘நீ யேசுவிடம் விசுவாசமாக இரு. அவர் உன்னை இரட்சிப்பார்’ என்று கூறுகிறான். தன்னுடைய நிலைமைக்கும் அது பொருந்தியிருந்ததைக் கண்டு எசமான் மனம் நெகிழ்ந்து உருகினான்.

1611இல் இங்கிலாந்தின் ஜேம்ஸ் அரசனால் பதிப்பிக்கப்பட்ட பைபிள் அது. அவன், அதைப்பற்றி கேள்விப்பட்டிருந்தாலும் கண்களால் பார்ப்பது இதுவே முதல் தடவை. விலைமதிக்க முடியாத இந்த பைபிள் ஒரு காட்டுவாசியின் கையில் எப்படிச் சிக்கியது. கிழவனே அதற்கு பதில் கூறியிருந்தான். போர்த்துக்கீயர்கள் சிலோனை ஆண்ட காலத்துக்கு பிறகு, ஒரு போர்த்துக்கீயன் அதனைக் கிழவனுக்கு கொடுத்தான். போர்த்துக்கீயனுக்கு

பைபிள் எழுதியிருந்த மொழி படிக்கத் தெரியாது. கிழவன் அதை விற்பதற்கு இத்தனை நாட்கள் காத்திருக்க வேண்டி யிருந்தது.

ரோபர்ட் நொக்ஸ் என்ற ஆங்கிலேயனும் அவனுடைய தகப்பனும் இன்னும் 14 மாலுமிகளும் ஆன் என்ற கப்பலில் சிலோனை அணுகியபோது, பெரும்புயலில் அது சிக்கிக் கொண்டது. பாய்மரத்தை வெட்டி புயலிலிருந்து தப்பி அவர்கள் மூதூர் கரையோரத்தில் ஒதுங்கிக்கொண்டார்கள். இன்னொரு பாய்மரம் கட்டுவதற்கு அந்தப் பகுதி மக்கள் ஒத்துழைத்தார்கள். அப்பொழுது கண்டி அரசன் இரண்டாம் ராஜசிங்கனுடைய ஆட்சி நடந்துகொண்டிருந்தது. அவன் என்ன நினைத்தானோ அவர்களைச் சிறைபிடித்து கண்டிக்கு அழைத்துவர உத்தர விட்டான். அவர்களை பல குழுக்களாகப் பிரித்து காவலில் வைத்தான். கூரை போட்ட, சுவர்கள் இல்லாத சிறைகள் அவர்களுக்கு ஒதுக்கப்பட்டன. மலைகளும் காடுகளும் சூழ்ந்த பிரதேசம். ஒடுக்கமான பாதைகள். எல்லா எல்லைகளிலும் காவல் இருந்தது. அந்த ஊர் மக்களே அவர்களுடைய உணவுக்கும் பாதுகாப்புக்கும் பொறுப்பு. வேறு தேவைகளுக்கு அவர்களாகவே உழைக்கவேண்டும் என்பது மன்னனின் கட்டளை.

கண்டி அரசன் அவர்களைச் சிறை பிடித்த வருடம் 1659. அப்பொழுது ரோபர்ட் நொக்சுக்கு 18 வயது. கப்பல் உடைந்து அவர்கள் தீவிலே ஒதுங்கிய நாளிலிருந்து ரோபர்ட்டின் தகப்பனுக்கு மலேரியா காய்ச்சல் கண்டது. மலேரியாவுக்கு என்ன மருந்து கொடுக்கவேண்டும் என்பது அவர்களுக்குத் தெரியவில்லை. அவர் நாளாந்தம் மெலிந்துகொண்டே வந்தார். உடம்புத் தோல் வற்றி, எலும்புகள் ஒவ்வொன்றும் தனித் தனியாக தெரிந்தன. ரோபர்ட்டுக்கு தகப்பனை பார்க்க பரிதாப மாகவிருந்தது. அவர் கப்பலின் தலைவனாக பல வருடங்கள் பணியாற்றியவர். சிறப்பான நிர்வாகி. அவர் முடிவு இந்த காட்டுவாசிகளின் நடுவே என்று கர்த்தர் எழுதிவைத்ததை நினைத்து ரோபர்ட் வேதனைப்பட்டான்.

ஒருநாள், தகப்பன் தான் படுத்திருந்த புல்லுப்பாய்க்கு கிட்ட ரோபர்ட்டை அழைத்தார். 'மகனே, என்னுடைய உடம்பிலிருந்து உயிர் மெள்ள மெள்ள பிரிகிறதை என்னால் உணரக்கூடியதாக இருக்கிறது. மரணம் இவ்வளவு இன்பமான தாயிருக்கும் என்பதை நான் அறியவில்லை. நீ எப்படியும் தப்பித்துப் போய்விடு. உன் சகவாசத்தில் கவனமாயிரு. கடவுளை தோத்திரம் செய்ய மறக்காதே' என்றார்.

அன்றிரவு அவர் இறந்துபோனார். ரோபர்ட்டுக்கு என்ன செய்வதென்றே தெரியவில்லை. அவனுக்கு ஆதரவாக இருந்தது

ஒரு கறுப்புச் சிறுவன் மட்டுமே. ஊர்க்காரர்கள் உதவ மறுத்து விட்டார்கள். ஒரு கயிற்றை மாத்திரம் தூக்கி எறிந்தார்கள். அதை வைத்து என்ன செய்வதென்று தெரியவில்லை. தகப் பனுடைய கழுத்திலே கயிற்றைக் கட்டி ஒரு செத்த நாயை இழுப்பது போல இழுத்து காட்டுக்குள் கொண்டுபோனார் கள். அங்கே குழி வெட்டுவதற்குக்கூட அவர்களிடம் ஆயுதம் எதுவும் இல்லை. ரோபர்ட்டும் அடிமைச் சிறுவனும் கையினா லேயே குழி பறித்து அதிலே அவரைப் புதைத்து, மரத்திலே சிலுவைக் குறி நட்டு, சமாதியின் மேலே ஒரு கல்லையும் வைத்தார்கள். அந்த இடத்தின் பெயர் பண்டாரகொஸ்வத்த என்று சொன்னார்கள்.

தகப்பன் இறந்த பிறகு, ரோபர்ட் கையிலே இருந்த இரண்டு புத்தகங்களையும் இரவு பகலாகப் படித்தான். எஞ்சிய நேரத்தில் தொப்பி பின்னினான். அதை அடிமை விற்று வருவான். மிக எளிமையான வாழ்க்கை. அப்பொழுதுதான் கர்த்தரின் கிருபையால் கிழவனிடமிருந்து அவனுக்கு பைபிள் கிடைத்தது. தினமும் பைபிள் படிக்கத் தொடங்கினான். அவனுடைய அப்பாவின் கடைசிநேர அறிவுரையும் நினைவுக்கு வந்தது. எப்படியும் சிலோனை விட்டு தப்பிவிடவேண்டும் என்ற வைராக்கியம் பிறந்தது. அப்படி தப்பிச் செல்லவேண்டுமென்றால் அந்த நாட்டு மக்களுடைய மொழியை புரியவேண்டும். மிருகம், பறவை, மரத்தைப் பற்றியெல்லாம் தெரிந்து கொள்ளவேண்டும் என்று தீர்மானித்தான்.

ரோபர்ட் கொஞ்சம் கொஞ்சமாக சிங்களத்தை கற்று அதை பேச ஆரம்பித்தான். அங்கே வரும் வியாபாரிகளிடம் கண்டியிலிருந்து பாதைகள் எப்படி எப்படி பிளந்து போகின்றன. அவை எங்கே போய் முடிகின்றன. எங்கே எங்கே காவல்கள் உண்டு என்று கேட்டு ஞாபகத்தில் வைத்துக்கொண்டான். கரையோரங்களில் டச்சுக்காரர்களின் ஆட்சி நடந்தது. அங்கே சனங்கள் எப்படி வாழ்கிறார்கள் என்பதை அறியவும் அவனுக்கு ஆவல். வியாபாரிகள் சந்தேகப்படும்போது கேள்விகளை நிறுத்திக் கொள்வான்.

ஒருநாள், அவன் எதிர்பாராத சம்பவம் ஒன்று நடந்தது. நடு வீதியிலே ஒருத்தன் இரண்டு கைகளையும் உயரப பிடித்த படி ஒரு நீலநிற துணிப் பொட்டலத்தை தூக்கிப் போனான். வீதியிலே நின்ற, போன சனங்கள் எல்லாம் தலைகுனிந்து நிலத்தை முத்தமிட்டார்கள். ரோபர்ட் இந்த அதிசயத்தை பார்த்தபடி நின்றான். அப்பொழுது பின்னால் வந்த ஒருவன், அவன் முதுகில் பளீர் பளீர் என்று பிரம்பினால் அடித்தான். அவனுடைய வலி மாறுமுன்னரே அது என்னவென்று விசாரித் தான். அது அரசரின் உடைகள் என்றும் அதை ஒருவன்

தோய்ப்பதற்கு ஆற்றுக்கு எடுத்துப்போகிறான் என்றும் சொன்னார்கள். மரியாதை செய்யாதவர்களுக்கு வழக்கமாக மரண தண்டனை கிடைக்கும். அவன் புதிய ஆள் என்றபடியால் பிரம்படியோடு தப்பிவிட்டான் என்று அறிந்தான்.

ரோபர்ட்டுக்கு அப்பொழுது ஒரு விசயம் பிடிபட்டது. மொழியையும் மிருகங்களையும் பறவைகளையும் மட்டும் அறிந்தால் போதாது. மக்களுடைய பழக்க வழக்கங்களும் தெரிந்திருக்கவேண்டும். அவற்றையும் படித்தான். ஆடுகளும் பன்றிகளும் வளர்க்கத் தொடங்கினான். அதில் அவனுக்கு நல்ல லாபம் கிடைத்தது. போதிய பணம் சேர்த்தால்தான் அவன் தப்பலாம். அந்த நாட்டு மக்கள் முழுச்சோம்பேறிகளாக இருந்தார்கள். ஆற்றிலே நிறைய மீன்கள் ஓடின, அவர்களுக்கு பிடிக்கத் தெரியவில்லை. ஒரு மானை வேட்டையாடுவதற்கு முழுக்கிராமமும் படையெடுத்துப் புறப்பட்டது. யானை பிடிப்பதில் மாத்திரம் அவர்களை வெல்லமுடியாது. அவ்வளவு திறமைசாலிகளாகவிருந்தார்கள்.

அவனுடன் கப்பலில் வந்தவர்கள் எல்லாரும் ஒவ்வொருவராக மணமுடித்து அங்கேயே வாழ்க்கையை அமைத்துக் கொண்டார்கள். அவனுக்கு பைபிளை வாங்கித் தந்த கறுப்பு அடிமைகூட விடுதலையாகி மணமுடித்துவிட்டான். ரோபர்ட்டுடன் கடைசிவரை விசுவாசமாக இருந்தது ஜோனும், ஸ்டீபனும் தான். அவர்கள் மூவரும் சில வருடங்களுக்கு முன்னர் ஓர் ஒப்பந்தம் செய்துகொண்டார்கள். மணம் முடித்து அங்கேயே வாழ்நாளை முடித்துக்கொள்ள அவர்களுக்கு சம்மதமில்லை. ஆனால் இளமை கடந்துபோய்க்கொண்டிருந்தது. இதற்கு என்ன வழியென்று யோசித்தபின் அந்த முடிவை எடுத்தார்கள்.

கண்டி ராச்சியத்தில் இரண்டு மனைவிகளை ஓர் ஆண் மகன் வைத்திருப்பது அரிது. ஆனால் பெண்கள் இரண்டு மூன்று கணவன்மாரை வைத்திருந்தார்கள். பிள்ளைக்கு யார் தன்னுடைய அப்பா என்று தெரியாது. மனைவியும் அதுபற்றி கவலைப்படமாட்டாள். அவர்கள் வாழ்ந்த ஊரிலே ஒரு மணவிலக்கான பெண் இருந்தாள். அவள் பெயர் சிந்திரிக்மல். ஓர் ஆண் செய்யும் அவ்வளவு காரியத்தையும் அவளும் செய்வாள். அவ்வளவு திடகாத்திரமான பெண். மூன்றுபேரும் அவளை மனைவியாக வரித்தார்கள். அவளும் உடன்பட்டாள். எப்போது வேண்டுமானாலும் யாரும் வந்து போகலாம். ஒருவரும் கேள்வி கேட்கக்கூடாது என்பதுதான் நிபந்தனை.

அவர்களுக்கு ஒரு பெண்குழந்தை பிறந்தது. லூசியா என்று பெயர். கறுப்பு தலைமயிர், நீலக் கண்களுடன்

குழந்தை மிகவும் அழகாக இருந்தது. ஆனால் அதனுடைய நிறம் இன்னும் அபூர்வமானது. கறுப்பாக இல்லாமல் வெள்ளையாகவும் இல்லாமல் பொன் தூவிவிட்டது போன்ற சருமம். மூன்று பேரையும் லூசியா அப்பா என்றே அழைத் தாள். ரோபர்ட், அவளுக்கு ரகஸ்யமாக ஆங்கிலம் கற்றுக் கொடுத்தான். நாளாவட்டத்தில் அவள் பைபிளை வாசிக்கவும் துவங்கினாள். ரோபர்ட்டுக்கு லூசியாவைப் பிரிந்து கணமும் இருக்கமுடியாது. லூசியாவுக்கும் அவன்மேல் அளவுக்கதிகமான பிரியம்.

அந்த மூன்று கணவன்மாருக்கும் சிந்திரிக்மல்லை பிடித்ததுபோல அவள் பெயரும் பிடித்திருந்தது. அது ஒரு பூவின் பெயர். அபூர்வமானது, அத்தோடு அழகானது. உபயோக மான மலர்கூட. நேரம் என்னவென்று பார்ப்பதற்காக அந்தப் பூ மரத்தை எல்லோரும் தங்கள் வீட்டு வாசல்களில் வளர்த்தார்கள். நடு மத்தியானம் கழிந்து சரியாக 10 நாழிகை யானதும் அந்தப்பூ பூக்கும். அடுத்தநாள் காலையில் வாடிவிடும்.

சிந்திரிக்மல் தன் பெயருக்கு ஏற்றபடி, வீட்டு வேலைகளை ஒழுங்குடனும் முறைதவறாமலும் செய்தாள். அதிகாலையில் எழுந்துபோனால் தலையில் விறகுக் கட்டும், இடுப்பில் மண் பானையில் தண்ணீருமாக திரும்புவாள். அவள் கணவன் மார்களிடம் அது வேண்டும் இது வேண்டும் என்று கேட்ட தில்லை. என்னவென்ன சமையலுக்கு தேவையோ அதை யெல்லாம் அவளே சம்பாதித்தாள்.

ஒருநாள், சிந்திரிக்மல் குரக்கன் மாவைக் குழைத்து உருட்டி புட்டு செய்தாள். மண்பானையின் வாயில் துணிகட்டி அதற்கு மேல் வைத்து அவித்த புட்டில் அவளே காட்டிலே பறித்து வந்த தேனைக் குழைத்து லூசியாவுக்கு ஊட்டினாள். தேனில் விட்டுக் குழைக்கும்போது, அதில் தேனீக்களும் இருந்தன. எதற்காக அப்படிச் செய்கிறாய் என்று ரோபர்ட் பதறிப்போய் கேட்டான். அவள் குலுங்கிச் சிரித்தாள். 'தேனீக்களுடன் தேனை சாப்பிட்டால்தான் இனிமையான குரலுடன் வார்த்தை கள் கூர்மையாக வரும். இதுகூடத் தெரியாதா?' என்றாள். அவனுக்குத் தெரியவில்லை. 'அப்படியா? நீயும் தேனீக்களை சாப்பிடுவியா?' 'நிறைய. என் வார்த்தைகள் மட்டுமல்ல. என் பற்களும் கூர்மையானவை' என்றபடி அவள் தன் சிவந்த பற்களைக் காட்டியபடி அவனை அணுகினாள். ஒரு கணம் ரோபர்ட் தகப்பனுக்கு கொடுத்த சத்தியத்தை மறந்தான். இங்கிலாந்துக்கு திரும்பிப் போகும் எண்ணத்தை துறந்துவிட்டு, அவளுடன் அங்கேயே தங்கிவிடலாம் என்றும் தோன்றியது. அது நடந்து பல வருடங்கள் ஆகிவிட்டன.

அவர்களுடைய வாழ்க்கை அமைதியாகப் போய்க் கொண்டிருந்தபோது, மன்னருடைய கொடுங்கோலைப் பற்றிய செய்திகள் அடிக்கடி வந்தன. ஒருநாள் அரசன் பரிவாரத்துடன் தன்னுடைய தடாகத்தில் நீச்சலுக்குப் போனான். அவன் திறமையான நீச்சல்காரன். ஆனால் அன்று நீந்தும்போது, ஒரு பரிசோதனைக்காக நீரில் மூழ்குவதுபோல நடித்தான். பரிவாரத்தில் ஒருவர்கூட அசையவில்லை. இரண்டு இளைஞர்கள் பாய்ந்துபோய் நீந்தி அரசரைக் காப்பாற்றினார்கள். அடுத்த நாள் சபைகூடியதும் அரசன் தன்னைக்காப்பாற்றிய இளைஞர்கள் யார் என்று வினவினான். இரண்டு வாலிபர்களும் எண்ணெய்போட்டு பின்னுக்குச் சீவி இழுத்த தலை முடியுடன் முன்னே வந்து அரசருடைய பரிசை வாங்குவதற்காக நின்றார்கள். அவர்களை யானையின் காலில் இடற வைக்கச் சொல்லி அரசன் தண்டனை விதித்தான். நாட்டை ஆளும் ஓர் அரசனை அவர்கள் எப்படித் தொடலாம். இது மற்றவர்களுக்கும் ஒரு படிப்பினை என்றான்.

அவர்கள் கேள்விப்பட்ட இன்னொரு கதையும் மனதை நடுங்கவைத்தது. அரசனிடம் ஓர் ஆங்கிலேயர் ஏவல் புரிந்தார். மன்னருக்கு வெள்ளைத்தோல் பணியாளர்களில் விருப்பம் அதிகம். அங்கே உத்தியோகத்துக்குப் போனவர்கள் ஒருவராவது உயிருடன் திரும்ப வந்ததில்லை. இது நாடறிந்த ரகஸ்யம். ஆனாலும் பேராசை யாரையும் தடுப்பதில்லை. அரசனுடைய தாராளமான பரிசுகளுக்காக துணிந்து புதியவர்கள் வருவார்கள். ஒருநாள், வெள்ளைக்காரன் அரசனின் பீங்கான் கோப்பையை போட்டு உடைத்துவிட்டான். அதை அரசன் மன்னித்திருப்பான். ஆனால் அவன் பயந்து ஓடி புத்தகுரு வீட்டில் ஒளிந்தது மன்னனுக்குப் பிடிக்கவில்லை. அவனை கழுவில் ஏற்றிக் கொல்லவேண்டும் என்பது தண்டனை. கழுவேற்றப் போகும்போது, பின்னால் அரண்மனை நாய்களும் ஓடும். ஆங்கிலேயனைக் கொண்டுபோனபோது வழியிலேயே நாய்கள் அவன் பின்னாலே பாய்ந்து பிருட்டத்தின் ஒரு பகுதியை தின்றுவிட்டன. அவனைக் கழுவிலே ஏற்றியபோது, அவனிடத்தில் பாதிப் பிருட்டமும் பாதி உயிருமே இருந்தது என்றார்கள்.

இவற்றை எல்லாம் கேட்டபோது, ஸ்டீவனும் ரோபர்ட்டும் தப்பி ஓடுவதற்கான முயற்சியை துரிதப்படுத்த நினைத்தார்கள். ஜோன் மாத்திரம்தான் அந்த எண்ணத்தை மறந்துவிட்டதாகக் கூறினான். லூசியாவையும் மனைவியையும் விட்டுப் போக அவனுக்கு விருப்பமில்லை. அத்தோடு அவனுடைய வியாபாரமும் நல்ல லாபம் ஈட்டியது. இருப்பதை விட்டுவிட்டு இல்லாத ஒன்றைத்தேடிப் போக அவன் மறுத்துவிட்டான்.

எதிர்பாராமல் திசாவ வெண்குதிரையில் ஒருநாள் ஆரோகணித்து வந்தான். அந்தக் கிராமம் அவனுடைய அதிகாரத்துக்கு கட்டுப்பட்டது. அரசனுக்கு யானை பிடிப்பவர்கள் வேண்டுமென்று அந்தத் தொழிலில் திறமையானவர்களை தேர்ந்தெடுத்துக்கொண்டு காட்டுக்குச் சென்றான். அவர்களுடன் ஒரு பெண்யானையும் போனது. அவனுடைய கம்பீரத்தைப் பார்க்க வீதிக்கு ஓடிவந்த இரண்டு சிறுவர்களை அவன் அரண்மனை சேவகத்துக்கு பிடித்துப் போனான். தலைவாரி இழுத்து நீண்ட பின்னல்கள் கட்டியிருந்த அந்தச் சிறுவர்களை இழுத்துக் கொண்டு போனபோது, தாய்மார் கண்ணீர் விட்டனர். அந்தப் பிள்ளைகள் இனிமேல் என்றென்றைக்கும் திரும்பி வரமாட்டார்கள் என்பது அவர்களுக்குத் தெரியும்.

அரசனிடமிருந்து செய்தி வந்த அன்று ரோபர்ட்டும் ஸ்டீபனும் என்ன செய்வதென்று தெரியாமல் தடுமாறினார்கள். அரசன் முடிதுறக்கவேண்டும் என்று சனங்கள் கிளர்ச்சி செய்தார்கள். அரசன் முந்திக்கொண்டு முடிக்குரிய தன்னுடைய பதினைந்து வயது மகனை நஞ்சு வைத்துக் கொன்றான். தனக்கு ஒரு ஆங்கில ஆலோசகன் வேண்டுமென்று தீர்மானித்து, ரோபர்ட்டுக்கு அரசன் செய்திக்குமேல் செய்தி அனுப்பினான். ரோபர்ட் பெரும் பொருளீட்டி செல்வந்தனாகியிருந்தான். நல்லாய் சிங்களம் பேசினான். அவனுக்கு பல சலுகைகள் தருவதாக அரசன் ஆசை காட்டினான். மறுத்தால் ராசக்குற்றம் ஆகிவிடும். ஒரே வழி அன்றிரவு எப்படியும் தப்பி ஓடிவிடுவது தான்.

தன்னுடைய தகப்பனின் சமாதியில் பிரார்த்தனை செய்து ரோபர்ட் விடைபெற ஆயத்தமானான். சிந்திரிக்மல் அவனிடம் 'லூசியா உங்களுடைய மகள். அது உங்களுக்கு தெரியுமா? இந்த உண்மையை கடைசி நாளன்று நான் மறைக்க விரும்பவில்லை' என்றாள். 'எப்படி அவ்வளவு நிச்சயமாகச் சொல்கிறாய்?' 'பிள்ளை உண்டாகும்போது ஒரு தாய்க்குத் தெரியும்' என்றாள். 'நீ சொன்னாலும் சொல்லாவிட்டாலும் அவள் என்னுடைய மகள்தான்' என்றான் அவன்.

ரோபர்ட் லூசியாவை தனிமையில் அழைத்துப் பேசினான். 'என் கண்ணே! நான் உன்னை உயிருக்குயிராக நேசிக்கிறேன். உனக்கும் அது தெரியும். எப்படியும் உன்னை இங்கிலாந்துக்கு அழைத்துப்போக திரும்பி வருவேன். நீ எனக்காகக் காத்திரு. ஆனால் இரண்டு விசயங்களை நீ மறக்கக்கூடாது. உன் கண்களை நிமிர்த்தி யாரையும் பார்க்காதே. அந்த நீலம் உன்னைக் காட்டிக் கொடுத்துவிடும். இரண்டாவது, எந்தச் சந்தர்ப்பத்திலும் உனக்கு ஆங்கிலம் தெரியும் என்பதைச் சொல்லாதே.'

லூசியா அவனைக் கட்டிப்பிடித்து முத்தம் கொடுத்து 'நிச்சயம் வருவீர்களா ?' என்றாள்.

'நிச்சயமாக. உலகம் முழுவதும் டச்சுக்காரர்கள் தோற்றுக் கொண்டிருக்கிறார்கள். ஆங்கிலேயர்கள் வெல்கிறார்கள். நான் கிழக்கிந்தியக் கம்பனியில் சேருவேன், அவர்களுடன் திரும்ப உனக்காக வருவேன், கண்ணே' என்றான்.

ஸ்டீபனும் ரோபர்ட்டும் விடை பெற்றுக்கொண்டார்கள். அவர்கள் முதுகிலே காவிய மூட்டைகளில் அத்தியாவசியமான பொருட்கள் மாத்திரம் இருந்தன. அவற்றுள் பைபிளும் ஒன்று. வாசலிலே சிந்திரிக்மல் பூத்து சரியாக ஐந்து நாழிகை கடந்த சமயத்தில் அவர்கள் புறப்பட்டார்கள். அது 1679ம் ஆண்டு மே மாதம். அப்போது லூசியாவுக்கு வயது 14. ரோபர்ட்டுக்கு வயது 37. அவன் சரியாக 19 வருடங்களை சிலோன் மன்னன் இரண்டாம் ராஜசிங்கன் ஆட்சியிலும் 18 வருடங்களை இங்கிலாந்து அரசன் இரண்டாம் சார்ல்ஸ் மன்னன் ஆட்சியிலும் அதுவரை கழித்திருந்தான்.

லூசியாவுக்கு எப்பொழுதும் ரோபர்ட்டின் நினைவாகவே இருந்தது. அது அவளுக்கே ஆச்சரியம். ரோபர்ட்டுடைய பெயரை தல்லிபத் இலையில் எழுதி எழுதிப் பார்ப்பாள். பிறகு, கிழித்து எறிந்துவிடுவாள். அவன் எப்பொழுது திரும்பி வருவான் என்று நாட்களை எண்ண ஆரம்பித்தாள். பண்டாரகொஸ் வத்தவை தாண்டியவுடன் இங்கிலாந்து வந்துவிடுமென்று அவள் நினைத்தாள். அது பத்தாயிரம் மைல்கள் தள்ளியிருக் கும் ஒரு நாடு என்பது அவளுக்குத் தெரியாது.

1680 மார்ச் 28ஆம் தேதி புதுவருடம் பிறந்தபோது, முதல் தவறு ஏற்பட்டது. அன்று மன்னரின் பீரங்கி வெடிக்கும் சத்தம் அவர்களுக்கு கேட்கும். கழுத்தை முறித்து அண்ணாந்து பார்க்கவைக்கும் கம்புகளில் வண்ண வண்ணக் கொடிகள் பறக்கும். அரசர் தலை முழுகியதை பறை அறிவித்ததும் குடி களும் முழுகி புத்தாடை புனைவார்கள். அதன் பிறகு கொண் டாட்டம் ஆரம்பமாகும். பரிசுகள் கிடைக்கும். திசாவ பரிவாரத் துடன் உலா போனபோது, லூசியா ஆர்வம் தாங்காமல் எட்டிப் பார்த்தது மிகப் பெரிய தவறு. அவளுடைய நீலக் கண்கள் ஜொலித்தன. அவளையும் இன்னும் சிலரையும் திசாவ பிடித்து அரண்மனைக்கு புது வருடப் பரிசாக அனுப்பிவைத்தார்.

அரண்மனை சமையலறையில் அவளுக்குப் பணி. அவளுடன் சேர்த்து அங்கே 12 இளம்பெண்கள் வேலைசெய் தார்கள், அவர்கள் எல்லோருமே அழகாக இருந்தார்கள். அழகான பெண்களை பிடித்து அனுப்பச் சொல்லி திசாவ

மாருக்கு அரசனின் கட்டளை இருந்தது. இதை, அவள் பின்னர்தான் தெரிந்துகொண்டாள். அவளுடைய வேலை சமைத்த உணவை தட்டங்களில் ஏந்தி அரசருக்கு எடுத்துப் போவது. அவற்றை வெள்ளைத் துணி போட்டு மூடியிருப்பார்கள். அவளுடைய வாயும் மூக்கும் கறுப்புத் துணியால் கட்டப்பட்டிருக்கும். முப்பது தட்டங்கள் வரிசையாகப் போகும். அவர்களுடைய மூச்சுக் காற்று மன்னரின் உணவில் படாமல் எச்சரிக்கையாக இருப்பார்கள். அவளுடைய வாழ்க்கை படாடோபமாகவும் சந்தோசமாகவும் போய்க் கொண்டிருந்தது. அவள் இரண்டாவது தவறைச் செய்யும்வரைக்கும்.

ஓர் ஆங்கிலேயன் ஒருநாள் அரசனுடன் உணவருந்த வந்தான். அவன் பேசிய ஆங்கிலத்தை ஒருவன் மொழிபெயர்த்தான். இவள் அரசரின் வலது பக்கம் நின்றாள். மொழிபெயர்ப்பாளன் இடதுபக்கம் நின்றான். முப்பது பதார்த்தங்களில் அவ்வப்போது ஒன்றை அரசர் ருசி பார்ப்பார். பிறகு கையை துடைப்பதற்கு அவளுடைய தொடையையோ, பிருட்டத்தையோ, கால்கள் சந்திக்கும் பிரதேசத்தையோ பயன்படுத்துவார். சிலவேளை, அடுத்த உணவை அவர் தொடுவதற்கு தீர்மானிக்கும் வரை அவர் கைகள் அங்கேயே இருக்கும். அந்த மொழி பெயர்ப்பாளன் அன்று என்ன கவனத்தில் இருந்தானோ அந்த ஆங்கிலேயன் சொன்னதை தப்புத் தப்பாக மொழி பெயர்த்தான். இவள் கேட்டுக்கொண்டு மௌனமாக இருந்தாள்.

அன்று சமையலறையில் அவளுடன் வேலைசெய்த உற்ற சிநேகிதி ஒருத்திக்கு இதைச் சொன்னாள். அரசருக்கு ஒவ்வொரு அறையிலும், ஒவ்வொரு வீதியிலும், ஒவ்வொரு கிராமத்திலும் ஒற்றர்கள் இருந்தார்கள். இவள் சொன்னது அன்று இரவே அரசர் காதுகளுக்கு எட்டிவிட்டது. சேவகன் வந்து அரசர் அழைப்பதாகக் கூறியதும் லூசியா நடுங்கினாள். இனிமேல் தான் திரும்பி வரப்போவதில்லை என்பது தெரிந்தது. யேசுவிடம் மன்றாடினாள். கழுமரத்தில் ஏற்றவேண்டாம். யானை மிதித்து கொல்லவேண்டாம். மலை உச்சியிலிருந்து என்னை தள்ளிக் கொல்லட்டும், ஆண்டவனே என்று பிரார்த்தித்தாள்.

ஆனால் மன்னர் சிரித்தபடியிருந்தார். லூசியா கைகளைக் குவித்து, நெற்றியின் ஓரத்தில் வைத்து தலையை சாய்த்து, அரசகுலப் பெண்கள் செய்வதுபோல வணக்கம் சொன்னாள். உனக்கு ஆங்கிலம் தெரியுமா, பெண்ணே? ‘ஆம், மாட்சிமை தங்கிய அரசரே’ என்றாள். அவள் வழக்கம் போல கறுப்பு துணியினால் தன் வாயையும் மூக்கையும் கட்டவில்லை. அவளுடைய தலைமயிர் ஒழுங்காக வாரப் பட்டு மடித்து கட்டப்பட்டு தலைக்கு மேலேயிருந்தது. மெல்லிய

ஆடை மறைக்காத உடம்புப் பகுதி பொன் தூவியதுபோல மினுமினுத்தது. கண்கள் நீலமாக மிதந்துகொண்டிருந்தன. பயத்தினால் அவள் கால்கள் நடுங்குவதுகூட அவளுடைய அழகை அதிகப்படுத்தியது. மன்னர் அதிசயித்துவிட்டார். இப்படியான ஓர் அழகுப்பதுமை தன்னுடைய சமையலறையில் வீணாகப் போய்க்கொண்டிருக்கிறதா? இவ்வளவு காலமும் அவர் கண்களிலிருந்து எப்படி தப்பினாள்.

'உனக்கு ஆங்கிலம் தெரியும் என்பதை ஏன் என்னிடம் நீ சொல்லவில்லை?'

'நீங்கள் கேட்கவில்லை, மாட்சிமை தங்கிய அரசரே.'

தேனுடன் சேர்த்து தேனீயை சாப்பிட்டதனாலோ என்னவோ அவள் குரல் இனிமையாகவும் அதே சமயம் கூர்மையாகவும் வெளிவந்தது. அரசர் அவளை அருகே கூப்பிட்டார். அவள் தாடையைப் பிடித்து திருப்பி கண்களைப் பார்த்தார். சிறிதுநேரம் திக்குமுக்காடிப்போனார். பற்களைப் பார்த்தார். அவை வெள்ளை வெளேரென்று இருந்தன. அவருக்குப் பிடிக்கவில்லை. அவற்றை பழுப்பு நிறமாக்கச் சொன்னார். பிறகு இரண்டு கைகளையும் எடுத்து அவள் இடையையும் பிருட்டத்தையும் மார்பையும் ஆராய்ந்து, தடவி திருப்திப்பட்டார். 'இன்றிரவே என்னுடைய சயன அறை மஞ்சத்துக்கு வந்துவிடு' என்றார். அந்தக் கணமே அவள் 37வது ஆசைநாயகியாக நியமனம் ஆனாள்.

அன்று சேடிகள் லூசியாவை பட்டுடையினால் அலங்கரித்தார்கள். அவள் தன் வாழ்நாளில் கண்டிராத நகைகளை எல்லாம் அவளுக்கு அணிவித்தார்கள். அவற்றை எந்த அங்கத்தில் அணிவது, எப்படிப் பூட்டுவது என்பதெல்லாம் லூசியாவுக்குத் தெரியவில்லை. அவளுடைய எடை கூடி நடப்பதற்கே சிரமப்பட்டாள். அவள் நடக்கும்போது, உடம்பிலிருந்து பல விதமான ஒலிகள் எழுந்தன. சேடிகள் லூசியாவை மஞ்சத்துக்கு அழைத்துவந்தபோது, அடிமைகள் அரசனுக்கு இரவு ஆடை அணிவித்துக்கொண்டிருந்தார்கள்.

அவளுடைய சேடிகள் பக்கத்திலே நிற்க, லூசியா தலை குனிந்து நின்றாள். பஞ்சணையில் சாய்ந்தபடி அவள் அழகை அரசன் சில கணங்கள் ரசித்தான். பிறகு கைகளைத் தட்டினான். அவ்வளவு நேரமாக ஆடைகளை புனைந்து, ஆபரணங்களை ஒவ்வொன்றாகப் பூட்டிய சேடிகள் அவற்றை அவசர அவசரமாக கழற்றத் தொடங்கினார்கள். கழற்றி கழற்றி தட்டத்தில் அடுக்க அதன் உயரம் கூடிக்கொண்டுவந்தது. இறுதியில் லூசியாவின் உள்ளாடை தெரியத் தொடங்கியதும் அரசன் காலினால்

ஒரு சேடியை எட்டி உதைத்தான். அவள், விழுந்து எழுந்து ஓடினாள். மற்றவளும் உரித்த துகிலையும் குவித்த ஆபரணத் தட்டையும் கையில் ஏந்தியபடி கணத்தில் மறைந்தாள்.

'நான் புள்ளிபோட்ட பட்டத்து யானையில் அவ்ருத்த பவனி வரும்போது, நீ எனக்குப் பக்கத்தில் அமரவேண்டும்' என்றான் அரசன். அவள் குனிந்து சரி என்பதுபோல தலையை ஆட்டினாள். 'ஓ, நான் மறந்துவிட்டேன். ஆங்கிலத்தில் சொல்' என்றான். அவள் பதிலை ஆங்கிலத்தில் சொன்னாள். 'என்னுடைய அம்மாவின் பெயர் உனக்கு தெரியுமா? டொன்னா காதரீனா. அது போர்த்துக்கீயர்கள் சூட்டிய கத்தோலிக்கப் பேர். உன்னுடைய பெயர் லூசியா. எங்கள் பையனுக்கு என்ன பெயர் வைக்கலாம்?' என்று கேட்டுவிட்டு, அவன் இடியிடியென்று குலுங்கி சிரித்தான். பிறகு 'ஓ, என் நீலக்கண் ஆங்கிலக்காரியே' என்று அவளை இழுத்து தன்னுடம்போடு அணைத்தான். அவனுடைய பெரிய ஆகிருதிக்குள் அவளுடைய சிறிய உடல் சுலபமாக மறைந்துகொண்டது.

லூசியா திரும்பி மன்னரைப் பார்த்தாள். ஓர் அசிங்கமான உடல் மஞ்சத்தின்மீது குறுக்காகப் படுத்துக் கிடந்தது. மன்னருடைய வயிறு மேலுக்கு போவதும் கீழுக்கு வருவதுமாக இருந்தது. எப்படித்தான் உற்று நோக்கினாலும் காற்று அந்த உடலுக்குள் எந்த வழியாக உள்ளே போகிறது என்பது தெரியவில்லை. ஆனால் அது வெளியே வரும்போது பேரிரைச்சலுடன் வந்தது. லூசியா எங்கே படுக்கலாம் என்று சுற்று முற்றும் ஆராய்ந்தாள். அங்கே சேவை செய்த பதினாறு தாதியரில் ஒருத்திகூட அவள் எங்கே சயனிக்க வேண்டும் என்பதை சொல்லிக் கொடுக்கவில்லை.

வெளியே கறுப்பு அடிமையின் காலடிச் சத்தம் கேட்டது. அவன் யாரைக் காவல் காக்கிறான் என்ற எண்ணம் திடீரென்று எழுந்தது. ஒருவேளை, அவள் தப்பி போய்விடாமல் இருக்கத் தான் அவன் அந்தளவு பெரிய வாளை உருவிக்கொண்டு உலாத்துகிறானோ? மன்னருடைய தாடி அவருடைய வெள்ளை உள்ளாடையில் உரசி மடிந்துபோய் கிடந்தது. தலையில் மன்னருக்கு முக்கால்வாசி வழுக்கை. அவர் நாலு மூலை கிரீடம் அணிந்திருந்தபோது, அந்த வழுக்கை சாமர்த்தியமாக மறைக்கப்பட்டிருந்தது. அவர் கால்களுக்கிடையில் கிடந்தது வெள்ளை உள்ளாடை வழியாகத் தெரிந்தது. அது இறந்து போன வௌவால் போலவே அவளுக்கு அப்போது தோன்றியது.

நாழிகைப் பாத்திரத்தில் மறுபடியும் தண்ணீர் நிறைத்து வைக்கும் சத்தம் கேட்டது. நாலு நாழிகைகள் ஓடிவிட்டன. நாளை இரண்டு ஆங்கிலேயத் தூதுவர்கள் மன்னனைப் பார்க்க

வருவார்கள் என்று மன்னன் சொன்னது ஞாபகத்துக்கு வந்தது. அவர்கள் என்ன காரியமாக வருகிறார்கள் என்பது அவளுக்குத் தெரியவில்லை. திரை மறைவிலிருந்து அவள், அவர்கள் பேசுவதைக் கேட்பாள். பின்பு, அரசருக்கு அதைச் சொல்லவேண்டும். அரண்மனை மொழிபெயர்ப்பாளரில் மன்னர் சந்தேகம் கொண்டிருக்கிறார். அவருக்கு என்ன தண்டனை கிடைக்கும்? முதலைகளுக்கு தின்னக் கொடுப்பார் என்றே நினைத்தாள்.

இந்த தூதுவர்களை அவளுடைய அப்பா ஏற்பாடு செய்திருக்கலாம் என்று பட்டது அவளுக்கு. தான் அரசருடைய *37வது ஆசைநாயகியான* செய்தி அவருக்கு போயிருக்குமா? அது தெரிந்தால் தன்னை விடுவிக்கும் முயற்சியை நிறுத்தி விடுவாரா? ஒருவேளை, அவர் சந்தோசப்படுவாரா அல்லது துக்கப்படுவாரா? அவளால் ஒன்றுமே யூகிக்க முடியவில்லை. ஆசைநாயகி என்றாலும் அவருக்கு தன் மகளை எப்படி மறக்கமுடியும்?

வரப்போகும் தூதுக்குழுவுடன் தனிமையில் பேசுவதற்கு ஏதாவது வழியிருக்குமா என்று லூசியா யோசித்தாள். இரண்டாவது ராஜசிங்கனின் *37வது ஆசைநாயகி* ஆங்கிலம் பேசுவதைப் பார்க்கும்போது, அந்த தூதுவர்களின் முகம் எப்படிப் போகும் என்பதை நினைத்தபோது அவளுக்கு சிரிப்பாக வந்தது. அவளுடைய அப்பாவின் வீரச்செயல்களை மற்றவர்கள் சொல்லி அவள் கேட்டிருக்கிறாள். எப்படியும் அவளை அழைத்துப் போக அவர் வருவார். நாளைக்கே அவளுக்கு விடுதலை கிடைத்தாலும் கிடைக்கலாம்.

அவள்போல, அன்றிரவு முழுக்க தூங்காமல் இருவர் இருந்தனர். ஒருவன் வாள் உருவிய கறுப்பு அடிமை. மற்றவன் நாழிகை பாத்திரத்தை நிறைத்து வைக்கும் நாழிகைக்காரன். யார் தூங்கினாலும் நாழிகைக்காரன் தூங்க முடியாது. அவன் தூங்கினால் காலம் நின்றுபோகும். அவனுடைய மூச்சும் நின்றுபோகும்.

நாழிகைக்காரன்போல அவள் தூங்காமல் கழித்தது 1680ம் ஆண்டு நவம்பர் மாதத்து 6ம் தேதி இரவு. ரோபர்ட் நொக்ஸ் வழி தெரியாமல் பல மாதங்கள் காட்டில் அலைந்து கடைசியாக சிலோனின் டச்சுப் பிரதேசத்திலுள்ள அரிப்புக் கோட்டைக்கு போய்ச் சேர்ந்தான். அங்கே மேசையில் டச்சுக்காரர்களுடன் உட்கார்ந்து, இருபது வருடங்களுக்குப் பிறகு, பீங்கான் கோப்பையில் உணவருந்தினான். அடுத்தநாள் யாழ்ப்பாண பட்டினத்தின் கோட்டை அதிபதியுடன் கொழும்புக்குப் பயணமாகி, அங்கிருந்து இங்கிலாந்துக்கு கப்பல் ஏறினான். இந்தப் பயணத்தை செய்துமுடிக்க அவனுக்கு 16 மாதங்கள்

பிடித்தன. இந்த 16 மாதங்களில் ஒருநாள்கூட அவன் கிழவனிடம் ஒரு தொப்பியைக் கொடுத்து அதற்கு ஈடாக வாங்கிய பைபிளை வாசிக்கத் தவறவில்லை. லூசியாவுக்கு வாக்கு கொடுத்தது போல கிழக்கிந்திய கம்பனியில் அவன் சீக்கிரம் சேருவான். அப்போது, சிலோன் நிலவரங்கள் பற்றி அவர்களிடம் தன் அபிப்பிராயத்தை கூறுவதற்கு அவனுக்கு நிறைய வாய்ப்பு கிட்டும்.

மேலும் ஏழு வருடங்கள் கழித்து இரண்டாம் ராஜசிங்கன் இறந்துபோவான். அப்போது லூசியாவுக்கு வயது 22 ஆகும். அரசனின் மரணத்தைத் தொடர்ந்து நாட்டில் குழப்பங்கள் உண்டாகும். டச்சுக்காரருடைய ராச்சியம் முடிவுக்கு வந்து ஆங்கிலேயர் ஆட்சி தொடங்கும். அதற்கெல்லாம் இன்னும் 118 வருடங்கள் அவள் காத்திருக்கவேண்டியிருக்கும்.

ஞூ

அ. முத்துலிங்கம்

# பொற்கொடியும் பார்ப்பாள்

நவாலியூர் சோமசுந்தரப்புலவரின் பாடல் ஒன்றில் பால்குடம் சுமந்துகொண்டு ஒரு சிறுமி சந்தைக்குப் போவாள். அவளுடைய மனம் கோட்டை கட்டும். நான் பாலை விற்றுக் காசு சேர்த்து பணக்காரியாவேன்; பட்டாடை உடுத்து நடக்கும்போது எல்லோரும் பார்ப் பார்கள். 'பாரும், பாரும்' என்று அவள் தலை நிமிர் வாள். அப்போது பால் குடம் உடைந்து அவள் கோட்டை யும் சிதைந்துபோகும்.

அந்தப் பாடலில் நான் ரசித்த வரிகள்:

சுந்தரிபோல் நானே
சந்தைக்கு போவேனே
அரியமலர் பார்ப்பாள்
அம்புசமும் பார்ப்பாள்
பூமணியும் பார்ப்பாள்
பொற்கொடியும் பார்ப்பாள்.

இதிலே பொற்கொடி என்ற பெயர் அழகானது. அரிய மலர், அம்புசம், பூமணி என்ற பெயர்கள் எல்லாம் எங்கள் கிராமத்தில் இருந்தன. ஆனால் பொற்கொடி என்ற பெயரை நான் கேள்விப்பட்டதே இல்லை. அந்தப் பெயர் கொண்ட ஒருவரை நான் சந்தித்தது மில்லை. கடைசியில் அப்படி ஒரு பெயர் யாழ்ப்பாணத் தில் இல்லை; ஏன் இந்த உலகத்திலேயே கிடையாது, இது புலவரின் கற்பனை என்று விட்டுவிட்டேன்.

சமீபத்தில் கனடாவில் ஒரு விருந்தில் ஓர் அம்மையாரை பொற்கொடி என்று அறிமுகப்படுத்தினார்கள். என்னால் நம்ப முடியவில்லை. ஐம்பது வருடங்களாக தேடிய

ஒரு பெயரை கனடாவில் கண்டுபிடித்தேன். அவர் சுவாரஸ் யமாகப் பேசினார், ஆகவே, அவரை எனக்கு பிடித்துக் கொண்டது. திடீரென்று, பலநாள் பழகியவர்போல என் பக்கம் திரும்பி 'உங்களுக்கு றேணுகாவைத் தெரியுமா? நான் அவருடைய அம்மா' என்றார்.

'எந்த றேணுகா?'

'லெப்டினன் றேணுகா. யாழ்ப்பாணம் கோட்டை முற்றுகைப் போரில் உயிர் துறந்த போராளி.'

என்னுடைய முகம் சாத்தி வைத்த கதவுபோல இருந்தது. அவருக்கு மனசு தாங்க முடியவில்லை.

'கேளுங்கோ, என்ரை புருசன் வெளி நாட்டிலே வேலை செய்தார். நான் ஒரு தமிழ் ரீச்சர். எங்கள் குடும்பம் சராசரிக் குடும்பம். மூன்று பிள்ளைகள் எனக்கு. மூத்தது மகன். இரண் டாவது றேணுகா. கடைக்குட்டியும் மகள். றேணுகா என்பது இயக்கப் பெயர்; வீட்டுப் பெயரை எப்போதோ மறந்து விட்டோம். நாங்கள் ஒற்றுமையாக எங்கள் பாட்டுக்கு சீவித் தோம், பக்கத்து வீட்டு நடராசன் வரும்வரைக்கும்.'

அது ஆர் நடராசன்?

அவனும் என்னுடைய மகள் வகுப்புத்தான். படிப்பிலே கெட்டிக்காரன், ஸ்போட்சிலும் அவன்தான் முதல். என்ரை மகளுக்கு வாழ்க்கையில் லட்சியம் என்று ஒன்றிருந்தால் அது அவனைத் தோற்கடிப்பது. அவள் எப்பவும் எதிலும் இரண்டாவதாக வந்தது கிடையாது.

போட்டி என்றால் நல்லதுதானே.

எதுக்கும் லிமிட் வேணும். அவன் இவளைச் சீண்டிய படியே இருப்பான். இவள் எப்பவும் ஆணுக்குப் பெண் சமம் என்று அவனுடன் வாதாடுவாள்.

றேணுகாவுக்கு என்ன வயதிருக்கும்?

அப்ப அவளுக்கு 12, 13 தான். ஆனால் துணிச்சலானவள். சைக்கிள் ரேஸில் அவள் வலுதிறம். நடராசனுடன்தான் போட்டி. அடிக்கடி தோற்பாள். ஒருமுறை எப்படியோ வென்றுவிட்டாள். அதற்குப் பிறகு அவனுடன் ரேஸ் ஓடவே இல்லை. அவன் எவ்வளவோ கெஞ்சிப் பார்த்தும் மறுத்துவிட்டாள்.

ஏன்?

அவள் அப்படித்தான். கிடைத்த வெற்றியை திருப்பி கொடுக்கமாட்டாள். ஊர் எல்லாம் நடராசன் ரேஸில் தோற்று விட்டான் என்ற கதை பரவி விட்டது. ஒருநாள் நடராசனுக்கும்

இவளுடைய அண்ணன்காரனுக்கும் இடையில் ஏதோ வாக்குவாதம். ஏச்சுப்பட்டுக்கொண்டினம். இவள் சும்மா இருக்க ஏலாமல் நடராசன் வீட்டுக்குள் உறுமிக்கொண்டு போனாள். அவன் சாப்பிட்டுக் கொண்டிருக்கும்போதே, பிடரியில் அடித்திருக்கிறாள். அவனுடைய தலையை சோத்து பிளெட்டுக்கு மேலே பிடித்து அடித்ததில் சோறெல்லாம் மூக்குக்குள் போய்விட்டது.

என்ன இரண்டு பேரும் விரோதிகளாக மாறிவிட்டார்களா?

சீ, அப்படியில்லை. இரண்டு நாள்தான், பிறகு பழையபடி சிநேகிதர்களாகிவிட்டார்கள். அபாயகரமான எந்த விளையாட்டென்றாலும் அவளுக்கு உடனே சம்மதம். அதிலே ஒரு திரில். மேசையிலே கைவிரல்களை விரித்து வைத்து, பாண் வெட்டும் கத்தியால் விரல்களுக்கிடையில் மாறி மாறி குத்துவாள். நடராசனும் செய்வான். யார் வேகமாய்ச் செய்ய முடியும் என்பதுதான் போட்டி. இவள் அப்படிக் குத்தியதில் ஒரு நாள் இடது கை பெருவிரலுக்கும், ஆள்காட்டி விரலுக்கும் இடையில் கத்தி குத்தி ரத்தம் பாய்ந்தது. இவள் ஒரு சொட்டும் பயப்படவில்லை. ஆஸ்பத்திரிக்கு கூட்டிக்கொண்டு போய் நாலு தையல் போட்ட பிறகுதான் சரிவந்தது. சோதனை வந்தால் இரவிரவாக சேர்ந்து படிப்பார்கள். வரலாறு, கணிதம், தமிழ் இந்தப் பாடங்களில் இவள்தான் முதல் மார்க் வாங்குவாள். அவன் வேறு பள்ளிக்கூடம் என்றபடியால் அவர்களுக்கிடையில் போட்டி இல்லை.

எப்ப இயக்கத்தில் சேர்ந்தார்?

பொறுங்கோ, வாறன். அவசரப்படுறியள். மாவீரன் அலெக்சாந்தரைப் பற்றி இவள் எழுதிய கட்டுரைக்கு முதல் பரிசு கிடைத்தது. அவள் சொல்வாள்: பிள்ளைகளைத் தாய்மார் வீரமாக வளர்க்கவேண்டும் என்று. அலெக்சாந்தரின் தாயின் படுக்கையில் பாம்புகள் இருக்குமாம். சிறுவயதில் இருந்து அலெக்சாந்தர் பயமில்லாமல் வளர்ந்ததால்தான் உலகத்தில் பாதியை பிடித்து ஆட்சி செய்தானாம். 1988ம் ஆண்டு துவக்கத்தில் அவள் புத்தியறிஞ்சாள். அடுத்து வந்த சில நாட்களுக்குள் அவளுக்கும் நடராசனுக்கும் இடையில் பெரும் சண்டை மூண்டது. அதுவே கடைசி. அதற்குப் பிறகு அவள் அவனுடன் பேசுவதையே நிறுத்திவிட்டாள்.

என்ன சண்டை?

திலீபன், ஐந்து அம்சக் கோரிக்கை வைத்து நாலு மாதம் முன்புதான் உண்ணாவிரதத்தில் இறந்து போயிருந்தான்.

நாடே கொந்தளித்த காலம் அது. இவள் இரண்டு நாட்களாகச் சாப்பிடவில்லை. அவ்வளவு துக்கம். அந்த நேரத்தில் நடராசன் 'லெப்டினன் கேர்ணல் திலீபன் போராடிச் செத்திருக்க வேண்டும்; உண்ணாவிரதம் கோழைகளின் ஆயுதம்' என்றான். அதுதான் அவளால் தாங்கமுடியவில்லை. 'துரோகி, துரோகி' என்று பற்களை நெருமிக்கொண்டு அடிக்கப் போய்விட்டாள். அந்தச் சம்பவம் அவளை அடியோடு மாற்றிவிட்டது. பள்ளிக்குப் போக மறுத்ததும் அப்போதுதான்.

ஏன்?

பள்ளிக்கூடத்தில் அவளை ஐந்து நாள் சஸ்பென்ட் செய்திருந்தார்கள். அவள் படித்தது வேதப் பள்ளிக்கூடத்தில். ஒரு கட்டுரையில் இப்படி எழுதியிருந்தாள். 'யேசு சிலுவையில் அறையப்பட்டார். அவருக்கு தேவாலயம் எழுப்பினார்கள். இங்கே ஓர் உயிர் தன்னைத்தானே சிலுவையில் அறைந்து கொண்டது. அதற்கு கோயில் எழுப்புவோர் இல்லையா?'

பிறகு, பள்ளிக்கூடம் போனாரா?

போனாள். ஆனால் ஆர்வம் கெட்டுவிட்டது. கெமிஸ்ரியில் முன்னெப்போதும் இல்லாதமாதிரி மோசமாகச் செய்திருந்தாள். நாங்கள் டியூசன் ஏற்பாடு செய்தோம். பிப்ரவரி 26ம் தேதி டியூசனுக்கு வெளிக்கிட்டாள். வாசலில் நின்று 'அம்மா, போட்டு வாறன், போட்டு வாறன்' என்று இரண்டு தரம் பிலத்து சத்தம் போட்டாள். எனக்கு இடுப்பொடியிற வேலை. எரிச்சலுடன் 'சரி போ' என்று கத்தினேன். அப்படிப் போனவள் தான், பிறகு திரும்பவில்லை.

தேடினீர்களா?

தேடாமல். என்ன பிரயோசனம். இரண்டு மணி நேரமாய் அவள் திரும்பவில்லை. அப்ப சின்னவள் இன்னும் நித்திரைப் பாயில் கிடந்தாள். படுக்கைச் சீலை சுருண்டு தொடைக்கு கீழே போய்விட்டது. 'எழும்படி, பிரமசத்தி' என்று காலால் எத்தினேன். நித்திரை முறியாமல் எழும்பி கண்ணைக் கசக்கிக் கொண்டு வந்தவள் 'அம்மா, இண்டைக்கு அக்கா ஏன் இரண்டு பிராவும், இரண்டு சட்டையும் போட்டுக் கொண்டு போறா?' என்றாள். நான் 'என்ரை ஐயோ, என்ரை ஐயோ' என்று கத்தத் தொடங்கினேன். எனக்கு நெஞ்சுத் தண்ணி வத்திப் போச்சுது. சின்னவளுக்கு பத்து வயது. அவளுக்கு என்ன தெரியும். அவள் நேரகாலத்துக்கு வந்து எனக்கு சொல்லியிருந்தால் நான் என்ரை மகளை அன்றைக்கு எப்படியும் தடுத்திருப்பேன்.

பிறகு, தேடிப் பிடித்தீர்களா?

பதினெட்டு மாதங்களாகத் தேடினேன். நான் நம்பிக்கை யைக் கைவிடவேயில்லை. கடைசியில் ஒருநாள் செய்தி வந்தது, எங்களை வரும்படி. நான் கடைசி மகளைக் கூட்டிக்கொண்டு காட்டுக்குள்ளே போனேன். சந்திப்புக்கு ஏற்பாடு செய்த வழிகாட்டி முன்னுக்கு போனார். அடர்த்தியான பெரும் காடு. நிறைய முள்மரங்கள். என்னுடைய மகள் தன்னந்தனிய எப்படி இந்தக் காட்டைக் கடந்திருப்பாள் என்று நினைத்த போதே நெஞ்சு பதறியது. நான் படிப்பிக்கும் பழைய பாடல் ஒன்று ஞாபகத்துக்கு வந்தது.

அற்றாரைத் தாங்கும் ஐவேல் அசதி அருவரையில்
முற்றா முகிழ் முலை எங்ஙனஞ் சென்றனள்

றேணுகாவைக் கண்டதும் நான் திகைத்துப் போனேன். கறுத்துப் போயிருந்தாள். முன்னிலும் ஆள் மெலிவு. ஆனால் உடம்பு வயர்போல முறுகிக் கிடந்தது. ஒட்டியாணம் கட்டி துள்ளித் திரிந்த பிள்ளை இடுப்பிலே கிரனேட்டை கொழுவி வைத்திருந்தது. ஓடிவந்து கட்டிப்பிடிப்பாள் என்று நினைத் தேன். ஆனால் அவள் ஒரு மூன்றாம் ஆளைப் பார்ப்பதுபோல அப்படியே நின்றாள். அசையவில்லை. கடைசி மகள்தான் கட்டிப்பிடித்து அழுதாள். நான் அடக்கமுடியாமல் விம்மிய படியே இருந்தேன். அவள் பேசிய முதல் வாசகம் 'அம்மா அழுகிறதென்றால் அவவை திருப்பிக் கூட்டிக்கொண்டு போ' என்பதுதான்.

மகளுக்கு ஏதாவது கொண்டு போனீர்களா?

வேற. புட்டும் சாம்பாரும் கொண்டு போயிருந்தேன். குழல் புட்டு அவளுக்குப் பிரியம். கோழிக்கால் போட்டு வைத்த சாம்பார். அதுவும் அவளுக்குப் பிடிக்கும். நான் அவ்வளவு புட்டையும் சாம்பாருடன் குழைத்து தீத்திவிட்டேன். ஓர் இரவு மட்டுமே தங்குவதற்கு அனுமதி. என்னுடன் படுப்பதற் கும் அவள் ஓம்படவில்லை. மனதை மாத்திவிடுவேன் என்று பயப்பட்டாள். அவளும் கடைசி மகளும் பட்சமாய் ஒரு கூடாரத்தில் தூங்கினார்கள். நானும் அவளுடைய கூட்டாளி யும் இன்னொரு கூடாரத்தில் படுத்தோம். கூட்டாளியின் பெயர் பாமினி. கவிதை எழுதுவாள் என்று நினைக்கிறேன். கூடாரத்துச் சுவரில் கவிதைகள் எழுதி எழுதி ஒட்டியிருந்தாள். 'அவர்கள் சவப்பெட்டி நிறைப்பவர்கள். அவர்கள் மரணத்தின் மொத்த விற்பனைக்காரர்கள்.'

பாமினி, இரவு முழுக்க என்ரை மகளின் துணிச்சலைப் பற்றியே பேசினாள். மகள் பயிற்சியில் திறமாகச் செய்ததால் குறுகிய நேரத்தில் படைக்கு தலைவியாக தேர்ந்தெடுக்கப்

பட்டிருந்தாள். அவள் அடிக்கடி சொல்லுவாளாம் 'எங்களுக்கு தேவை எதிரிகளின் உயிர் மட்டும் அல்ல. அவர்களுடைய ஆயுதங்கள். துப்பாக்கிகள், குண்டுகள், கிரனேட்டுகள், ரேடியோக்கள். எல்லாமே தேவை.' கிரனேட் என்றால் அவளுக்குப் பைத்தியம். பந்துபோல தூக்கிப்போட்டு பிடித்து விளையாடுவாள். பின்னைக் கழற்றி கிரனேட்டை மேலே எறிந்து அது திரும்பி வந்ததும் பின்னை சொருகி இடுப்பிலே அணிந்து கொள்வாள். கிரனேட்டின் ஆயுள் ஐந்து செக்கண்ட்தான். 'அது ஆயுளைத் தாண்டினால், உன் ஆயுள் போய்விடும்' என்று சொல்லி சிரிப்பாளாம். இவளுக்கு எங்கேயிருந்து இவ்வளவு துணிச்சல் வந்தது என்று நானே என்னைக் கேட்டுக் கொள்வேன்.

அடுத்த நாள் அதிகாலை மகள் போய்விட்டாள், விடை கூட சொல்லாமல். அழுதுவிடுவாள் என்ற பயம். அதுதான் நான் கடைசியாக அவளை உயிருடன் பார்த்தது.

யாழ்ப்பாணம் கோட்டை உங்களுக்குத் தெரியும், போர்த்துக்கீசர் கட்டியது. யாழ்ப்பாணத்தின் மையம் அது. அங்கே இருந்துதான் எல்லா அளவுகளும் ஆரம்பிக்கும். 350 வருடங்களுக்கு முன்னர் டச்சுக்காரர் அதை போர்த்துக்கீசரிடம் இருந்து கைப்பற்றிக் கொண்டார்கள். அந்த முற்றுகை சரியாக 107 நாளில் முடிவுக்கு வந்தது. அது சரித்திரம்.

இந்தக் கோட்டையை சிங்கள ராணுவத்திடம் இருந்து கைப்பற்றத் தொடங்கிய யுத்தம் யூன் மாதம் 1990ம் ஆண்டு தொடங்கியது. பயிற்றுவிக்கப்பட்ட பெண் படை முதல் முறையாக இதில் பங்கு கொண்டது. இதற்கு என் மகள் தலைமை வகித்தாள். அவளுடன் முப்பது போராளிகள். கோட்டை மதிலைத் தாண்டி இவர்கள் உள்ளே பாய்ந்து விட்டார்கள். குண்டுகள் சரமாரியாகப் பொழிந்தன. அவளைத் தொடர்ந்து போன போராளிகளால் வியூகத்தைக் கடக்கமுடியவில்லை. அவ்வளவு பேரும் மாண்டுபோனார்கள். என்ரை மகள் அந்த இறுதி நிமிடத்தில் என்ன செய்தாளோ, என்னை நினைத்தாளோ தெரியாது. கடைசியில் என்ன நடந்ததென்றால், சிங்கள ராணுவம் போரின் உக்கிரம் தாங்க முடியாமல் வான் மார்க்கமாகவும் சுரங்கப் பாதை வழியாகவும் தப்பி வெளியேறிக்கொண்டது.

திலீபன் இறந்த மூன்றாவது ஆண்டு நினைவு தினம் நடந்த அன்று கோட்டை விழுந்தது. இந்தப் போரும் சரியாக 107 நாட்களில் முடிவுக்கு வந்தது. அந்த வெற்றியைப் பார்க்க மகள் இல்லை. அவள் இறந்து பல நாட்கள் ஆகிவிட்டன.

போர் ஓய்ந்த நிலையில் எங்களை கோட்டைக்குள் அனுமதித்தார்கள். நானும் மகனும் மட்டும்தான் போயிருந்தோம். கோட்டை முற்றிலுமாக பிடிபட்டபோதிலும், போராளிகளின் சடலங்கள் அங்கங்கே விழுந்த இடத்திலேயே கிடந்தன. அவை சதைகள் எல்லாம் உருகி அழிந்துபோய், அடையாளம் தெரியாத நிலையில் காணப்பட்டன. மேலே கழுகுகள் வட்டமிட்டன. அடங்கலும் இலையான்கள் மொய்த்தன; நாற்றம் காற்று முழுவதும் வியாபித்திருந்தது.

நான் என் மகளைத் தேடி அலைந்தேன். சடலம் சடல்மாக புரட்டித் தேடினோம். முகங்கள் அழிந்துவிட்டன, ஆகையால், வேறு உடல் அடையாளத்தை வைத்துத்தான் கண்டுபிடிக்க முடியும். இடது கையை மட்டும் குறிவைத்துத் தேடுவது என்று முடிவு செய்துகொண்டு தேடினோம். அங்கே பல பிணங்கள் கிடந்தபடியால் எங்கள் தேடுதலை கெதியாக முடிக்க அப்படிச் செய்தோம்.

மதியம் சற்று ஓய்வு எடுத்துக்கொண்டு மீண்டும் தேடத் தொடங்கியபோது, ஒரு புதுப் பிரச்சினை முளைத்தது. எங்களைப் போல இன்னும் சில தாய்மாரும் அங்கே அலைந்ததால் எல்லாம் ஒரே குழப்பமாகிவிட்டது. ஓர் ஒழுங்கு முறை கிடையாது. சில வேளை ஒரே பிணத்தை திருப்பி திருப்பி சோதிக்கவேண்டி வந்தது. நாங்கள் களைத்துப்போன சமயம் மிகவும் அழுகிய நிலையில் ஒரு பிணம் கிடைத்தது. அது இளம் பெண்ணின் உடல். உயரம், பருமன் எல்லாம் பொருந்தியிருந்தது. இடது கையை ஆராய்ந்தபோது, இடது பெரு விரலுக்கும் ஆள்காட்டி விரலுக்கும் நடுவில் பெரிய வெட்டுக் காயம் தென்பட்டது. நாலு தையல் போட்டது வடிவாய்த் தெரிந்தது. ஐமிச்சத்துக்கு இடமேயில்லை. அதுதான் என் மகளுடைய உடம்பில் எஞ்சிய பாகம். பதினாறாவது பிறந்த நாளை என்ரை கிளி காணவே இல்லை. அப்படியே இழுத்து, காகங்கள் கொத்தி, புழுக்கள் தின்று முடித்த உடலை மடியில் போட்டுக்கொண்டு இரண்டு வருடத்து அழுகையை அழுது தீர்த்தேன்.

உடலை என்ன செய்தீர்கள்?

உங்களுக்கு மாத்திரம் ஒரு ரகஸ்யம் சொல்வேன். இதை வேறு யாருக்கும் நான் சொன்னதில்லை. அவளுடைய வலது கை ஒரு கிரனேட்டை இறுக்கிப் பிடித்தபடி இருந்தது. பின் இழுக்கப்படாத முழு கிரனேட்.

கிரனேட்டா?

என் மகன் அதைச் சோதித்துவிட்டுச் சொன்னான் 'இது போராளிகளுடைய கிரனேட் அல்ல; சிங்கள ராணுவத்தின் கிரனேட்' என்று.

'அது எப்படி நடந்தது என்று நினைக்கிறீர்கள்? இறந்து போன ராணுவச் சிப்பாயின் கிரனேட்டைப் பறித்துக் கொண்டாரா அல்லது எதிரிகள் எறிந்த கிரனேட்டை அது வெடிக்க முன் ஏந்தி பின் கொழுவி வைத்துக் கொண்டாரா?'

பொற்கொடி அம்மையார் என்னைப் பார்த்தார். ஐந்து நிமிடத்துக்கு முன்னர் அறிமுகமாகிய என் முகம் எப்படியோ அவருக்கு அந்நியமாகிவிட்டது. என் கேள்விக்கு பதில் கூற வில்லை. தலையை குனிந்தபடி விம்மி விம்மி அழத் தொடங்கினார். அரியமலர், அம்புசம், பூமணி இன்னும் அங்கே கூடியிருந்த அத்தனை விருந்தினரும் எங்கள் பக்கம் திரும்பி பார்ப்பதுபோல எனக்குத் தோன்றியது. நான் மெல்ல அந்த இடத்தை விட்டு அகன்றேன்.

௭

# வேட்டை நாய்

அவனுடைய பிரச்சினை எப்போது ஆரம்பித்தது என்றால் அவன் தனக்கென்று சொந்தமாக ஒரு வேட்டை நாய் வாங்க தீர்மானித்தபோதுதான். கடந்த ஏழு வருடங்களாக அவன் வேட்டைக்குப் போகிறான். அவனுக்கு அது இயல்பாக வந்தது. துப்பாக்கியை தூக்கிப் பிடித்து குறிபார்த்து சுடும்போது, வேறு எதிலும் கிடைக்காத ஓர் இன்பம் அவனுக்குக் கிடைத்தது. அவனுடைய நண்பன் ஒருவன் கொடுத்த ஆலோசனையில், பறவை வேட்டைக்குத் தோதான ரெமிங்டன் துப்பாக்கி ஒன்றை 420 டொலர் கொடுத்து வாங்கியிருந்தான். அப்பொழுது அதிர்ஷ்டவசமாக அவனுக்கு நடாஷா பழக்கமாகியிருக்க வில்லை. ஆனால் வேட்டை நாய் வாங்கப் போன போது அவளும வந்தாள். அவளுக்கு என்ன வேட்டை நாயைப் பற்றி தெரியும்; ஆனால் டொலரின் அருமை நன்றாகத் தெரியும்.

நாயின் சொந்தக்காரர் இரண்டு நாய்க்குட்டிகளைக் காட்டினார். இரண்டுமே உயர்ந்த வகை, சீஸ்பீக் ஜாதி என்றார். ஒன்றின் விலை 1000 டொலர்; மற்றது 800 டொலர். எதற்காக விலையில் வித்தியாசம் என்று கேட்டதற்கு 1000 டொலர் நாயின் மரபுத்தொடர் உத்தமமானது; இரண்டாவது கொஞ்சம் குறைபாடுள்ளது என்றார். அவன் முடிவெடுக்கமுடியாமல் தடுமாறி நின்றபோது, நடாஷா அவனை மலிவு நாயை வாங்கும் படி தூண்டினாள். அப்படித்தான், அவன் தன் வேட்டை நாயைத் தெரிவு செய்தான். இப்பொழுது யோசித்துப் பார்த்தபோது, அது முட்டாள்த்தனமான முடிவு என்பது தெரிந்தது.

நடாஷாவைப்போல ஒரு கஞ்சத்தனமான பெண்ணை அவன் தன்னுடைய 27 வயது வாழ்நாளில் சந்தித்தது கிடையாது. நாலு வருடங்களுக்கு முன்னர் அவர்களுடைய நட்பு தொடங்கியது. காதல் பிறக்கும்போது மின்னல் தெறிக்கும் என்று சொல்வார்கள். அவனுக்கு அப்படி ஒன்றும் நடக்கவில்லை. வழக்கமான உணவகத்தில் அன்று நெருக்கமான கூட்டம். அவன் ஒரு மேசையில் அமர்ந்து உணவருந்திக் கொண்டிருந்தான். ஓர் ஒல்லியான பெண் தன் உணவுத் தட்டை தூக்கிக் கொண்டு, அவன் மேசைக்கு வந்து ஒரு மரியாதைக்காக அங்கே உட்காரலாமா என்று வினவினாள். மிகவும் சாதாரணமாகத் தோன்றிய பெண். பார்த்தவுடனேயே மறந்துவிடக் கூடிய முகம். அவன் தாராளமாக என்றான். நன்றி சொல்லிவிட்டு அவள் தன்னை மடித்து, கால்களை லேசாக விரித்து உட்கார்ந்தாள். ஒரு டொல்ஃபின், மீன் பரிசு கிடைத்ததும் சிரிப்பதுபோல சிரித்தாள். அவளுடைய ஒல்லித் தேகம், பயிற்சி செய்து உடம்பை பேணியதால் உண்டான மெலிவு அல்ல. பட்டினியால் உண்டான மெலிவு. அவளுக்கு முன்னாலிருந்த பேப்பர் தட்டில் ஆகமலிவான, ஆரோக்கியம் குறைந்த உணவு பரிமாறப்பட்டிருந்தது. அவள் உடுத்தியிருந்த விதம், பேசிய உச்சரிப்பு, நடந்த தோரணை எல்லாமே அவள் அமெரிக்கப் பெண் அல்ல என்பதை உறுதிப்படுத்தியது. உற்று நோக்கிய போது, அவளை முன்பே பார்த்திருந்தது நினைவுக்கு வந்தது.

ஒரு சப்பாத்து கடையில் ஒவ்வொரு சப்பாத்தாக அளவு பார்த்து, தெரிவு செய்து அதற்குமேல் அவள் ஏறி நின்றாள். இடைக்குமேல் உடம்பைத் திருப்பி வலது கால் குதியை பார்த்தாள்; பிறகு மற்ற பக்கம் உடலை வளைத்து இடது கால் குதியை பார்த்தாள். இரண்டு கால்களையும் தட்டி அதன் சத்தத்தை கேட்டு ரசித்தாள். நடந்து பார்த்தாள். அந்த நடையில் ஒரு புதிய அசைவு சேர்ந்துகொண்டது. இடுப்பிலே கையை வைத்துக்கொண்டு போக்குவரத்து பொலீஸ்காரன் போல நடு வழியில் நின்றாள். முன்காலை மாறி மாறி நீட்டி சப்பாத்தின் நுனிகளை ஆராய்ந்தாள். இனி ஆராய்வதற்கோ, சரி பார்ப்பதற்கோ ஒன்றும் இல்லை என்ற நிலையில் அந்த சப்பாத்துகளை தூக்கி குழந்தைபோல அணைத்தாள். அந்தக் காட்சி அவன் மனதில் பதிந்துபோயிருந்தது.

திடீரென்று அவளிடம் 'நீங்கள் அந்தச் சப்பாத்தை வாங்கினீர்களா?' என்றான். அவள், ஒரு பறவை தலையைத் தூக்குவதுபோல தூக்கி, சாய்வாக அவனை ஆச்சரியத்தோடு பார்த்தாள். 'நேற்று என்னை கடையில் பார்த்திருக்கிறீர்கள்' என்றாள். அவன் 'ஆமாம்' என்று சிரித்தான்.

'என்னுடைய கால் அளவு பதினொன்று. இங்கே அமெரிக்காவில் எங்கே தேடினாலும் எனக்கு குதிச்சப்பாத்து வாங்குவது கடினம். என்னுடைய நாட்டிலே என் காலுக்கு அளவெடுத்து செய்து தருவார்கள். இங்கே அதை நினைத்துக் கூட பார்க்கமுடியாது.'

அவளுடைய உச்சரிப்பு வித்தியாசமாக இருந்தது. ஒவ்வொரு வார்த்தையாக அவள் தன் நாட்டு மொழியில் சிந்தித்து பிறகு, அதை ஆங்கிலத்தில் மாற்றிப் பேசினாள். அந்த வார்த்தைகள் ஒவ்வொன்றும் அவள் வாயில் நின்று இளைப்பாறி வந்ததால் சற்று ஈரப்பசையுடன் இருந்தன.

'நீங்கள் என்னுடைய கேள்விக்கு பதில் சொல்லவில்லை. அந்தச் சப்பாத்தில் ஏறி நின்றபோது, உயரமாகவும் வசீகர மாகவும் தோன்றினீர்கள். இறுதியில் அதை வாங்கினீர்களா?'

'சப்பாத்து எனக்கு பிடித்துக்கொண்டது. 11 சைஸ் சப்பாத்து கிடைப்பது கடினம். மிகவும் அபூர்வமாக அது பொருந்தியது. என்னுடைய பாதங்கள் நீளமானவை. ஆனால் சப்பாத்தின் விலை மிக அதிகம். அது வாங்கும் காசிற்கு இரண்டு தண்ணீர் நிரப்பிய பிரா வாங்கிவிடலாம். ஆகவே நான் வாங்கவில்லை.'

உங்களுடைய தாய்மொழி பிரெஞ்சா?

'இல்லை, உக்ரெய்ன் மொழி. எனக்கு ரஷ்ய மொழியும் பிரெஞ்சு மொழியும் ஆங்கிலமும் தெரியும். ஆனால் ஒவ்வொரு மொழியிலும் 1000 வார்த்தைகளுக்குமேல் தெரியாது என்று சொல்லிவிட்டு சிரித்தாள். ஆரோ நெருக்கமாக அடுக்கி வைத்தது போல மணிமணியான பற்கள். அவள் விடைபெற்றபோது, பரிசாரகியிடம் ஓர் அட்டைப்பெட்டி கேட்டு வாங்கி அதிலே மீதி உணவை அடைத்துக்கொண்டு புறப்பட்டாள்.

இப்படித்தான், தற்செயலாக அவர்களுடைய நட்பு நாலு வருடங்களுக்கு முன்னர் ஆரம்பித்தது. அவனுக்கு அவளிடம் பிடித்தது அவளுடைய ஒளிவு மறைவில்லாத வெளிப்படை யான தன்மை. தன் மனதிலே பட்டதை அப்படியே பட்டென்று பேசிவிடுவாள். பிடிக்காத விசயம்கூட அவள் பேசி முடித்ததும் பிடித்துப் போகும்.

ஒருநாள் திடீரென்று அவளைப் பார்த்து 'நான் உன்னைக் காதலிக்க முடிவெடுத்திருக்கிறேன்' என்றான். 'மிகச்சரியான முடிவு. அதை ஏன் என்னிடம் சொல்கிறீர்கள்' என்றாள். 'உன்னுடைய சம்மதம் இல்லாமல் நான் எப்படிக் காதலிக்க முடியும்?'

'அப்படியா? அவ்வளவு சுலபமாக என்னை காதலிக்க முடியாது. சில நிபந்தனைகள் இருக்கின்றன. எங்கள் நாட்டு

வழக்கப்படி நாங்கள் இருவரும் ஒருவருக்கொருவர் ஒரு ரகஸ்யத்தை பரிமாறிக்கொள்ளவேண்டும். அந்த ரகஸ்யம் எங்கள் இருவருக்கும் மட்டுமே தெரிந்தது. அப்பொழுதுதான் அதன் பவித்திரத் தன்மை கெடாது. சிலபேர் தங்கள் மார்பு களிலும் கைகளிலும் காதலை பச்சை குத்திக் கொள்வதுபோல, நாங்கள் ரகஸ்யத்தைப் பரிமாறி அதை உறுதி செய்கிறோம்' என்றாள். ஆயிரம் வார்த்தைகளை இருப்பில் வைத்துக்கொண்டு இப்படி நீளமாகவும் தர்க்கமாகவும் பேசினாள்.

'சரி, நீ ஒரு ரகஸ்யம் சொல்லு' என்றான். 'அது எப்படி? நீதான் முதலில் காதலைச் சொன்னாய். நீதான் ரகஸ்யத்தையும் சொல்லவேண்டும்' என்றாள் அவள்.

'மாமாதான் எனக்கு எல்லாம். 17 வயதில் என்னை விமானத்தில் ஏற்றி அமெரிக்காவுக்கு தனியாக அனுப்பினார். முதல் விமானப் பயணம் என்பதால் வெளியே தைரியமாக இருந்தாலும் உள்ளுக்குள் நடுங்கிக்கொண்டுதான் இருந்தேன். ஆம்ஸ்டர்டாமில் விமானம் மாறவேண்டும். ஐந்து மணிநேர இடைவெளி, நான் காத்திருந்தேன். அப்பொழுது, பெரிய உதடுகள் கொண்ட கறுப்பு பெண் ஒருத்தி, தன் குழந்தையை தூக்கிக்கொண்டு வந்து என்னருகே அமர்ந்தாள். கமரூனுக்கு பயணம் செய்வதாகவும் அவளுடைய விமானம் இரண்டு மணிநேரம் தாமதம் என்றும் சொன்னாள். சிறிது நேரத்தில் பாத்ரூம் போகவேண்டும், தன்னுடைய குழந்தையை பார்த்துக் கொள்ளமுடியுமா என்று கேட்டாள். நானும் சம்மதித்தேன். அரைமணி நேரமாகியும் அவள் திரும்பவில்லை. நான் பதற்றத் தில் இருந்தபோது, குழந்தை கைகால்களை ஆட்டி என்னைப் பார்த்து சிரித்தது. என்னுடைய விமான அறிவித்தல் இரண் டாவது தடவையாக ஒலித்தது. நான் குழந்தையை விமானக் கூட இருக்கையில் நீளவாக்காகக் கிடத்திவிட்டு விமானத்தைப் பிடிக்க ஓடினேன். அதற்கு பிறகு என்ன நடந்தது என்று தெரியாது. இப்பொழுதும் சில வேளைகளில் அந்த குழந்தை யின் ஞாபகம் வரும். இந்த ரகஸ்யத்தை முதன்முதல் உனக்குத் தான் சொல்கிறேன்.'

நடாஷா அவனைத் துளைப்பதுபோல வெகுநேரம் பார்த் தாள். அந்தப் பார்வையில் கனிவு இல்லை. ரகஸ்யத்தைச் சொன்னது தவறு என்று அவனுக்குப்பட்டது. ஆனால் இனி ஒன்றுமே செய்யமுடியாது. அவள் தன்னுடைய ரகஸ்யத்தைச் சொல்ல ஆரம்பித்தாள்.

'எங்கள் கிராமத்து வீட்டில் நானும் அம்மாவும் மட்டுமே தங்கியிருந்தோம். சொந்தக்காரர்கள் என்று எப்போதாவது

யாராவது வருவார்கள். அம்மா மற்ற வீடுகளுக்குப்போய் துப்புரவுப் பணி செய்தாள். எதற்காக அதைச் செய்கிறாள் என்று ஒருநாள் கேட்டேன். 'அவர்களிடம் எங்களிலும் பார்க்க அதிக பொருட்கள் இருக்கின்றன' என்றாள். எப்போதும் என்மீது அன்பைச் சொரிந்தபடியே இருக்கும் அம்மா, ஒருநாள் அதிகாலை என்னை எழுப்பினாள். அப்போது எனக்கு 13 வயது நடந்துகொண்டிருந்தது. நான் பூப்படைந்து சில மாதங்கள் ஆகியிருந்தன. குளிருக்கான மேலங்கியை தரித்துக்கொண்டு அவசரமாக வெளிக்கிடச் சொன்னாள். புதிய கையுறையை அணியலாமா என்று கேட்டேன். அவள் ஆம் என்றாள். பனி மூடிய பாதையில் பஸ்ஸிலே மூன்று மணிநேரம் பிரயாணம் செய்தபோது, அம்மா என் எதிர்காலம் பற்றி நிறையப் பேசினாள். எல்லாமே மர்மமாக இருந்ததால் ஒருவித உற்சாகமும் பயமும் ஒரே சமயத்தில் தோன்றி இதயம் படபடவென்று அடித்தது. ஒரு பஸ் நிறுத்தத்தில் இறங்கி 10 நிமிடதூரம் நடந்தோம். இப்படி சாகசமான நாளை என் வாழ்க்கையில் நான் அனுபவித்ததில்லை. அம்மா அடிக்கடி மணியை பார்த்தாள். ஒரு கட்டிடம் வந்ததும் என்னை நிற்கச் சொன்னாள். அது ஒரு தபால் நிலைய மையம். அம்மா சொன்னாள் 'நீ தயாராக இரு. இப்போது பார்க்கப்போவதை என்றென்றைக்கும் ஞாபகத்தில் வைத்திரு.' என் நெஞ்சு அடிக்கும் வேகம் நிமிடத்துக்கு நிமிடம் கூடியது. நான் குளிரில் கால்களை மாற்றி மாற்றி வைத்து நடுங்கியபடி நின்றேன். சிறிது நேரத்தில் ஆட்கள் ஒவ்வொருவராக வெளியே வந்து தபால் வண்டிகளை ஓட்டிச் சென்றார்கள். மீசை வைத்த குண்டான மனிதர் ஒருவர் வந்து, ஒரு தபால் வண்டியில் ஏறி அதை ஓட்டிச் சென்றார். அம்மா என் புஜத்தைக் கிள்ளி 'அந்த மனிதரை வடிவாகப் பார். அவர்தான் உன் அப்பா' என்றாள். என்னுடைய அப்பா அவருடைய 13 வயது மகள், புதுக் கையுறை அணிந்துகொண்டு அவரைப் பார்ப்பதற்காக 200 மைல்கள் பயணம் செய்ததையும் பத்தடி தூரத்தில் நிற்பதையும் அறியாமல் கடந்து போனார். அதன் பின்னர் நாங்கள் வீடு நோக்கிய பயணத்தைத் தொடங்கினோம். திரும்பும்போது, அம்மா ஒரு வார்த்தை பேசவில்லை.'

'ரகஸ்யத்தைச் சொன்னதற்கு நன்றி. இன்னும் வேறு ஏதாவது ரகஸ்யம் இருக்கிறதா?' என்றான்.

'இருக்கிறது. அது அடுத்த காதலனுக்கு. ஒரு ஆளுக்கு ஒரு ரகஸ்யம்தான்' என்றாள்.

அப்படியா என்று அவன் நடாஷாவின் அம்மா செய்தது போல, அவளுடைய எலும்பு புஜத்தைக் கிள்ளினான். பிறகு அப்படியே அணைத்துக்கொண்டான்.

காதலிக்க முடிவெடுத்த பிறகு இருவரும் ஒன்றாகச் சேர்ந்து வாழத் தீர்மானித்தார்கள். அவளிடம் எல்லா நற்பண்புகளும் இருந்தன. ஆனால் அவளுடைய சிக்கன முறைகளை அவனால் தாங்க முடியவில்லை. உணவு விசயத்தில் அவை உச்சத்தை எட்டின. உக்ரெய்னில் வாழ்ந்தபோது, அவள் அனுபவித்த வறுமை கொடியது. அடுத்தவேளை உணவு என்ன, எங்கேயிருந்து, எப்போது கிடைக்கும் என்று தெரியாமல் வாழ்ந்திருக்கிறாள். அமெரிக்காவின் மலிவு உணவு அவளைப் பைத்தியமாக்கியது. உணவைப் பற்றி அவள் சிந்திக்காத நிமிடம் இல்லை. மலிவு விலை நாளில் சந்தைக்குப் போய் முழுக்கோழிகளை வாங்குவாள். அவை ஐம்பது சதவீதம் தள்ளுபடியில் கிடைக்கும். அவற்றை வீட்டுக்கு கொண்டுவந்து ஆழ்குளிரில் புதைத்து வைத்து வேண்டியபோது எடுத்துச் சமைப்பாள். சில கோழிகள் அவை உயிருடன் இருந்த காலத்திலும் பார்க்க ஆழ்குளிரில் இருந்த நாட்களே அதிகம். அவற்றின் ருசியும் இந்தப் பூமியில் வேறு எங்கும் கிடைக்காத ஒரு ருசி. மெலிந்த கொடிபோன்ற தோற்றம் மெல்ல மெல்ல மறைந்து தண்ணீரில் ஊறவைத்தது போல அவள் உடம்பு ஊதியது. ஒடுங்கியிருந்த இடை நிரம்பி எங்கே மார்பு முடிகிறது, எங்கே இடை தொடங்குகிறது என்று அவன் தடுமாறும்படி ஆகிவிட்டது.

செப்டம்பர் பிறந்ததும் அவன் வேட்டை உரிமத்துக்கு விண்ணப்பம் செய்தான். ஞாயிறு காலைகளில் வேட்டைக்குப் போவது அவனுக்கு முக்கியம். அவன் 800 டொலர் கொடுத்து வாங்கிய வேட்டை நாய்க்கு ஹன்டர் என்று பெயர் சூட்டியிருந்தான். ஒரு நாளைக்கு ஆறு வாத்துகளுக்கு மேலே சுடக்கூடாது. அதுதான் சட்டம். அவன் வேட்டை நாய் வாங்கியது, முழுக்க முழுக்க வாத்து வேட்டைக்காகத்தான். அவனும் நண்பர்களும் வேட்டைக்குப் போனார்கள். வாத்தைச் சுட்டவுடன் நாய் குளத்துக்குள் தாவிப் பாய்ந்து செத்துப்போன வாத்தை மென்மையாக வாயில் கவ்வி இழுத்து வந்து, எசமானின் காலடியில் போட்டுவிட்டு அவனுடைய இடது பக்கத்தில் போய் உட்கார்ந்து கொள்ளும். உடம்பில் ஓடும் தண்ணீர் வழிந்து நாயை சுற்றித் தேங்கி நிற்கும், ஆனால் நாய் அசையாது. அடுத்த வேட்டுச் சத்தம் வரும்வரைக்கும் அப்படியே காத்திருக்கும். இதையெலலாம் ஒரு வேட்டை நாய் செய்யும், அவனுடைய ஹன்டர் செய்யாது.

வேட்டை நாயை அன்பு காட்டி வளர்க்கக்கூடாது என்பதால் அவன் கண்டிப்புடன் வளர்த்தான். பயிற்சியாளர் திறமான பயிற்சிகள் கொடுத்திருந்தார். வேட்டுச் சத்தம் கேட்டதும் உறைந்துபோன தண்ணீரில் ஹன்டர் பாயும். எண்ணெய்ப் பிடிப்பான அதன் தோலில் தண்ணீர் ஒட்டு

வதில்லை. செத்த வாத்து மிதந்து கொண்டிருக்கும்போதே, வேகமாக நீந்திச் செல்லும். முக்கால்வாசித் தூரத்தை கடந்ததும் வந்த காரியத்தை மறந்து மீண்டும் திரும்பி வந்து அவன் பக்கத்தில் உட்கார்ந்துகொள்ளும். எப்படி முயற்சி செய்தாலும் அதற்கு தன்னுடைய உத்தியோகம் வாத்தை வாயிலே கவ்வி வரவேண்டும் என்பது தெரியவில்லை. இருபது வீதம் கழிவு விலையில் வாங்கியதாலோ என்னவோ மீதம் இருபது வீதம் தூரத்தை அது கடப்பதே இல்லை. 'அதற்குக் கொடுத்த விலைக்கு சரியாக வேலை செய்கிறது. இப்பொழுது அது வீட்டு நாயும் அல்ல, வேட்டை நாயும் அல்ல' என்று நண்பர்கள் கேலி செய்தார்கள். பயிற்சிக்காரரோ ஹண்டரை எந்தக் காலத்திலும் பழக்கமுடியாது என்று கைவிட்டுவிட்டார்.

அவனுக்கு நடாஷா மீது கோபம் பொங்கி வரும். வீட்டுக்கு அதே கோபம் குறையாமல் திரும்புவான். நடாஷா ஒரு கிராமத்து மனைவிபோல வாசலில் காத்திருப்பாள். அது அவனுக்குப் பிடிக்கும். பெரிய மார்புகள், மாதாகோயில் மணிகள்போல மேலும்கீழும் ஆட அவனிடம் ஓடி வருவாள். அவன் கோபத்தை மறந்து அவளுடைய பருத்த புஜங்களுக்குள் அடங்கிவிடுவான்.

அவளுக்கு எப்பவும் ஆரம்பத்தில் இருந்தே துவங்கவேண்டும். ஒவ்வொரு அறையாக நின்று நின்று முத்தமிட்டுக் கொள்வார்கள். அவள் 17 சைஸ் ஆடையை 18 சைஸ் உடம்பில் அணிந்திருப்பதால் உடம்பு சிறைபூட்டியதுபோல காட்சியளிக்கும். சதைக்கூட்டம் வெளியே தள்ளும். அவள் உடையை உடம்பில் இருந்து பிரித்து விட்டுக்கொண்டு இருப்பாள். படுக்கையில் கூட அவள் காலணியை கழற்றுவதில்லை. என்ன என்பான். அவள் வாய் திறக்காமல் தோள்மூட்டுகளால் சைகை செய்வாள். முயக்க மூர்க்கம் நெருங்க நெருங்க அவள் கைவிரல்கள் எல்லாம் போய் அவன் முடிக்குள் மறைந்துவிடும். பிரெஞ்சு, ரஸ்யன், உக்ரேய்ன் என்று பல மொழிகளிலும் கூவி சத்தமெழுப்புவாள். ஹண்டர் பக்கத்திலே உட்கார்ந்து இது என்ன வேட்டை என்பதுபோல அதிசயமாகப் பார்க்கும்.

ஒருநாள் நடாஷா கலவி முடிந்த பிறகு, தலைமயிரை விரித்து அதற்குமேல் படுத்து, சப்பாத்து கழற்றாத கால்களை பின்னியபடி, தட்டைக்கூரையை பார்த்துக்கொண்டு வெகு நேரம் யோசித்தாள். திடீரென்று 'நான் மகிழ்ச்சியாக இருக்கிறேன். நாம் மணமுடித்துக் கொள்வோம்' என்றாள். எப்படி இந்த அற்புதமான யோசனை தோன்றியது என்றான் அவன். அவள் சொன்னாள், 'என்னுடைய அம்மா என்னிடம் ஒன்றுமே கேட்டதில்லை. இன்றைக்கும் முழங்கால்களில் உட்கார்ந்து

இன்னொருவர் வீட்டை சுத்தம் செய்கிறாள். ஒன்றே ஒன்றுக் காகத்தான் அவள் வாழ்நாள் முழுக்க காத்திருக்கிறாள். திருமண ஆடையில் ஒரு புகைப்படம். இந்த சின்ன ஆசையைக்கூட என்னால் நிறைவேற்ற முடியவில்லை.'

அவர்கள் பதிவுக் கல்யாணம் செய்து, திருமண ஆடையில் படம் பிடித்து தாயாருக்கு அனுப்புவது என்று தீர்மானித்தார்கள். அவள் பல வருடங்களாகப் பார்த்து பார்த்து ஏங்கிய குதிச் சப்பாத்தை அவன் திருமணப் பரிசாக வாங்கிக் கொடுத்தான். திருமண ஆடையை, ஒரு நாள் வாடகைக்கு 75 டொலர் கொடுத்து, அவள் வாங்கினாள். பதிவுக் கல்யாணம் முடிந்த கையோடு, இரவல் ஆடையில், புதிய சப்பாத்தை அணிந்து, பூச்செண்டை ஏந்தியபடி இருவரும் புகைப்படம் எடுத்துக் கொண்டார்கள்.

மிசூலாவின் வீதிகளில் அந்த புதுமணத்தம்பதியினர் கை கோத்துக்கொண்டு நடந்தனர். குதிச்சப்பாத்தில் அவள் கூடிய தூரத்தைப் பார்த்தாள். ஒரு கையால் கவுனை சற்று தூக்கியபடி அவன் மேல் சாய்ந்து அவள் நடந்தபோது, ஒரு கணம் அழகாகக் கூட தென்பட்டாள். வீதியிலே சிலர் நடப்பதை நிறுத்திவிட்டு அவர்களை திரும்பிப் பார்த்தனர். சிலர் திருமண வாழ்த்துச் சொன்னார்கள்.

அதற்குப் பிறகு நடந்தது ஒருவரும் எதிர்பாராதது. தபால் வண்டியை ஓட்டிக்கொண்டு ஒரு மீசைக்கார மனிதர் சென்றார். அவன் 'அதோபார், உன்னுடைய தகப்பனாக இருக்கலாம்' என்றான். அவள் கையைப் பறித்துக்கொண்டு நடுவீதியில் நின்று கத்தினாள். 'நீ மோசமானவன். நான் சொன்ன ரகஸ்யம் பவித்திரமானது. நீ அதை கேலிப்பொருள் ஆக்கிவிட்டாய்.' பல கண்ணீர்த் துளிகள் ஒரே சமயத்தில் தோன்றின. தன் இரு கைகளாலும் வாடகை அங்கியை தூக்கிக்கொண்டு, 11 சைஸ் சப்பாத்தில் வேகமாக நடக்கத் தொடங்கினாள். 'நடாஷா, நடாஷா, என் அன்பே' என்று கத்தியபடியே அவன் பின் தொடர்ந்தான்.

அவர்களுடைய வீட்டுக்குள் புயல் போல நுழைந்து கொண்டு பெரும் ஓசையோடு கதவைச் சாத்தினாள். 'ஒரு பச்சைக் குழந்தையை ஏர்போர்ட்டில் தனிய விட்டுவிட்டு ஓடிவந்த கோழை நீ' என்றாள். 'மன்னித்துக்கொள்' என்றான் அவன். 'நீ கேவலமான ஆள். அற்பன். நான் அவசரப்பட்டு விட்டேன்.' நிலைமை முழுநாசத்தை நோக்கி நகர்ந்து கொண் டிருந்தது. அதை எப்படியும் தடுக்க வேண்டும் என்ற எண்ணத் தில் 'கோவிக்காதே, என் செல்லம்' என்று கன்னத்தை தொடப் போனான். நடாஷா அவனைப் பிடித்து தள்ளினாள். அவன்

அ. முத்துலிங்கம்

தடுமாறி கீழே விழுந்ததும் பாய்ந்து, 75 டொலர் வாடகைக்கு எடுத்த கல்யாண ஆடையை சிரைத்துப் பிடித்தபடி, அவன் மேலே ஏறி உட்கார்ந்தாள். பன்றி இறைச்சி போன்ற வெள்ளைத் தொடைகளும், தொக்கையான முழங்கால்களும், அவன் சொந்த சம்பாத்தியத்தில் வாங்கிக் கொடுத்த பென்சில் குதிச் சப்பாத்து களும் அவன் கண்களுக்கு வெகு சமீபத்தில் தெரிந்தன. அவளை உதறிவிட்டு அவனால் இலகுவாக எழுந்திருக்க முடியவில்லை. மல்யுத்தத்துக்கு தயாரான ராட்சத தவளைபோல கால்களைப் பரப்பி அவன்மேல் பாரமிறக்கியிருந்தாள். அவளுடைய உக்ரேய்ன் உதடுகள் கோபத்தில் துடித்தன. முகம் அவனை நோக்கி வளைந்தபோது, ஒரு மிருகம் குனிந்து முகர்ந்து பார்க்க தயாராவதுபோல அவனுக்கு பதற்றமேற்பட்டது.

கோபத்தை அதற்குமேல் அவளால் எடுத்துப்போக முடிய வில்லை. கழிவு விலையில் வாங்கிய வேட்டை நாய்போல பாதியிலே பரிதாபமாக என்ன செய்வது என்று தெரியாமல் விழித்தாள். நசுங்கிப்போய் இருந்த நிலையிலும் அவனுக்கு அவளைப் பார்க்க சிரிப்பாக வந்தது. அவனுடைய வாழ்நாள் முழுக்க அவள்தான் மனைவியாக இருக்கவேண்டும் என்று தீர்மானித்தான். அப்பொழுது அவர்களுக்கு மணமாகி 45 நிமிடங்கள் கழிந்திருந்தது நினைவுக்கு வந்தது.

☙

# உடனே திரும்பவேண்டும்

முதலில் கடித்தது தும்பு இலையான். தும்பு இலையான் உண்மையில் கடிக்காது, முட்டைதான் இடும். என்னுடைய மகள் கைக்குழந்தை. அவள் தோள் மூட்டில் முட்டையிட்டிருந்தது. கண்ணுக்குத் தெரியாத அந்த முட்டைப்புழு சருமத்துக்குள் புகுந்து வளர ஆரம் பித்தது. சருமம் வீங்கி குழந்தை நிறுத்தாமல் அழுதது. நாங்கள் ஆப்பிரிக்காவுக்கு வந்து சில மாதங்களே ஆகி யிருந்தன. எங்களுக்கு என்ன செய்வதென்று தெரிய வில்லை.

அடுத்து, அவளுக்கு நுளம்பு கடித்து மலேரியாக் காய்ச்சல் பிடித்தது. மருத்துவ மனைக்கு ஓடினோம். குழந்தை மெலிந்து உருக்குலைந்து கொண்டு வந்தது. அந்த நேரம் பார்த்து என்னை நைரோபி அலுவலகத்துக்கு அவசர மாக வரும்படி பணித்தார்கள். நான் வேலை செய்த சியாரா லியோன் தேசம் ஆப்பிரிக்காவின் மேற்கு கரை யோரம் என்றால், நைரோபி கிழக்குக் கரை. நீண்ட தூரம். நேரடியான விமான பறப்பு இல்லை. போவ தற்கும் வருவதற்கும் மூன்று நாள் எடுக்கும். மனைவியை எப்படியும் சமாளிக்கச் சொல்லிவிட்டு புறப்பட்டேன். நான் திரும்பி வர எட்டு நாட்கள் ஆகும் என்பது எனக்கு அப்போது தெரியாது. வாழ்நாள் முழுவதும் மறக்கமுடியாத ஒரு பயணமாக அது அமையும் என்பதும் நான் நினைத்தும் பார்த்திராத ஒன்று.

நான் போன விசயம் இரண்டு நாளில் முடிந்து மூன்றாவது நாள் புறப்பட்டேன். எத்தியோப்பிய விமானம் அழகான பணிப்பெண்களுக்கு பேர் போனது. அமைதியான உபசாரம். நீண்ட பயணம், ஆனால் ஏதோ பிரச்சினை

காரணமாக எங்களை அபிட்ஜானில் இறக்கிவிட்டு அடுத்த நாள் போகலாம் என்றார்கள். அடுத்தநாள் விமானம் புறப்பட்டு நேராகப் போய் நைஜீரியாவின் லேகொஸ் தலைநகரத்தில் இறங்கியது. 'விமானம் பழுது, நாளைதான் புறப்படும்' என்றார்கள். அப்படித்தான் பிரச்சினை ஆரம்பமானது.

ஒருவராவது எதிர்ப்பு தெரிவிக்காமல் தங்கள் தங்கள் பெட்டிகளையும் பைகளையும் தூக்கிக்கொண்டுபோய் வரிசையில் நின்றார்கள். எனக்கு நைஜீரியா விசா இல்லையாகையால் அதிகாரி என்னை மறித்துவிட்டார். கேள்விமேல் கேள்வி கேட்டு துளைத்தார். 'நானாக விரும்பி வரவில்லை. பிளேன் பழுதாகி நின்றுவிட்டது, நாளை புறப்படும். ஓர் இரவு மட்டுமே தங்குவதற்கு அனுமதி வேண்டும்' என்றேன். அந்த அதிகாரி நம்ப மறுத்தார். ஏதோ, நானே சதிசெய்து பிளேனை பழுது படுத்தியதுபோல என்னைப் பார்த்தார். என்னுடைய பாஸ்போர்ட்டை பறிமுதல் செய்து வைத்துக்கொண்டு ஒரு பழைய தபால் உறையின் பின்பக்கத்தில் ஏதோ மொழியில் கிறுக்கி என்னிடம் தந்தார். அதுதான் பற்றுச்சீட்டு. 'நாளைக்கு திரும்பும்போது கடவுச்சீட்டை பெற்றுக்கொள்ளலாம்' என்றார்.

ஒரு பக்கம் ஆறுதலாக இருந்தாலும் கவலை பிடித்தது. வெளியே நூற்றுக்கணக்கான வாடகைக் கார்கள் நின்றன. ஒரு சாமான் தூக்கி, நிலத்திலே கிடந்த என் பெட்டியைத் தூக்கி வாகனத்தில் வைத்தான். அதற்கு கூலியாக 100 டொலர் கேட்டான். காசை குடு குடு என்று சாரதி விரட்டினான். நான் மறுத்தேன். அங்கே நின்ற அத்தனை சாமான் தூக்கிகளும் முற்றுகை இட்டனர். தரையிலே சும்மா கிடந்த பெட்டியைத் தூக்கி காரிலே வைப்பதற்கு கூலி நூறு டொலரா? பிரச்சினை பெரிதானது. வேறு ஒன்றும் செய்யத் தெரியாமல் காசைக் கொடுத்துவிட்டு வண்டியில் ஏறி விமான நிலையத்துக்கு கிட்டவாக உள்ள ஒரு விடுதிக்கு போகச் சொன்னேன். உடனே சாமான் தூக்கியும் முன் இருக்கையில் ஏறி அமர்ந்து கொண்டான். ஏன் என்று கேட்டேன். 'உங்கள் சாமானை விடுதியில் இறக்குவதற்கு' என்று சொன்னான் சாரதி. நைஜீரியாவில் இப்படி வழக்கம் இருக்கும்போல என்று நினைத்துக் கொண்டேன். சாலை நீண்டுகொண்டே போனது. ஆள் அரவம் அற்ற ஒரு வீதியில் கார் போனபோது, எனக்கு பயம் பிடிக்க தொடங்கியது.

உலக வங்கியில் பெரிய பதவியில் இருக்கும் ஒருவரை லேகொஸ் நகரில் கார்ச் சாரதி ஒருத்தன் கொள்ளையடித்து, அவருடைய விலை உயர்ந்த ஆடைகளையும் சப்பாத்துகளையும் கூட கழற்றிக்கொண்டு அவரை நடுவீதியில் விட்டிருந்த

அமெரிக்கக்காரி

செய்தியை தினப் பத்திரிகையில் சமீபத்தில்தான் நான் படித்திருந்தேன். ஆகவே, கிலி பிடித்து நடுங்கிக்கொண்டிருந் தேன். அவ்வளவாக மனித நடமாட்டமில்லாத ஒரு விடுதியில் சாரதி காரை சடுதியாக நிறுத்தினான். நான் நேராக மனே ஜரிடம் சென்று 'என்னிடம் பணம் இல்லை, காசோலைதான் இருக்கிறது. எனக்கு தங்க இடம் வேண்டும், வாடகை சாரதிக் கும் பணம் கொடுக்கவேண்டும்' என்றேன். அவரும் சம்மதித்து எனக்கு தங்குவதற்கு ஓர் அறையை ஒதுக்கி வாடகைக் காருக் கும் பணம் கொடுத்தார். ஒருவாறாக சாரதியிடமும் சாமான் தூக்கியிடமும் இருந்து தப்பி, பெட்டியுடன் அறைக்குள் நுழைந்தபோதுதான் எனக்கு அப்பாடா என்று ஆறுதல் ஏற் பட்டது.

அறையிலே டி.வி., குளிர்பெட்டி, சுழல்விசிறி என்று எல்லா வசதிகளும் இருந்தாலும் அறை மிக மோசமான நிலையில் இருந்தது. நிலக்கடலைக் கோதுகள் காலில் தட்டுப் பட்டன. எனக்கு முன்பு தங்கியிருந்தவருடைய தலை அடை யாளம் தலையணையில் இன்னும் இருந்தது. தரையில் ஊர்ந்த கரப்பான் பூச்சிகள் அணுகியதும் ஒரு குருவிபோல பறந்து போயின. வீட்டு நிலைமை பற்றிய பதற்றமும் எனக்குக் கூடியது. எழுபதுகளில் நெடுந்தொலைவு தொலைபேசி அழைப்புக்கு பல மணி நேரம் காத்திருக்கவேண்டும். ஒருவழியாக தொடர்பு கிடைத்து மனைவியுடன் பேசியபோது, அவர் திரும்பத் திரும்ப 'சுறுக்க வாங்கோ, சுறுக்க வாங்கோ' என்று சொன்னாரே ஒழிய வேறு ஒன்றும் சொன்னாரில்லை.

பெரும் அவதியாக இருந்தது. ஒருவர்கூட அறிமுகம் இல்லாத பெரிய நாடு. ஒரு மனித சீவன்கூட அன்பாகப் பேசவில்லை. வரவேற்பறையில் உட்கார்ந்திருந்த பெண்மணி பெரிய ஒப்பனை எல்லாம் செய்திருந்தாளே ஒழிய அவள் உதடுகள் சிரிப்பதை மறந்து பல வருடங்கள் ஆகியிருக்கலாம். யன்னல் வழியாகப் பார்த்தேன். தரைப் புற்கள் நிறைய மின் மினிப் பூச்சிகள். அவ்வளவு மின்மினிகளை ஒரே இடத்தில் நான் பார்த்ததில்லை. சில இருப்பதும் சில பறப்பதுமாக ஒரு மின்விளையாட்டு அங்கே நடைபெற்றது. அந்தக் காட்சி யில் சற்று மகிழ்வதுகூட கடவுளுக்குப் பிடிக்கவில்லை. திடீரென்று, மின்சாரம் துண்டிக்கப்பட்டு அறை இருட்டானது. சிறிது நேரம் அப்படியே அசையாமல் நின்றேன். உதவிக்கு வருவாரில்லை. நான் தடவித் தடவி கட்டிலை அடைந்து படுத்தபோது, காலை எப்படியும் வீடு போய்ச் சேர்ந்துவிட லாம் என்று என்னை தேற்றிக்கொண்டேன்.

இரவு இரண்டு மணிக்கு திரும்பவும் மின்சாரம் வந்த போது படபடவென்று விசிறி சுழன்றது. விளக்குகள் எரிந்தன.

தொலைக்காட்சி சத்தமாகப் பேசியது. குளிர்பெட்டி உயிர் பெற்றது. நான் திடுக்கிட்டு விழித்தேன். மீதி இரவு நான் தூங்கவே இல்லை. எப்போது விடியும் என்று காத்திருந்து விடிந்ததும் குளித்துத் தயாரானேன். ஈரப்பசை இல்லாத காற்றில் தலைமுடிகள் நட்டுக்கொண்டு நின்றன. சீப்பினால் சீவிய போதும் படியாமல் சரசரவென்று ஒலி உண்டானது. நான் முதல் நாள் தரித்த அதே உடையை அணிந்துகொண்டு, காலை உணவுகூட சாப்பிட நேரம் இல்லாமல் விடுதி மனேஜரிடம் சொல்லி ஒரு கார் பிடித்து விமான நிலையத்துக்குப் போய்ச் சேர்ந்தேன்.

தபால் உறையின் பின்பக்கத்தில் கிறுக்கிய துண்டை கையிலே பிடித்துக் கொண்டு குடிவரவு அதிகாரியைத் தேடினேன். சீருடையில் எல்லோரும் ஒரே மாதிரியான உடலமைப்புடன் தெரிந்தார்கள். ஒருவருக்கும் அந்த துண்டு என்ன சொன்னது என்பது தெரியவில்லை. அது யார் எழுதியது என்பதும் மர்மமாகவிருந்தது. அந்த மனிதர் பேசியபோது, அவருடைய தொண்டை நரம்புகள் புடைத்து நின்றன. இந்த ஓர் அடையாளத்தை வைத்துக்கொண்டு அந்த அதிகாரியை எப்படி தேடிக்கண்டுபிடிப்பது.

இரண்டு மணிநேரம் கழித்து அந்த மனிதரே என்னை தேடி வந்து 'நூறு டொலர் எடு' என்றார். நைஜீரியாவில் எல்லோரும் காசை நூறு நூறாகத்தான் எண்ணுவார்கள் போலும். அதனிலும் குறைவான ஒரு தொகை அவர்களுக்குத் தெரியவில்லை. அவர் தந்த துண்டையும் நூறு டொலரையும் கொடுத்தேன். சாவியைப் போட்டு லாச்சியை திறந்து ஒரு குவியல் கடவுச்சீட்டுகளை அள்ளி மேசைமேல் போட்டார். இன்னும் துளாவி மீதியையும் மேசையில் குவித்தார். சில நழுவி மேசைக்காலில் விழுந்தன. நான் பதறியபடி ஒவ்வொன் றாக ஆராய்ந்தேன். என் கைகள் நடுங்கியபடியால் என்னால் சீராகத் தேடமுடியவில்லை. எத்தனை நாடுகள், எத்தனை அளவுகள், எத்தனை வண்ணங்கள். 'வனுவாட்டு' என்றுகூட ஒரு நாடு இருந்தது. ஒருவாறாக என்னுடைய கடவுச்சீட்டை கண்டடைந்தபோது, மகிழ்ச்சியால் உடல் விம்மியது. அவர் மீதியை கைகளால் வழித்து அப்படியே லாச்சியினுள் தள்ளினார். பெரிய காரியத்தைச் செய்து முடித்தவர்போல கைகளை அகல விரித்து நடந்துபோனார். நான் ஒரு சின்னக் கணக்கு போட்டுப் பார்த்தேன். அன்றைய நாள் முடிவதற்கிடையில் அவருக்கு நாலாயிரம், ஐயாயிரம் டொலர்கள் வியாபாரமாகி விடும்.

டிக்கட் கவுண்டரை தேடிப்போனேன். அங்கே பெண் ஒருத்தி உட்கார்ந்திருந்தாள். அந்த விமான நிலையத்தில்

முக்கியமான வேலைகளுக்கு பெண்களையே நியமித்திருந்தார்கள். இந்தப் பெண் சிக்கலான, ஆனால் நாகரிகமான முடியலங்காரம் செய்திருந்தாள். அந்த அலங்காரங்களை முடிப்பதற்கு அவளுக்கு அரைநாள் கூட ஆகியிருக்கலாம். நைஜீரிய விமான நிறங்களான கடும்பச்சை, வெள்ளை கலந்த சீருடை. செதுக்கப்பட்ட புருவம். ஒப்பனை செய்த முகம். அழகான உதடுகள். ஆனால் அந்த உதடுகளை அவள் வீணாக்கவில்லை. ஒரு வார்த்தை பேசாமல் காரியத்தை கவனித்தாள்.

அவளுடைய வேலை, பயணிகளுக்கு விமான இருக்கை எண் அட்டைகளைக் கொடுப்பது. பக்கத்து மேசை லாச்சி திறந்து கிடந்தது. பயணிகள் ஒவ்வொருவராக வந்து அவளிடம் இருபது டொலர் கொடுத்தார்கள். அவள் காசை வாங்கி லாச்சியில் போட்டுவிட்டு ஓர் அட்டையை எடுத்து அதில் இருக்கை எண்ணை எழுதி நீட்டினாள். பிறகு, அடுத்தவரிடம் 20 டொலர் பெற்றுக்கொண்டு அவரைக் கவனித்தாள். ஒரு பயணியிடம்கூட அவள் பேசவில்லை. எனக்கு முன்னால் நின்றவர் இரண்டுகைகளிலும் சாமான்கள் வைத்திருந்தபடியால் அவர் கைகளை விரிக்க அவருடைய அக்குளில் இருக்கை அட்டையைச் செருகினாள். என் முறை வந்தபோது, ஒரு பேச்சுப்பேசாமல் காசை நீட்டினேன். என் இருக்கை எண் D6 என்று குறித்துத் தந்தாள். எனக்கு நிம்மதியாக இருந்தது. தங்குமிடத்திற்கு சென்று அறிவிப்பு வருவதற்காகக் காத்திருந்தேன்.

ஒரு விசயம் எனக்கு ஆச்சரியமளித்தது. பயணிகளில் ஆண்கள் குறைவு, பெண்களே அதிகமாகவிருந்தனர். அவர்கள் எல்லாம் ஆறடி உயரமாக வாட்டசாட்டமாக பெரிய பெரிய பொதிகளுடன் தரையில் உட்கார்ந்திருந்தனர். சிலர் குழந்தைகளையும் முதுகில் கட்டியிருந்தார்கள். முதல் பார்வைக்கு நூற்றுக்கணக்கான கறையான் புற்றுகள் தரையிலே முளைத்துவிட்டது போலவே தோன்றியது. ஒரு விமானம் வந்து நின்றது. எல்லோரும் மூட்டை முடிச்சுகளுடன் அதை நோக்கி ஓடினர். நான் அறிவிப்புக்காக காத்திருந்தேன். சிறிது நேரத்தில் அந்த பிளேன் புறப்பட்டு போனது. எனக்கு பக்கத்தில் உட்கார்ந்திருந்தவர் அடிககடி மேல் சட்டையை உயர்த்தி உள்ளே கையை விட்டு கோலாபாக்கு எடுத்துச் சப்பிக்கொண்டிருந்தார். அவர் பேசும்போது, வார்த்தைகளுடன் பாக்குத்தூளும் பறக்கும். ஆகவே, தயங்கியபடி பேச்சுக் குடுக்காமல் என்னுடைய அட்டையை எடுத்துக் காட்டினேன். அவர் பறந்துகொண்டிருந்த விமானத்தை சுட்டிக்காட்டி 'அதுதான் என்னுடைய விமானம்' என்று சொன்னார்.

அடுத்து வந்த பிளேன் நிற்கத் தொடங்க முன்னர் எல்லோரும் ஓடினர். நானும் ஓடினேன். அந்த தொக்கையான பெண்கள் எல்லாம் இடித்துத் தள்ளி மூட்டை முடிச்சுகளுடன் வேகமாக ஓடினர். என்னால் அந்த வேகத்துக்கு ஈடுகொடுக்க முடியவில்லை. ஒரு மாதிரி ஒடுக்கமான பிளேன் வாசலுக்குள் நுழைந்துவிட்டேன். எல்லா இருக்கைகளிலும் ஆட்கள் உட்கார்ந்துவிட்டார்கள். இடம் கிடைக்காமல் இருபது பேர் நின்றார்கள். அதில் நானும் ஒருவன். என்னுடைய எண் D6. எனக்கு ஒதுக்கப்பட்ட இருக்கையில் உட்கார்ந்திருந்த பெண் மணியின் அட்டையில் D6 என்றே எழுதியிருந்தது. எனக்குப் பின்னால் நின்றவருடைய அட்டையும் D6. விமானி எங்களை விமானத்திலிருந்து இறங்கும்படி விரட்டினார். நாங்கள் திரும்ப வும் தங்குமிடத்துக்கு வந்தோம். என்னோடு திரும்பியவர் எனக்கு நிலைமையை விளங்கப்படுத்தினார். அந்த ஒப்பனைப் பெண் காசு உழைப்பதற்காக ஒரே இருக்கை எண்ணை மூன்று நான்கு பேருக்கு குறித்துக் கொடுப்பார் என்றார். உங்கள் இருக்கையை முதலில் அடைவது உங்கள் கெட்டித்தனம். இது ஒரு பந்தயம்போல என்றார். எனக்கு பகீரென்றது.

மேலும், இரண்டு விமானத்தை அன்று தவறவிட்டேன். மறுபடியும் இரவு அதே விடுதிக்குச் சென்று தங்கினேன். மனைவியுடன் மீண்டும் தொலைபேசியில் பேசினேன். மனைவி ஒரே வார்த்தையை திருப்பித் திருப்பி சொன்னார். 'சுறுக்கு வாங்கோ, சுறுக்கு வாங்கோ.'

அடுத்த நாளும் விமானங்களை தவறவிட்டேன். அதற்கு அடுத்த நாளும். அந்தப் பெண்களுடன் போட்டி போட என்னால் முடியவில்லை. எனக்கு பயிற்சி போதாது. பெரிய மூட்டைகளை தூக்கிக்கொண்டு நைஜீரிய விமானச் சின்னமான பறக்கும் யானைபோல வேகமாக பறக்கும் பலசாலிகளாக அவர்கள் இருந்தார்கள். ஒருமுறை நான் பாய்ந்து ஏறி எனக்கு குறிக்கப்பட்ட இருக்கையில் உட்காரப்போன சமயம், ஒரு பாரிய பெண்மணி, தலையிலே பொதி தனியாக ஆட, வலது கையால் பெரிய மூட்டையை காவிக்கொண்டு இடது கையால் என்னை இழுத்தெறிந்தார். நான் பிளேன் வாசலில் போய் விழுந்தேன்.

திடீர் திடீரென்று பயணிகளுக்கிடையில் சண்டைகள் மூளும். இரண்டு மலைகள் பொருதத் தயாராவதுபோல, மூக்குகள் முட்ட பெருத்த குரலில் மோதல்கள் ஆரம்பிக்கும். அவர்கள் வசவுகள் எப்படியிருக்கும் என்றறிய எனக்கு ஆசை. ஆனால் மொழி புரியாது. தொடங்கிய மாதிரியே உடனே சமாதானமாகிவிடுவார்கள். தொழுகை நேரம் வந்தால்

எல்லோரும் ஒரே திசையை நோக்கித் திரும்புவார்கள். மறு படியும் கறையான் புற்றுபோல காத்திருத்தல் நடக்கும்.

மூன்றாவது நாள், நான் முதல் விமானத்தை தவறவிட்டேன். நெளிவுசுளிவுகள் எல்லாம் எனக்கு பரிச்சயமாகிவிட்டன. விமானம் புள்ளியாகத் தெரியத் தொடங்கியதும் ஓட ஆரம்பித் தேன். நானும் மற்றவர்களை இடித்து மிதித்து முன்னேறினேன். அப்படியும் எனக்கு முன்னால் ஓடிய பத்துப்பேர்களில் ஒற்றைக் கொம்பு போல வளைந்துபோன ஒரு கிழவிகூட இருந்தார். எனக்கு மூச்சு வாங்கியது. என்னுடைய இருக்கையை கண்டு பிடித்தபோது, அதில் ஏற்கனவே வாட்டசாட்டமான ஒரு கறுப்பு மனிதர் நைஜீரிய தொப்பி அணிந்துகொண்டு உட்கார்ந் திருந்தார். எனக்கு அதிர்ச்சி. இவர் என்ன காற்றிலிருந்து உண்டாகினாரா? ஒன்றுமே புரியவில்லை. என் சுவாசப் பையில் இன்னும் கொஞ்சம் காற்று மிச்சம் இருந்தது. 'உங்கள் இருக்கை எண் என்ன?' என்றேன். அவர் அட்டையை காட்டி னார். அவருக்கும் எனக்கு கிடைத்த அதே எண்தான். சீட் கிடைக்காதவர்கள் பரிதாபமாக நின்றுகொண்டிருந்தார்கள். விமானி வந்து துரத்தும் வரைக்கும் நிற்பதுதான் வழக்கம். விமானி வந்து எங்களைக் கலைந்துபோகச் சொன்னார். அப்போது இருக்கையைப் பிடித்த மனிதர் ஒரு காரியம் செய்தார். எழுந்து அவர் இருக்கையில் என்னை உட்கார வைத்து சீட் பெல்ட்டையும் அவரே கட்டிவிட்டார். சீட் பெல்ட்டை கட்டாவிட்டால் வேறு யாராவது என்னை இழுத்துப்போட்டு உட்கார்ந்துவிடும் அபாயம் இருந்தது. 'நல்ல பயணமாக அமையட்டும்' என்று வாழ்த்திவிட்டு தன் உடமை களை எடுத்துக்கொண்டு அந்த மனிதர் மறைந்தார். உடனேயே எனக்குத் தெரிந்தது, அவரை நான் இனிமேல் என் வாழ்நாளில் சந்திக்க மாட்டேன் என்று. என் வாயிலிருந்த வார்த்தைகள் எல்லாம் வெளியேறிவிட்டதால் என்னால் நன்றிகூட சொல்ல முடியவில்லை. இன்றும் அந்த மனிதரை எந்தக் கூட்டத்தில் கண்டாலும் என்னால் அடையாளம் காட்டமுடியும்.

விமானம் தரையிறங்கியதும் எவ்வளவு வேகமாக முடியுமோ அவ்வளவு வேகமாக விமான நிலையத்திலிருந்து வீட்டுக்குப் போனேன். ஒரு குட்டித் தலையணையில் குட்டித் தலையை வைத்து குழந்தை படுத்திருந்தது. சரியாக எட்டு இரவும் எட்டு பகலும் கழித்து வந்திருந்தேன். அப்படியும் என் முகத்தை மகள் மறக்கவில்லை. மெல்லிய ஒரு புன்னகை வெளிப்பட்டது. அதனிலும் பெரிய சமிக்ஞை தருவதற்கோ சந்தோசத்தை வெளிப்படுத்துவதற்கோ அவள் உடம்பில் பலம் இல்லை. மலேரியா குணமாகிவிட்டது என்று மனைவி சொன்னார். குழந்தை உடலை சற்றுத் திருப்பி 'உம் உம்' என்று தன்

தோள்மூட்டை காட்டியது. தும்பு இலையான் முட்டையிட்ட இடம் வீக்கம் குறைந்து ஆனால் கறுத்துக் கிடந்தது. சிறு குருவி வாய் பிளந்ததுபோல சதை பிரிந்துபோய் காணப் பட்டது. புழு வெளியே வந்துவிட்டது என்றார் மனைவி. இப்போது, அது செட்டை முளைத்து எங்கோ பறந்துகொண் டிருக்கலாம். ஒன்றும் அறியாத என் மகளின் உடம்பை கூடாக்கி அங்கே ஒரு புழு நீண்ட காலம் வசித்தது என்பதை நினைக்கவே மனம் துணுக்குற்றது.

எங்கள் மருத்துவர் ஆப்பிரிக்காவில் புகழ் பெற்றவர். மருத்துவமனையை விட்டு வேறு எங்கும் நோயாளிகளைப் பார்க்க போகமாட்டார். என் மகளைப் பார்க்க காலையிலும் மாலையிலும் வந்து போனதாக மனைவி சொன்னார். நம்ப முடியவில்லை. என் குழந்தையை அவர் காப்பாற்றிவிட்டார். விமானத்தில் தன் ஆசனத்தை எனக்கு விட்டுத் தந்த தொப்பி போட்ட நெடிய கறுப்பு மனிதரையும் நினைத்துக்கொண் டேன். மனித ஈரம் இன்னும் பூமியில் ஒட்டிக்கொண்டிருந்தது.

மனைவி என்னைப் பார்த்து 'என்னால் இனிமேல் ஒரு நிமிடம்கூட இங்கே தங்க முடியாது. நாங்கள் இப்பவே எங்கள் நாட்டுக்குத் திரும்பவேண்டும்' என்றார். அவருடைய இமைகள் நனைந்திருந்தன. என் மன நிலையும் அப்படித்தான். 'அதைத் தான் நாளைக்கு முதல் வேலையாகச் செய்யப்போகிறேன்' என்றேன்.

நாங்கள் ஆப்பிரிக்க மண்ணை விட்டுக் கிளம்ப மேலும் 21 வருடங்கள் பிடித்தன.

# 49வது அகலக்கோடு

எல்லாப் பக்கத்திலும் வேகம் குறைந்துகொண்டு வந்தாலும் சிவமூர்த்திக்கு வாசிப்பு வேகம் மட்டும் குறையவில்லை. நேற்றிரவு முழுக்க அவர் தேனீயைப் பற்றிப் படித்தார். அதற்கு முதல்நாள் வரலாறு படித்தார். அதற்கும் முதல் நாள் விஞ்ஞானம். ஒவ்வொன்றிலும் வியப்படைவதற்கு ஏதாவது ஒரு விசயம் அவருக்கு அகப்படும். ராணித் தேனீ ஆண் வேண்டுமென்றால் ஆண் முட்டையிடும்; பெண் வேண்டுமென்றால் பெண் முட்டையிடும். ஆண் தேனீ வேலை செய்யவே தேவையில்லை. சம்போக சுகம் மட்டுமே அதற்கு. தேனீ என்றால் சுறுசுறுப்பு என்று புத்தகங்களில் எழுதி வைத்திருக்கிறார்களே. ஆண் தேனீயின் வாழ்க்கை என்ன சுகமான, சோம்பல் வாழ்க்கை. என்ன ஒன்று, ஆண் தேனீயால் கொட்டமுடியாது. அதற்கும் சேர்த்து பெண் தேனீ கொட்டுமாம். அதில் என்ன ஆச்சரியம். எல்லா உயிரினங்களிலும் இதுதானே நடக்கிறது. ஆண் தேனீபோல ஒரு சோம்பல் வாழ்க்கை கிடைத்தால் எப்படி இருக்கும்? இங்கே அவர்தானே எல்லா வேலையையும் செய்ய வேண்டி இருக்கிறது.

கேத்தல் தண்ணீர் கொதித்து ஆவியாக மாறியது மட்டுமில்லாமல் கேத்தலின் அடிப்பாகம் தங்கம்போல ஜொலித்து எரிய ஆரம்பித்தது. உலோகம் எரியும் மணம் மூக்கை எட்டியபோதுதான் சிவமூர்த்தி கேத்தலைப் பார்த்தார். அவ்வளவு நேரமும் கேத்தலின் முன்தான் நின்றார். ஆனால் தண்ணீர் முடிந்து கனநேரமாகி விட்டதை அவர் உணரவில்லை. அவர் மூளை வேறு இடத்தில் சஞ்சரித்தது.

மறுபடியும் கேத்தலை தண்ணீர் விட்டு நிரப்பி தேநீர் தயாரிக்க வேண்டியிருந்தது. இப்படி பலமுறை நடந்துவிட்டது. அவருடைய மூளை ஒன்றிலே ஈடுபடும்போது, மற்ற எல்லாமே மறந்துவிடுகிறது. மறதியை வெல்ல அவர் பலவிதமான யுக்திகளைக் கையாண்டும் பயனில்லை. கண்ணாடியை கழற்றி எங்கே வைத்தார் என்பது மறந்துபோகிறது. ஆகவே, எப்போது கண்ணாடியை கழற்றினாலும் அதை ஒரே இடத்தில் வைக்கப் பழகிக்கொண்டார். கறிக்கு உப்பு போட்டாரா என்பது மறந்து போகிறது. ஆகவே, உப்பை போடுமுன்னர் உப்பு பாத்திரத்தை கரண்டியால் அடித்து பெரும் சப்தம் உண்டாக்கிய பிறகு போடுவார். அது ஞாபகத்தில் இருக்கும். இப்படி சில தந்திரங்கள் அவரிடம் இருந்தன.

சில நாட்கள் முன்பு பஸ்ஸில் இருந்து இறங்கிய பின்னர் எந்தத் திசையில் அவருடைய வீட்டுக்கு போகவேண்டும் என்பது மறந்துவிட்டது. ஒரு கணம் திகைத்து, நெஞ்சு அடிக்கத் தொடங்கியது. கனடாவுக்கு வந்த பிறகு கடந்த பதினைந்து வருடங்களாக அதே பஸ்ஸில் வந்து அதே இடத்தில் இறங்குகிறார். அப்படியும் சில வேளைகளில் அவருடைய மூளை அவரை ஏமாற்றிவிடுகிறது. அசையாமல் நின்றார். சிறிது நிதானம் வந்ததும் பழையபடி ஞாபகம் திரும்பியது. நெஞ்சு படபடக்க ஒருமாதிரி வீடு போய்ச் சேர்ந்தார்.

மனைவி இருந்தால் அவளிடம் சொல்லியிருப்பார். அவள் போய் நாலு வருடங்களாகிவிட்டன; சிவமூர்த்தியிலும் பார்க்க ஓர் அங்குலம் உயரம் கூடியவள். இவருடன் பக்கத்து பக்கத்தில் நடக்கும்போது, கூனிக்குறுகி உயரத்தைக் குறைக்கப் பார்ப்பாள். அப்படிச் செய்து செய்து வளைந்துபோய் இருந்தாள். சிவமூர்த்தி கட்டில் வாங்கியபோது, தன்னுடைய உயரத்தையே கணக்கில் எடுத்திருந்தார். படுக்கையில் படுத்திருக்கும்போது அவளுடைய கணுக்கால் வெளியே நீட்டும். ஒரு நீளமான கட்டிலை வாங்கலாம் என்று அவருக்குத் தோன்றவே இல்லை. அவளும் சொல்லவில்லை. அவள் இறந்தபோது கூட அவளுடைய கால்கள் கட்டிலுக்கு வெளியே தொங்கிக்கொண்டுதான் இருந்தன.

எப்போதாவது வரும் தொலைபேசியை எதிர்பார்த்து யன்னலைப் பார்த்தபடி அவர் உட்கார்ந்திருப்பார். நேற்று பாதி நாள் *Solitaire* விளையாடினார். இந்த விளையாட்டில் அவர் மிகவும் தேர்ச்சி பெற்றிருந்தார். தனக்குத்தானே ஆடும் இந்த சீட்டு விளையாட்டை சோர்ந்து போயிருக்கும் நேரங்களில் ஆடத் தொடங்கியிருந்தார். நெப்போலியன் கடைசிக் காலத்தில் சென்ற் ஹெலெனா சிறையில் இருந்தபோது இந்த

விளையாட்டையே திரும்பத் திரும்ப விளையாடுவான். பல நாடுகளை மின்னல்போல வெற்றி கொண்டவனுக்கு ஸொலிடேர் விளையாட்டில் தன்னைத் தானே தோற்கடிப்பது கடினமாக இருக்கவில்லையாம்.

பத்துப் பன்னிரெண்டு குழந்தைகளை நீளத்துக்கு நாடாவால் பிணைத்து, இரண்டு குழந்தைகள் காப்பக தாதிகள் ரோட்டில் நடத்திச் சென்றனர். குழந்தைகளுக்கு மூன்று அல்லது நாலு வயதுதான் இருக்கும். ஒரு தாதி முன்னால் நடந்தார். மற்றவர் கடைசியில் வந்தார். ஒரு குழந்தையின் முகத்திலும் அதற்கு இயற்கையாக இருக்கும் பிரகாசம் இருக்கவில்லை.

இவருடைய எழுத்தாள நண்பர் இவரைப் பார்க்க வருவதாகச் சொல்லியிருந்தார். ஆழ்ந்தபடிப்பும் அறிவும் அவருக்கு. அரசியல், வரலாறு, பூகோளம், விஞ்ஞானம், இலக்கியம் என்று எதுவும் அவரிடம் பேசலாம். மனிதர் தன்னுடைய புத்தகங்கள் பற்றி பேசத்தொடங்கினால் மட்டும் தாங்க முடியாது. ஒருமுறை ஐந்து வரி வெண்பா எழுதினார். வெண் பாவுக்கு நாலு வரிதானே என்று கேட்டபோது, அதுதான் உங்கள் பிரச்சினை. மரபை உடைக்கவேண்டும் என்றார். அவர் 45 புத்தகங்கள் எழுதியிருக்கிறார். (அதிலே ஒன்று கல்வெட்டுப் புத்தகம் என்பதை இவர் பிறகுதான் கண்டு பிடிப்பார்.) அந்தப் புத்தகங்களின் எண்ணிக்கையைவிட அதைப் படித்தவர்களின் கூட்டுத் தொகை குறைவாகவே இருக்கும் என்று சிவமூர்த்தி ஊகித்தார். புத்தகம் வெளியானதும் தன்னுடைய கையொப்பத்தை முதல் பக்கத்தில் பெரிதாகப் போட்டு இவருக்குக் கொடுப்பார். இவர் வாங்கி அதை புத்தகத் தட்டில் வைப்பார். அது பற்றி பேச்சை எடுத்துவிடுவாரோ என்று உள்ளுக்குள் நடுக்கத்துடன் காத்திருப்பார்.

முதியோர் காப்பகம் சுற்றுலா அறிவித்தபோது, சிவமூர்த்தியும் தன் பெயரைக் கொடுத்தார். சுற்றுலா போவதில் இவருக்கு பெரிய ஆர்வம் இல்லை. ஆனால் ஒருநாள் பொழுதைக் கழித்துவிடலாம் என்ற நினைப்பு இருந்தது. அவர்கள் ஏற்பாடு செய்த சுற்றுலா வழிகாட்டி மூன்று மொழிகள் பேசுவான். பஸ் போகும்போதே காட்சிகளை வர்ணிப்பான். முதலில் சீன மொழியில் மூன்று நிமிடம் பேசுவான். பிரெஞ்சு மொழியில் ஒரு நிமிடம்; ஆங்கிலம் வந்ததும் அரைநிமிடத்தில் முடித்துவிடுவான். அதற்கிடையில் இன்னொரு புதிய இடம் வந்துவிடும். அவன் மறுபடியும் சீன மொழியில் விஸ்தாரமாக வர்ணிக்க ஆரம்பித்துவிடுவான். ஐஸ்வைன் தொழிற்சாலை, ஆயிரக்கணக்கான மீன்களை தொட்டிகளில் வளர்க்கும் இடம் என்று அனைத்தையும் காட்டினார்கள். அவ்வளவு பார்த்த

பிறகும் அவருக்கு ஒரு மீனும் நினைவில் இல்லை. அவருக்கு ஞாபகம் இருப்பதெல்லாம் ஒரு வெள்ளைக்காரப் பெண்ணின் கைதான். அவள் மீன்தொட்டிக்குள் கையை விட்டு ஏதோ செய்தாள். வெள்ளைவெளேரென்ற அவளுடைய கை காற்றும் தண்ணீரும் சந்திக்கும் இடத்தில் முறிந்துபோய் காட்சியளித்ததை அவரால் மறக்க முடியவில்லை.

மதிய போசன இடைவேளையில் உணவகத்துக்கு அழைத்துச் சென்றார்கள். இவருக்குக் கிடைத்தது பிறைவடிவ ரொட்டி. அதை வாய்க்குள் விட்டுக் கடித்தார். இப்பொழுது கையில் எஞ்சியிருப்பது பிறையல்ல. சதுரமல்ல. முக்கோணமு மல்ல. அது ஒரு ரொட்டிபோலவே இல்லை. அதைக் கையிலே வைத்துக்கொண்டு என்ன செய்வது என்பதுபோல பார்த்தார். உணவு முடிந்ததும் எல்லோரும் கழிவறைக்கு வரிசையாக நின்று போனார்கள். இவரும் போய் நின்றார். சுற்றுலாக்களில் கழிவறையைக் கண்டால் போகவேண்டும் என்பது விதி. உபாதை வந்துதான் போகவேண்டும் என்பதில்லை. கண்ணாடியில் பார்த்தபோது, கண்கள் முந்தியிலும் பார்க்க ஒன்றுக்கொன்று கிட்டவாக தென்பட்டன. இவர் கன்னத்தில் ஏற்பட்ட துப்பாக்கி சன்னக் காயம் பிம்பத்தில் பிழையான பக்கம் தெரிந்தது. இவருடைய முகமே வேறு யாருடையதோ போல மாறிவிட்டது.

வழிகாட்டி அவர்களுக்கு இரண்டு மணி நேரம் விடுதலை கொடுத்து, அவர்கள் பார்க்கவேண்டிய இடங்களைப் பார்த்து விட்டு பஸ் நிறுத்தத்திற்கு சரியாக ஐந்து மணிக்கு திரும்பி வந்துவிடச் சொன்னார். அவருடன் பிரயாணம் செய்தவர்கள் பல திசைகளில் பிரிந்தார்கள். பஸ்ஸிலே 'லிங்க்ராங்' என்று எழுதியிருந்தது. மூன்று நட்சத்திரங்களும் ஊதா மஞ்சள் கோடு களும் போட்டிருந்த அந்த பஸ்ஸை மனத்தின் ஞாபக அடுக்கில் இருத்தினார். திரும்பி வரும்போது, தவறான பஸ்ஸில் ஏறிவிடக் கூடாது என்பதற்காக அப்படிச் செய்தார்.

சுற்றுலாப் பயணிகள் அவசர அவசரமாக பலதரப்பட்ட அங்காடிகளுக்குள் நுழைந்தனர். ஏதோ கடைகளை மூடிவிடு வார்கள் என்பதுபோல அவசரமாக ஓடினார்கள். சிவமூர்த்திக்கு பார்க்க ஒன்றுமே இல்லை. ஒரு பாலம் இருந்தது. அதுதான் கனடாவையும் அமெரிக்காவையும் இணைக்கும் பாலம் என்று சொன்னார்கள். அதிலே போய் நின்று சிலர் சுற்றிவரப் பார்த் தார்கள். தூரத்திலே நயாகரா நீர்வீழ்ச்சி புகைரூபமாகக் காட்சி யளித்தது. இன்னும் சிலர் அதை பின்னணியாக வைத்துப் படம் எடுத்தார்கள்.

திடீரென்று, இளம் காதலர்கள் இருவர் பாலத்தின் நடுவில் காணப்பட்டனர். எப்படி அவர்கள் அங்கே தோன்றினார்கள்

என்பது தெரியவில்லை. வானத்தில் இருந்து குதித்த தேவராசிகள் போல அழகாக, ஒருவருக்கொருவர் பொருத்தமானவராக இருந்தார்கள். கட்டியணைத்துக் கொண்டிருந்தவர்கள் திடீரென்று முத்தமிடத் தொடங்கினர். அது முத்தமிடுவது போலவே இல்லை. ஒருவரை ஒருவர் கடித்துச் சாப்பிடப்போவது போல இருந்தது.

பொழுது மெதுவாகக் கீழே இறங்கியது. ஆகாயத்தில் ஓர் ஓட்டை மாத்திரம் நெருப்புப்போல எரிந்தது. அதுதான் சூரியனாக இருக்கவேண்டும். எண்ணெய் குறைந்த விளக்குப் போல அந்த ஒளியும் மங்கத் தொடங்கியது. பகற்காலம் ஒரு நாளைக்கு 108 வினாடி என்ற கணக்கில் குறைந்துகொண்டு வந்தது. எதிர்வரும் டிசெம்பர் 21ம் தேதி ஆகக்குறைந்த பகலும், ஆகக்கூடிய இரவுமாக அது மாறிவிடும்.

பாலத்தில் ஒருவரையும் காணவில்லை. திடீரென்று வெறிச்சென்றாகிவிட்டது. காதலர்கள் எங்கே, ஒருவரை ஒருவர் சாப்பிட்டு முடித்துவிட்டார்களா? பாலத்தின் நடுவுக்குப்போய் கனடா, அமெரிக்காவை கிழிக்கும் கோட்டைப் பார்க்கவேண்டும் என்று நினைத்தார். 49வது அகலக்கோடு அமெரிக்காவை மாத்திரம் பிரிக்கவில்லை. அது, பூமியை சுற்றிவந்து இந்தப் பாலத்திலேயே முடிந்தது. உலகத்திலேயே இரண்டு நாடுகளைப் பிரிக்கும் ஆக நீளமான இந்த எல்லைக்கோடு ஜேர்மனியையும் பிரான்ஸையும் ரஸ்யாவையும் மொங்கோலியாவையும் சீனாவையும் குறுக்கறுத்தபின், மறுபடியும் இங்கே வந்து சந்தித்தது. இதை நினைத்தபோது இந்தக் கோட்டைக் கீறியது அவர்தான் என்பதுபோல அவருக்குப் பெருமையாக வந்தது.

பாலத்தின் நடுவுக்கு வந்ததும் அந்தக் கோட்டைப் பார்த்தார். அது எதிர்பார்த்ததுபோல நேராக இல்லை. மெல்லிய சரிந்த கோணத்தில் இருந்தது. கோட்டைக் கடந்து மறுபக்கம் வந்தார். இப்பொழுது அமெரிக்காவில் அவர் நின்றார். சூரியன் அதே ஓட்டை வழியாக அமெரிக்காவிலும் காய்ந்தான். நயாகரா அங்கேயும் வெள்ளிக்கோடு போல தெரிந்தது. மறுபடியும் கனடாவுக்குள் வந்தார். திரும்பவும் ஒரு துள்ளுத் துள்ளி அமெரிக்காவில் போய் விழுந்தார்.

கறுப்பு எறும்பு ஒன்று தனியாக அவசரமாக எங்கோ போய்க்கொண்டிருந்தது. அதைக் கையினால் பிடித்து அமெரிக்காவுக்குத் திருப்பிவிட்டார். அது நேரே கோட்டைத் தாண்டி அமெரிக்காவுக்குள் நுழைந்தது. வேறு ஒரு நாட்டுக்கு வந்துவிட்டது அதற்குத் தெரியவில்லை. அப்படியே போய்க்கொண்டிருந்தது.

அ. முத்துலிங்கம் ൭ 87 ൮

பழுத்த இலை ஒன்று நிலத்தில் கிடந்தது. ஐந்து முக்கோணம் கொண்ட மேப்பிள் இலை. கனடா தேசியக் கொடியின் நடுவில் இருக்கும் தேசிய இலை. அதைக் காலினால் எற்றி விட்டார். அது காற்றில் மிதந்து சென்று அமெரிக்காவின் எல்லைக்குள் விழுந்தது. ஒருநாட்டில் இருந்து இன்னொரு நாட்டுக்குப் போவது எவ்வளவு சுலபம். அவருக்கு வியப்பாக இருந்தது.

இந்த நாடுகளின் எல்லைகளை யார் உண்டாக்கினார்கள் என்று நினைத்துப் பார்த்தார். மனிதன் அவற்றை உருவாக்கிய நாளிலிருந்து எத்தனை பிரச்சினைகள், எத்தனை போர்கள். அமெரிக்க ஜனாதிபதி மெடிஸன் காலத்தில் அமெரிக்கப் படைகள் கனடாவைப் பிடிக்க உள்ளே நுழைந்தன, ஆனால் அவர்கள் வெற்றி பெறவில்லை. தற்காலிகமாக, 1818இல் இந்தக் கோடு உண்டாக்கப்பட்டது. 1844இல் ஜேம்ஸ் போல்க் அமெரிக்க ஜனாதிபதி தேர்தலில் போட்டியிட்டபோது, இந்த பிரச்சினை மீண்டும் முளைத்தது. அமெரிக்க – கனடிய எல்லையை விரிவாக்க வேண்டும் என்பதை அவர் தேர்தல் பிரகடனமாக அறிவித்தார். அவரது தேர்தல் கோஷம் 'அகலக்கோடு 54.40 அல்லது போர்.' அவர் ஜனாதிபதியாக தெரிவு செய்யப்பட்டதும் எப்படியோ மனது மாறி 49வது அகலக்கோடு எல்லை ஒப்பந்தத்தில் கையொப்பமிட்டார். இவ்வளவு சரித்திர வரலாறு படைத்த கோட்டின் மேலே ஏறி நின்று, நாலாபக்கமும் சுழன்று சுழன்று பார்த்த சிவமூர்த்தி அந்த ஒப்பற்ற காட்சியை உள்வாங்கினார்.

நேரத்தைப் பார்த்தார். அது 4.30ஐ நெருங்கிக் கொண்டிருந்தது. இப்பொழுது புறப்பட்டால் 5.00 மணிக்கு பஸ் தரிப்பிடத்துக்குப் போய்விடலாம். நடக்கத்தொடங்கினார். பஸ் நிறுத்தத்தில் அவருடைய பஸ்ஸைக் காணவில்லை. மற்ற பஸ்கள் வேறு வேறு நிறங்களில் நின்றன. அவருடையது மறைந்து விட்டது. மூன்று நட்சத்திரங்களும் ஊதா மஞ்சள் கோடுகளும் போட்டிருந்த அந்த பஸ்ஸை காணவில்லை. லிங்ராங் என்று எழுதியிருக்கும். நேரத்தைப் பார்த்தார். அது 4.45 காட்டியது. எப்படி அவருடைய பஸ் சொன்ன நேரத்துக்கு முன்னரே புறப்படலாம். ஒரு சுற்று வந்து வேறு இடங்களிலும் தேடிப் பார்த்தார். காணவில்லை. அவருடைய இருதயம் நெஞ்சுக் கூட்டிலும் பார்க்க பெரிதாகி பக்கங்களில் இடிக்கத் தொடங்கியது.

கழுத்திலே சதை வட்டமாகத் தொங்கும் அந்தக் கறுப்பு மனிதரிடம் மீண்டும் சென்று மூன்று நட்சத்திரங்களும், ஊதா மஞ்சள் கோடுகளும் வரைந்திருந்த அந்த பஸ் எங்கே போனது

என்று விசாரித்தார். அவன் ஒரு வாழைப்பழத்தை சாப்பிட்டுக் கொண்டிருந்தான். சாப்பிடுவதை பாதியில் நிறுத்திவிட்டு, கழிவு விலையில் சாமான்கள் விற்கும் மலிவுக் கடையில் மேலும் தள்ளுபடி கிடைக்குமா என்று கேட்கும் ஒருவரைக் கடைக்காரன் பார்ப்பதுபோலப் பார்த்து 'இங்கே எங்கே எங்கே பஸ்கள் நிற்கின்றனவோ அவைதான் இங்கே நிற்கும் பஸ்கள். இங்கே இல்லாவிட்டால் அது இல்லை. என்னை எத்தனை தரம் கேட்டாலும் இதுதான் பதில். நான் என்ன கால்சட்டைப் பையுக்குள் பஸ்ஸை ஒளித்து வைத்திருக்கிறேனா?'

ஒரு பத்துப் பேரை விசாரித்திருப்பார். எல்லோருமே இல்லை, இல்லை என்று பதில் கூறினார்கள். அவர் ஒரேயொரு சின்னக் கேள்வியைக் கேட்டிருந்தால் இந்த அல்லல் அவருக்கு ஏற்பட்டிருக்காது. 'நான் எந்த நாட்டில் நிற்கிறேன்?' அவர்கள் அமெரிக்கா என்று சொல்லியிருப்பார்கள். அவர் கனடா என்று நினைத்து எதிர் திசையில் நடந்தது அவருக்குத் தெரியாது. அவருடைய பஸ் புறப்பட்டுப் போய் சரியாக இரண்டு மணி நேரம் கழித்துத்தான் அவர், தான் இன்னொரு நாட்டில் நிற்பதைக் கண்டுபிடிப்பார்.

○○○

ஒரு மதிய நேரம், ஆண் தேனீபோல சோம்பலாக சுருண்டு படுத்துக்கிடந்த சிவமூர்த்தி, சில வாரங்கள் கழித்து இந்தச் சம்பவத்தை நினைவு கூர்ந்தார். தொலைபேசியில் யாராவது அவரை அழைத்தால், தான் தொலைந்துபோன சம்பவத்தை விஸ்தாரமாக விவரிப்பதற்கு அவர் தயாராக இருந்தார். அவர் வர்ணிக்கும் விதம் பெருமைப்படும்படியான ஒரு காரியத்தை அவர் செய்து முடித்தது போலவே இருக்கும். தன்னுடைய பூகோள அறிவையும் சரித்திர அறிவையும் திரட்டி யோசித்துப் பார்த்தார். கனடாவின் பாராளுமன்றம் ஒட்டவாவில் இருந்தது. அது 49வது கோட்டுக்கு கீழே அமெரிக்காவின் எல்லைக்குள் தான் வந்தது. ஒரு நாட்டின் நாடாளுமன்றமே அப்படி இருக்கும் போது, அவர் ஒரு சில அடிகள் தவறுதலாக வைத்து அமெரிக்க எல்லைக்குள் தொலைந்துபோனது அப்படி ஒன்றும் பெரிது படுத்தக்கூடிய காரியமே அல்ல.

ை

அ. முத்துலிங்கம் ൽ 89 ൸

# புகைக்கண்ணர்களின் தேசம்

*1952ஆம் ஆண்டில் ஒரு நாள் திடீரென்று ஆறாம் ஜோர்ஜ் மன்னர் இறந்து போனதால், அவருடைய மகள் எலிஸபெத் பிரிட்டிஷ் ராச்சியத்துக்கு மகாராணி யானார். இது எல்லோரும் எதிர்பார்த்ததுதான். ஆனால் எதிர்பாராத விதமாக என் அப்பாவும் மகாராணியும் சதி செய்து என்னை மேற்படிப்பு படிக்க இங்கிலாந் துக்கு அனுப்புவார்கள் என்பது நான் நினைத்துப் பார்த் திராத ஒன்று. என் அப்பா ஒரு ரகஸ்யத்தை பாதுகாத் தார். அதை தெரிந்துகொள்வதற்கு நான் இரண்டு கடலை யும் ஒரு சமுத்திரத்தையும் கடக்கவேண்டியிருந்தது. எனக்கோ வானசாஸ்திரம் படிக்க ஆசை, ஆனால் அந்தக் காலத்தில் மேற்படிப்பு என்றால் அது பாரிஸ்டர் படிப்புதான். அதுதான் சேர் பொன்னம்பலம் ராமனா தனின் படிப்பு. வேறு என்ன படித்தாலும் அந்தப் படிப் புக்கு கிட்டவராது என்பது என் அப்பாவின் கருத்து.*

*19ஆம் நூற்றாண்டு முடிவதற்கு ஒரு வருடம் இருந்தபோது, அப்பா பிறந்தார் என்று நான் நினைக்கிறேன். அந்தக் காலத்தில் யாரும் பிறந்த ஆண்டுகளை ஞாபகம் வைத்தது கிடையாது. நாளும் நட்சத்திரமும்தான் முக்கியம். இன்னும் முக்கியமானது பெயர். பெயர் இருந்தால்தான் போர்த் துக்கீசர் தொடங்கிவைத்த காணித் தோம்பில் எந்தக் காணியில் உங்களுக்கு உரித்துள்ளது என்பதைப் பதிவு செய்யலாம். ஆகவே, என் அப்பா பிறந்தபோது அவருக்குப் பெயர் சூட்டினார்கள். வைரவநாதபிள்ளை.*

*அப்பா சிறுவனாக இருந்தபோது, யாழ்ப்பாணத்துக்கு ரயில் வண்டி வந்தது. அப்போது வெள்ளைக்காரர் கள் ரயில் பாதை போடுவதற்காக கற்களையும் மரங்*

களையும் குவித்து வைத்திருந்தார்கள். அப்பா அவற்றில் ஏறி விளையாடியதை எனக்கு நினைவு கூர்ந்திருக்கிறார். அப்பா சிறு வயதிலேயே சிலம்படி, கறளாக்கட்டை என்று பழகி உடலை வலுவாக்கியிருக்கிறார். மல்யுத்தத்திலும் பயிற்சி உண்டு. அப்பா என்னிடம் தன்னுடைய இளமைக்கால கதை களை ஒளிவு மறைவின்றி கூறியிருக்கிறார். இது தவிர, அவர் சொல்லாமல் நான் கண்டுபிடித்த விவகாரங்களும் உள்ளன. இந்தக் கதையை நான் சொல்ல புறப்பட்டபோது, இடைக் கிடை என் கதையும் வந்து சேர்ந்துவிட்டது. ஆனால் இது அப்பாவின் கதைதான்.

இதை எல்லாம் எழுதுவதற்கு முக்கியமான காரணம், அப்பா நான் புறப்படும்போது சித்தப்பாவிடம் கொடுத்து அனுப்பிய கடிதம். நான் நடுக்கடலில் போகும்போது மட்டுமே திறக்கவேண்டும் என்ற கட்டளை வேறு. என் வாழ்க்கையில் மர்மங்களுக்கு இடமில்லை. எனவே, இங்கிலாந்தில் நான் கடைப்பிடிக்கவேண்டிய ஒழுக்கங்கள் பற்றி கடிதம் இருக்கும் என்று நினைத்தேன். என் வாழ்க்கையையே அது மாற்றும் என்பதை நான் நினைத்துக்கூட பார்க்கவில்லை.

என்னுடைய அப்பா பன்னிரண்டு வயது வரைக்கும் பள்ளிக்கூடத்துக்குப் போனார். படிப்பில் அவருக்கு அவ்வளவு புத்தி ஓடவில்லை, ஆனால் கணக்கில் நல்ல ஈடுபாடு இருந்தது. மூன்று தானத்தை மூன்று தானத்தால் மனதிலே பெருக்கி விடை சொல்லுவார். பள்ளிக்கூடத்தை நிறுத்திவிட்டு அப்பா வேலை பழகுவதற்கு சண்முகநாத பிள்ளை என்ற இளம் முதலாளியிடம் சேர்ந்தார். அவர் நல்ல பணக்காரர். தலைப் பாகை தரித்து, காதிலே கடுக்கன் அணிந்து, தாளங்குடை பிடித்து வீதியிலே அவர் நடந்து வருவதை நான் பின்னாளில் பார்த்திருக்கிறேன்.

ஆரம்பத்தில் அப்பாவுக்கு தான் செய்வது ‘கள்ளயாவாரம்’ என்பது கூடத் தெரியாது. தோணியிலே முதலாளிக்காக இந்தியா போய் சரக்கு கொண்டு வருவது அவர் பொறுப்பு. யாழ்ப் பாணம் புகையிலை அப்பவெல்லாம் திருவனந்தபுரத்தில் நல்ல விலைக்குப் போனது. திரும்பி வரும்போது, கும்பகோணம் புடவை, பணட பாத்திரங்கள் என்று தோணியை நிறைப் பார்கள். தோணி புறப்படும்போதே, அப்பா மனதாலே கணக்குப் போட்டு எவ்வளவு லாபம் கிடைக்கும் என்று சொல்லி விடுவார். மெள்ள மெள்ள அப்பா அபினும் கடத்தத் தொடங் கினார். பிறகு, அதுவே முக்கிய வியாபாரமாக வளர்ந்துவிட்டது.

அப்பா, முதலாளிக்கு விசுவாசமாக இருந்தார். கள்ள யாவாரத்தில் நல்ல லாபம் கிடைத்து முதலாளி பெரும்

பணக்காரர் ஆனார். எப்போதாவது பொலீஸில் மாட்டும் போது அப்பா தானே குற்றத்தை ஒப்புக்கொண்டு முதலாளியை தப்பவைப்பார். முதலாளியும் திறம் அப்புக்காத்துமாரை அமர்த்தி அப்பாவை எப்படியும் வெளியே கொண்டுவந்து விடுவார். ஒருசமயம் மட்டும் கேஸ் இறுகி அப்பா ஆறு மாதம் மறியலுக்குப் போனார். எனக்கு இதுவெல்லாம் பிறகு பிறகுதான் தெரிய வந்தது.

ஒரேயொருமுறை அப்பா கொழும்புக்கு பயணமாகியிருக் கிறார். அப்பொழுதே ரயில் வண்டி யாழ்ப்பாணத்துக்கு வந்து விட்டது, ஆனால் பிரபலமாகவில்லை. யாழ்ப்பாணத்திலிருந்து கரையோரமாக கொழும்புக்கு வண்டிகட்டி பிரயாணம் செய் வதென்றால் ஒரு மாதம் பிடிக்கும். அந்தப் பயணத்தின்போது தான் அப்பாவின் வாழ்க்கையில் பெரிய மாற்றம் ஒன்று ஏற்பட்டது.

அப்பா மன்னாரில் சாயவேர் வாங்குவதற்காக பாரவண் டிகளை நிறுத்தினார். அந்த நாட்களில் சாயவேருக்கு யாழ்ப் பாணத்தில் நல்ல மதிப்பு இருந்தது. இரண்டு வண்டி பாரம் சாயவேர் கொள்முதல் செய்தார். மன்னாரில் அந்த நேரம் பெரும் முத்துக்குளிப்பு நடைபெற்றுக்கொண்டிருந்ததால் நிறைய அதிகாரிகளும், தோணிக்காரர்கள், சுறா வாய்கட்டிகள், கல்லுக் காரர், குளிகாரர் என்று ஊரிப்பட்ட அயலூர்க்காரர்களும் அங்கே கூடியிருந்தார்கள். அரேபியர், புகைக்கண்ணர், டச்சுக் காரர், போர்த்துக்கீசியர் என பலவிதமான வேற்று நாட்டினர் குவிந்துபோய் ஒருவரை ஒருவர் தோற்கடித்து ஏலம் எடுத்தார்கள்.

அங்கே அனைவரையும் கவர்ந்த ஒரு பெண் நின்றுகொண் டிருந்தாள். எல்லோருடைய பார்வையும் அவள் பக்கம்தான் விழுந்தது. ஏனென்றால், அவள் கொடிபோல மெலிந்து சின்னப் பாதங்களுடன் அழகாக இருந்தாள். கடல் மணலிலே நடந்து போனால் அவள் பாதச்சுவடுகள் ஒரு குழந்தையினுடையது போல சின்னதாக இருந்தன. தலைமயிரை அள்ளி மேலே சுழட்டி கட்டியிருந்தாள். ஆங்கிலம், டச்சு, போர்ச்சுகீயம் என்று எல்லா மொழிகளையும் சரளமாகப் பேசினாள். பல நாட்டினருக்கும் அவள் மொழிபெயர்த்ததோடு அந்த வியாபாரத் தில் நல்லாய் பழக்கப்பட்டவள் போல சுறுசுறுப்பாக இயங் கினாள். அப்பாவுக்கு அவளைப் பார்த்ததுமே பிடித்துக் கொண்டது. அத்தனை சனம் அங்கே நிறைந்திருக்க ஒரே யொரு முறை தலையை நிமிர்த்தி அவள் அப்பாவை பார்த்துச் சிரித்தாள். லாச்சியில் இருந்து ஒரு பொருளை வெளியே எடுப்பதுபோல மிகச் சுலபமாக சிரிப்பை வெளிப்படுத்தினாள்.

வாட்டசாட்டமான உடம்புடன் அப்பாவும் பார்ப்பதற்கு வசீகரமாக இருப்பார். தலையை முன்பக்கம் மழித்து பின்னுக்கு நிறைய குடுமி வைத்து, வேட்டி, அங்கவஸ்திரம், கடுக்கன் என்று அலங்கரித்துத்தான் வெளியே கிளம்புவார். அப்பாவிடம் அவர் பயணச் செலவுக்காக கொண்டு வந்த காசு அரைத் துண்டிலே இறுக்கிக் கட்டி இடுப்பிலே இருந்தது. அந்தப் பெண்ணே தனக்கு மனைவியாக வரவேண்டும் என அவர் விரும்பினார். ஒரு நல்ல தொகையை கொடுத்து அவள் வீட் டாரிடம் பெண் கேட்டார். அப்பாவின் நடை உடை செல் வாக்கைப் பார்த்தவர்கள் இரண்டாம் பேச்சு பேசாமல் ஓம் பட்டுவிட்டார்கள். அப்பாவைப் பார்த்து மிரண்டு போகாத ஒரே சீவன் அந்தப் பெண் மட்டும்தான்.

நாலு வண்டி சரக்கோடு அப்பா வந்து இறங்கியபோது, தொங்கல் வைத்து சேலை உடுத்திய ஓர் அழகான பெண்ணும் அந்தக் கூட்டத்தில் இருப்பதை ஊர் கூடிப் பார்த்தது. முதலாளிக்கு அப்பா செய்தது அவ்வளவாகப் பிடிக்கவில்லை, ஆனால் பெண்ணைப் பார்த்ததும் அப்படியே ஸ்தம்பித்து விட்டார். அந்தக் கிராமத்திலேயே அப்படி ஓர் அழகான பெண் கிடையாது. அதிலும் மூன்று அந்நிய மொழிகள் சரள மாகப் பேசும் பெண் என்பதை அவரால் நம்பவே முடிய வில்லை. அப்பாவை ரகஸ்யமாக அழைத்து 'நீ கெட்டிக் காரனடா, நல்ல வேலை செய்தாய்' என்று புளுகி முதுகில் தட்டிக் கொடுத்தாராம் முதலாளி. அப்பாவுக்கு அப்போ வயது 22; அம்மாவுக்கு 14தான்.

அம்மா வந்த பிறகு கள்ளயாவாரத்தில் அப்பா இன்னும் கடுமையாக உழைத்ததில் முதலாளி அவரை பாகஸ்தர் ஆக்கினார். வசதிகள் பெருகி நல்ல வீடு, ஆள் படை என்று வாழ்ந்தாலும் அப்பாவுக்கு பிள்ளை இல்லை என்ற குறை இருந்தது. அந்தக் காலத்தில் இருபாலைப் பரியாரியார் திறமான வைத்தியர், அவரிடம் அம்மா மருந்து வாங்கிச் சாப்பிட்டார். கோயில் விரதங்களும் தவறாமல் பிடித்தார். இதிலே ஏதோ ஒன்று வேலைசெய்து அம்மா கர்ப்பமானார். என்னுடைய அப்பா அடைந்த சந்தோசத்துக்கு அளவேயில்லை. அம்மா வுக்கு நிறைமாதமாக இருந்த சமயம் பெரிய சரக்கு கப்பல் ஒன்று துறைமுகத்துக்கு வருவதாக தகவல் கிடைத்தது. அம்மா விடம் கெதியில் திரும்புவதாகச் சொல்லிவிட்டு அப்பா கிளம் பினார்.

நான் பிறந்த அன்று நிறைய மழை பெய்தது. அம்மாவுக்கு நோவெடுத்து அவர் அலறத் தொடங்கியதும் மருத்துவச்சி பரிசோதித்துப் பார்த்துவிட்டு தலை திரும்பவில்லை என்று

சொன்னாள். திடீரென்று இரண்டு பிஞ்சுக்கால்கள் வெளியே நீட்டிக்கொண்டு தெரிந்தன. நல்ல அனுபவசாலியான மருத்துவச்சிகூட கொஞ்சம் பயந்துதான் போனாள். ஆனால் சொற்ப நேரத்திலேயே அவளுக்கு ஒன்றில் பிள்ளை அல்லது தாய் என்பது விளங்கிவிட்டது. கலந்து ஆலோசிக்க அப்பாவும் இல்லாததால் அம்மாவிடமே கேட்டாள். அம்மா சொன்னார் 'என்ரை உயிரைப்பற்றி யோசிக்காதே, எனக்கு பிள்ளைதான் முக்கியம்.' என்னை வெளியே இழுத்து எடுத்தபோது, அம்மாவுக்கு நான் ஆணா பெண்ணா என்பதுகூட தெரியாது. நான் வெளியே வரமுன்னரே அவர் இறந்து போய்விட்டார்.

சின்ன வயதில் நான் நல்லாய் படிக்க வேண்டும் என்பது அப்பாவின் விருப்பம். அடிக்கடி சொல்வார் 'உன்ரை அம்மாவுக்கு மூன்று அந்நிய பாசை தெரியும்' என்று. எனக்கு கொஞ்சம் வயது வந்ததும் என்னை வட்டுக்கோட்டை அமெரிக்க மிசன் விடுதியில் படிக்க அனுப்பிவிட்டார். இப்பொழுது நினைக்கிறேன்; அப்பா தான் கள்ளயாவாரம் செய்வது எனக்குத் தெரியக்கூடாது என்று விரும்பினார். ஊருக்கும் உலகத்துக்கும் பொலீசுக்கும் தெரிந்த ஒரு விசயம் எனக்கு தெரியவராது என்று அப்பா எப்படி எதிர்பார்க்கலாம். உண்மையில் என் மனதில் அப்போது அப்பாவைப் பற்றிய ஒரு வீரச் சித்திரமே இருந்தது.

படிப்படியாக அப்பா முழுவியாபாரத்தையும் கவனிக்க ஆரம்பித்த சமயம், நான் என் படிப்பை முடித்துவிட்டு வீட்டுக்கு வந்திருந்தேன். எனக்கு மேல்படிப்பு படிக்க விருப்பமிருந்தது ஆனால் அப்பா அதைப்பற்றி ஒரு சொல் சொல்லாமல் எனக்கு பெண் பார்க்க ஆரம்பித்தார். தரகரைக் கூப்பிட்டு அப்பழுக்கில்லாத உயர் சாதிப் பெண்ணை எனக்கு தேடிப் பிடிக்கச் சொன்னார். தினம் இரண்டு மூன்று சாதகங்கள் வந்தன. மீனலோசனியின் சாதகம் வந்தபோது, அருமையான இடம் என்று புகழ்ந்து அப்பா என்னை பெண் பார்க்க அழைத்துப்போனார்.

நான் பார்த்த ஒரே பெண் மீனலோசனிதான். எனக்கு முதலில் தெரிந்தது அவளுடைய கண்கள்தான். நீர்க்குமிழி போன்ற கண்கள். ஒரு பெண்ணிடம் அப்படியான கண்களை நான் அதற்கு முன்னர் கண்டது கிடையாது. நிறமே இல்லாத அந்தக் கண்களை விட்டு என் கண்களை அகற்றமுடியவில்லை. அதனால் அவளுடைய மற்ற அங்கங்களை நான் மணமுடித்த பின்தான் முழுவதுமாகப் பார்த்தேன். அப்பா தன் அந்தஸ்துக்கு ஏற்ற மாதிரி எங்கள் கல்யாணத்தை விமரிசையாக நடத்தி வைத்த அன்றுதான் எதிர்பாராத ஒரு சம்பவம் நடந்தது.

மன்னாரிலிருந்து முதலாளிக்கு தெரிந்த ஒருத்தர் என் கல்யாணத்துக்கு வந்திருந்தார். அவர் ஏதோ சொல்லப்போக முதலாளிக்கும் அப்பாவுக்கும் இடையில் பெரும் சண்டை மூண்டது. ஊரில் முக்கியமானவர்கள் மத்தியஸ்தம் செய்தும் சமாதானம் உண்டாகவில்லை. கோபத்தின் உச்சியில் அப்பா தன் பங்கைப் பிரித்து தரச்சொன்னார். முதலாளி மறுத்து விட்டார்.

இலங்கைக்கு சுதந்திரம் கிடைத்ததில் அப்பாவுக்கு பெரிய சந்தோசம் கிடையாது. ஆறாம் ஜோர்ஜ் மன்னரிடம் அப்பா வுக்கு அளவுகடந்த பற்று உண்டு. சுதந்திரத்துக்கு பிறகும் ஆறாம் ஜோர்ஜ் மன்னர் ஆண்டதில் அப்பா கொஞ்சம் ஆறுதலாக இருந்தார், ஆனால் என் கல்யாண நாள் அன்று எலிஸபெத் மகாராணி பட்டத்துக்கு வந்தபோது எல்லாம் மாறியது. அப்பாவிடம் ஒரு திட்டம் இருந்தது. அந்தத் திட்டம் நான்தான். லண்டனுக்குப் போய் நான் படிக்கவேண்டும் என்ற முடிவை அப்பா அப்போதுதான் தெரிவித்தார். என்னை யும் மீனலோசனியையும் அவசர அவசரமாக கொழும்பு புறப்படச் சொன்னார். சித்தப்பாவுடன் முதன்முறையாக ரயிலில் பயணமானோம். இங்கிலாந்தில் நாங்கள் இருவரும் படிப்பதற்கு வேண்டிய ஒழுங்குகளை அவர் செய்து தருவாரென அப்பா கூறினார்.

கப்பலின் பெயர் எஸ்.எஸ் ஹிமாலயா. கப்பல் டிக்கட், கடவுச்சீட்டு, விசா போன்ற சகலதையும் சித்தப்பா முடித்துத் தந்தார். துறைமுகத்துக்குள் போனபிறகுதான் யந்திரப் படகுகளில் ஏறி நடுக்கடலில் நிற்கும் கப்பலுக்குப் போக வேண்டும் என்பது தெரிந்தது. சித்தப்பாவிடம் விடைபெற்றுக் கொண்டு படகில் ஏறினோம். சித்தப்பா அப்பாவின் கடிதத்தைக் கொடுத்து கப்பல் புறப்பட்ட பிறகு படிக்கச் சொன்னார். படகு கிளம்பியதும் சித்தப்பா வலது கையைத் தூக்கி சத்தியப் பிரமாணம் செய்யப்போவதுபோல பிடித்துக்கொண்டு வெகு நேரம் நின்றார். அவருடைய உருவம் சிறிதாக வரவர அவர் மேல் எனக்கு ஏனோ பரிவு கூடிக்கொண்டு போனது.

புதிதாக மணமுடித்தவர்களை கப்பலின் சின்ன அறையில் பூட்டி வைத்தால் அது அவர்களுக்கு இடைஞ்சல் இல்லை; சொர்க்கமாகத் தோன்றும். மீனலோசனி சும்மா இருந்தால் கூட அவள் முகம் சிரிப்பது போலவே இருக்கும். பாண்டிய வம்சாவளியில் வந்தவளாகையால் அவளுடைய சருமம் நல்லாய் தேய்ந்த காசுபோல வழுவழுவென்று மினுங்கியது. அவளுடைய பேச்சு, நடை எல்லாமே எனக்கு வித்தியாசமாகப் பட்டது. 'மீனலோசனி' என்று நான் கூப்பிட்டால் அவள்

'ஓய்' என்று பதிலிறுப்பாள். அதைக் கேட்க எனக்கு ஆவலாக இருந்த அதேசமயம் சிரிப்பாகவும் வந்தது. அடிக்கடி அவளை பெயர் சொல்லி அழைத்தேன். உடம்பிலே நிறைய நகைகளை அணிந்துகொண்டு ஒரு கல்யாண விருந்துக்கு புறப்பட்டது போல வந்திருந்தாள். அவை எல்லாம் அவர்கள் குடும்பத்தில் பரம்பரையாக வந்த நகைகள். அவைகளை விற்கவோ அழிக்க வோ கூடாது; திருத்திச் செய்யவும் முடியாது என்றாள். பிடரி மயிரை மறைப்பதற்குக்கூட அவளிடம் ஒரு நகை இருந்தது. அவற்றின் பெயர்கள் மணிமாலை, குறங்கு செறி, நூபுரம், பாதசரம் என்றெல்லாம் சொன்னாள். எல்லா நகையும் அளவு பெருத்தவை அல்லது சிறுத்தவை. ஒரு விரல் நுனியில் மோதிரம் ஒன்றை மாட்டியிருந்தாள். ஏனென்றால் விரலுக்கு கீழே அது இறங்கவில்லை. பூட்டுக் காப்புகள் கைகளுக்கு பெரிதாக இருந்தபடியால், அவள் கையை இறக்கியதும் அவை நழுவி தரையில் விழுந்தன. ஆகவே, கைகளை எப்பவும் செங்குத்தாக பிடித்தபடி நடக்க அவள் பழகியிருந்தாள்.

மூன்று வயதான ஹிமாலயாவில் முதல் வகுப்பு, இரண் டாம் வகுப்பு என்றெல்லாம் இல்லை, ஒரே வகுப்புத்தான். எங்களுடன் ஆயிரம் பேர் பயணித்தார்கள். எங்களுக்குக் கிடைத்த அறையில் எப்பொழுது பார்த்தாலும் குளிர் குளிர் என்று அரற்றியபடியே இருந்தாள் மீனலோசனி. முழங்காலில் கைகளைக் கட்டி அப்படியே அதில் தலையை சாய்த்திருப்பது அவளுடைய இயல்பான நிலை. 'இந்தக் குளிருக்கு இவ்வளவு கத்துகிறீர். இங்கிலாந்து குளிரை எப்படி சமாளிக்கப்போகிறீர்?' என்று ஒருமுறை கேட்டேன். அவள் உடனே பதில் சொல்ல வில்லை. யோசிக்கும்போது அடிச்சொண்டை கடிப்பாள். கனநேரம் கடித்த பிறகு 'இங்கிலாந்தில் மரங்களில் எல்லாம் பழங்கள் போல பனிக்கட்டிகள் தொங்குமாமே?' என்றாள். நான் 'எனக்கு எப்படித் தெரியும். நானும் உம்முடன்தானே முதல் முறையாக பயணம் செய்கிறேன்' என்றேன். எனக்கு எல்லாம் தெரியவேண்டும் என்று அவள் எதிர்பார்த்தாள். ஸ்வெட்டரை எடுத்து அவள் தலைவழியாக போட்டபோது, அது பாதிவழியில் நின்றுவிட்டது. நான் உதவி செய்யாமல் தலை இல்லாமல்கூட அவள் அழகாக இருப்பதை பார்த்து ரசித்தேன்.

கப்பலில் நிறைய அரேபியர்கள் பயணம் செய்தார்கள். நாங்கள் இங்கிலாந்தைச் சென்றடைய எடுத்துக்கொண்ட நாட்களை மீனலோசனி தன் கைவிரல்களில் எண்ணி கணக் கிட்டாள். அந்த 14 நாட்களும் எங்களுக்கு பக்கத்து அறையில் வசித்த அரபுக் குடும்பம் ஒன்றுடன் மட்டுமே பழகக்கூடியதான வாய்ப்பு கிடைத்தது. அந்த நட்பும் ஆறு நாட்களுக்கு பின்

முறிந்துபோனது. தலையையும் முகத்தையும் கறுப்புத் துணி கொண்டு மூடியிருந்த அந்தப் பெண், என் மனைவியிடம் மட்டுமே பேசினாள். நகைகளைப் பற்றி நிறையக் கேள்விகள் கேட்டாள் என்று நினைக்கிறேன். என் மனைவி அவை எல்லா வற்றிற்கும் பதில் சொன்னாள். அவளுக்கு உண்டான இயல்பான ஆர்வத்தால் திருப்பி ஒரேயொரு கேள்வி கேட்டாள். அப்பாவித் தனமானது. 'உங்களுக்கு மணமாகிவிட்டதா?' அந்தப் பெண் கோபத்துடன் 'நான் அப்படிப்பட்ட பெண்ணில்லை' என்று பதிலிறுத்தாள். அதற்கு என்ன பொருள் என்பது ஒருவருக்கும் தெரியவில்லை. அதன் பிறகு பயணம் முடியுமட்டும் அவர்கள் பேச்சு தடைபட்டு விட்டது.

தரையிலே பயணம் செய்யும்போது, நிலக்காட்சிகள் மாறுவதுபோல தண்ணீரிலும் காட்சிகள் மாறிக்கொண்டு வந்தன. செங்கடலைக் கடந்தபோது ஆகாயம், தண்ணீர் எல்லாமே வித்தியாசமாகத் தோன்றி எங்களை அதிசயத்தில் ஆழ்த்தியது. காற்றுக்கூட நூதனமாக வீசியது. கடலின் மணம் மாறியது. மாலுமிகள் திடீரென்று உற்சாகமாகக் காணப் பட்டனர். அப்பொழுதும் அறையைவிட்டு மீனலோசனி வெளியே வரவில்லை. வழக்கம்போல முழங்கால்களை கட்டிப் பிடித்துகொண்டு அந்த நிலையிலேயே தூங்கினாள். நான் இதுதான் சமயமென்று அப்பாவின் கடிதத்தை படிப்பதற்காக எடுத்துக்கொண்டு மேல்தட்டுக்குச் சென்றேன்.

கடவுள் கிருபையை முன்னிட்டு வாழும் சிரஞ்சீவியாகிய என் மகனுக்கு எழுதிக்கொள்வது. நான் சுகம், நீயும் மீனலோசனியும் அப்படியே என கடவுளைப் பிரார்த் திக்கிறேன்.

இந்தக் கடிதத்தை திறந்து படிக்கும்போது, நீ நடுக்கடலில் இருப்பாய். அநேகமாக, அப்போது நான் மறியல் வீட்டில் இருப்பேன். பதறாதே, மிச்சக் கடிதத்தையும் படி. நான் சொல்லப்போகிற ரகஸ்யம் உனக்கு அதிர்ச்சியைக் கொடுக்கலாம். அது, உன் அம்மாவைப் பற்றியது. அவரைப் போன்ற ஒரு அழகி இந்த உலகத்திலேயே கிடையாது. இதைப் பல தடவை நான் உனக்குச் சொல்லியிருக் கிறேன். பிளந்துபோட்ட ஆயிரக்கணக்கான சிப்பிகளுக்கு நடுவே, துர்நாற்றமான காற்று வீசிய ஒரு மாலை, உன் அம்மாவை ரகஸ்யமாகச் சந்தித்தேன். கறுப்புத்திரை விழுந்ததுபோல கடற்கரையில் இலையான்கள் மொய்த் தன. அவர் முகம் பாதிதான் தெரிந்தது. 'உன்னை எனக்குப் பிடித்திருக்கிறது, உனக்கு என்னை பிடிக்குமா?' என்று நேரிலே கேட்டேன். அவருக்கு இலங்கையில் புழங்கிய

அத்தனை பாசைகளும் தெரியும். அத்தோடு மூன்று அந்நிய பாசைகளும் பேசுவார். அவர் எந்த பாசை யிலாவது ஒரு வார்த்தையை பதிலாக சொல்லியிருக்கலாம். அப்படிச் செய்யாமல் நிலத்தை பார்த்து மெள்ள தலையை ஆட்டினார். என் வாழ்க்கையின் ஆகச் சந்தோசமான தருணம் அது. இத்தனை பாசைகள் எப்படி பேச வந்தது என்று ஒருதடவை அவரிடம் கேட்டபோது, எந்தப் பாசையையும் ஒரு முறை கேட்டாலே தனக்கு பழக்க மாகிவிடும் என்று சொன்னார்.

உன் அம்மாவை பார்த்த முதல் நாள், அவர் பூப்போட்ட பருத்திப் புடவை ஒன்றை தொங்கல் இல்லாமல் குறுக் காகக் கட்டியிருந்தார். எனக்கு மனது திக்கென்றது. அவர் தொங்கல் போடமுடியாத சாதியை சேர்ந்தவராக இருக்கவேண்டும். விசாரித்துப் பார்த்தபோது, அவர் சாயவேர் கிண்டும் ஆகக் கீழான வேர்குத்திச் சாதி என்பது தெரிந்தது. சில வருடங்களுக்கு முன்னர் யாழ்ப் பாணத்தில் கீழ்ச்சாதி பெண்ணொருத்தி தொங்கல் வைத்து சேலை உடுத்திப் போனபோது, மேல் சாதி ஒருவன் கொக்கச் சத்தகத்தால் தொங்கலை இழுத்து வெட்டி பெரும் கலவரம் மூண்டது. அதை அப்ப கவுண் மேந்து ஏஜண்டாக இருந்த பிறீமன் துரை நேரில் வந்து அடக்கவேண்டியிருந்தது. என்னுடைய மனதிலே ஒரு வைராக்கியம் எப்படியோ புகுந்துவிட்டது. என்ன வந்தாலும் வரட்டும் என்ற துணிச்சலோடு நான் உன்ரை அம்மாவை மணமுடித்து ஊருக்குக் கூட்டி வந்தது உனக்கு தெரியும்.

உன்னுடைய அம்மா எதையும் ஒருமுறைதான் செய்து பழக்கமானவர். எந்தப் பாசையையும் ஒருதடவைதான் கேட்டார். என்னைப் பார்த்து ஒருமுறைதான் புன்னகை செய்தார். சம்மதம் கேட்டபோது, ஒருமுறைதான் தலையை ஆட்டினார். அதுதான் ஒரேயொரு முறை கர்ப்பம் தரித்தால் போதும் என்று அவர் நினைத்துவிட்டார். மருத்துவச்சி வெளியே நீட்டிக்கொண்டிருந்த உன்னுடைய இரண்டு கால்களையும் இழுத்துப்போட்டார். நீ முற்றிலும் நீல நிறமாக வந்து விழுந்தாய். சரியாக ஒரு நிமிடம் நீ மூச்சு விடவில்லை, சத்தமும் எழுப்பவில்லை. மருத்து வச்சி உன் நெற்றியில் சூடாக்கிய ஊசியால் இரண்டு கீறுக் கீறியவுடன் நீ முதல் மூச்செடுத்து கத்தினாய். அந்த அற்புதமான சத்தத்தை கேட்க உன் அம்மா இல்லை; நான் நடுக்கடலில் தோணியில் இருந்தேன். மருத்துவச்சி யிடம் நூறுதடவை 'என்ரை உயிர் போனாலும் பரவா

யில்லை; பிள்ளை பத்திரம்' என்று உன் அம்மா சொல்லிக் கொண்டே இருந்தாராம்.

நீ பிறந்து அம்மாவின் மடியில் வளர்ந்திருந்தால் உன் அம்மாவின் தோள்மூட்டில் பச்சை குத்தியிருப்பதை பார்த்திருப்பாய். அது அவவுடைய சாதியைக் குறிக்கும். நான் மணமுடித்து ஊருக்கு வந்தபோது, அதை மறைத்து விட்டேன். அம்மாவிடமும் அதைப் பற்றி மூச்சுவிட வேண்டாம் என்று சத்தியம் வாங்கியிருந்தேன். அவர் தொங்கல் போட்டு புடவை உடுத்தி வந்ததால் ஒருவரும் சந்தேகிக்கவில்லை. உன் அம்மாவின் அழகும் அவர்கள் கண்களை மறைத்திருக்கலாம்.

பல வருடங்களாக காப்பாற்றிய ரகஸ்யத்தை உன் கல்யாண நாள் அன்று முதலாளி கண்டுபிடித்துவிட்டான். நான் அவனுக்கு எவ்வளவு விசுவாசமாக இருந்தேன். அவனுக்காக மறியல் கூட போயிருக்கிறேன். நான் அவனை ஏமாற்றிவிட்டேனென்றும் எங்களை தள்ளி வைத்து அவமானப்படுத்தப் போவதாகவும் அவன் சத்தம் போட்டான். எனக்கு வேறு வழி தெரியவில்லை. இந்தக் கடிதத்தை எழுதி முடித்த சில மணி நேரத்தில் நான் கப்பலில் வந்திறங்கிய கள்ளச் சரக்கு பற்றி பொலீசுக்கு தகவல் கொடுப்பேன். இம்முறை முதலாளி தப்பமுடியாது. இருவரும் சேர்ந்து மறியலுக்கு போவோம். தேவையான ஆதாரங்களும் சாட்சிகளும் என்னிடம் இருப்பதால் எந்தப் பெரிய அப்புக்காத்துமாரும் எங்களை வெளியே கொண்டுவர ஏலாது. இங்கிலாந்தில் உங்களுடைய நாலு வருடப் படிப்புக்கான பணம் உனக்கு அங்கே கிடைக்கும். அதற்கான ஏற்பாடுகளை எல்லாம் நான் செய்துவிட்டேன்.

விக்டோரியா மகாராணி இறந்தபோது, எனக்கு இரண்டு வயது நடந்தது. நான் என் வாழ்நாளில் நாலு மன்னர்களையும் இரண்டு ராணிகளையும் கண்டுவிட்டேன். இப்பொழுது நாடு சுதந்திரம் அடைந்துவிட்டது, ஆனால் எசமானர்கள் மாறிவிட்டார்கள். இனம் இன்னொரு இனத்தை ஒடுக்கும்; சாதி இன்னொரு சாதியை அடக்கும். பிறந்த நாட்டில் கிடைக்கும் நீதியைவிட வெள்ளைக் காரனிடமிருந்து உனக்கு நல்ல நீதி கிடைக்கும். நீ திரும்பி வரவேண்டாம், அங்கேயே சுகமாய் இரு. மீனலோசனி நல்லவள். நீ அவளுக்கு என்ன சமாதானம் சொல்லவேண்டும் என்பதை உன்னிடமே விட்டுவிடு கிறேன்.

அ. முத்துலிங்கம்

உன்மீது எப்பவும் பட்சம் குறையாத அப்பா.

கடிதத்தை படித்து முடித்த பிறகு, நம்ப முடியாமல் சில இடங்களை திரும்பவும் படித்தேன். நெடுநேரம் நான் மேல் தட்டில் என்னசெய்வது என்று தெரியாமல் குழம்பிப்போய் நின்றேன். சூரியன் அவனுடைய வெப்பத்தை அவனே தாங்க முடியாமல் தண்ணீருக்குள் இறங்க ஆயத்தம் செய்துகொண்டிருந் தான். மணமுடித்து சரியாக இன்னும் முப்பது நாள்கள் கழிய வில்லை, மீனலோசனியிடம் இதை மறைக்கவேண்டுமா என்று நினைத்த சமயத்தில் அவளே என்னை தேடிக்கொண்டு மேலே வந்தாள். தண்ணீர் கொடிபோல அவள் அசைந்து வருகிறாளா அல்லது கப்பல் அசைகிறதா என்பது தெரியவில்லை. ஆனால் அவள் நடந்து வந்தது நல்ல காட்சியாகவே அமைந்தது.

எப்படித் தெரிந்ததோ என் முகத்தைப் பார்த்ததும் அவள் முகம் சட்டென்று மாறியது. எப்பவும் சிரித்த முகமாக இருக்கும் அவள் முகம் யாரோ கூடாரத்தின் நடுக்கம்பை உருவி விட்டது போல அப்படியே படிப்படியாக விழுந்து தட்டையானது. 'என்ன, என்ன?' என்று பதறியபடி என்னிடம் ஓடிவந்தாள். நான் 'ஒன்றுமில்லையே' என்று சொல்லி முகத்தை இயல்பு நிலைக்குக் கொண்டுவர முயன்றபடி கடலைப் பார்த்தேன். மணமுடித்தபின் சொன்ன முதல் பொய் அது.

அவள் தயங்கி நின்று சுற்றுமுற்றும் யாராவது இருக் கிறார்களா என்று பார்த்துவிட்டு ஏதோ பரிசுப் பொருள் தரப்போவதுபோல மெல்ல அணுகினாள். வாத்சாயனர் பெண் களின் ஆலிங்கனம் பற்றி சொல்லும்போது, 'மரத்திலே கொடி படர்வதுபோல' என்று ஓர் இடத்தில் வர்ணித்திருப்பார். அதுபோல என் மீது படர்ந்தாள். 'என்னை ஏன் தனிய விட்டுவிட்டு வந்தீர்கள்' என்று சிணுங்கினாள்.

இவளை எனக்கு மணமுடித்து வைப்பதற்கு என் அப்பா என்ன பாடுபட்டிருப்பார். ஓர் உத்தமமான சாதிப் பெண்ணுக் காக ஊர் ஊராக அலைந்தார். யாழ்ப்பாணத்து கடைசி அரசன் சங்கிலியன் காலத்தில் பாண்டிய நாட்டிலிருந்து குடிபெயர்ந்த 50 ராச குடும்பத்து வன்னியர்களின் வம்சாவளி யில் வந்த இவளுடைய உடம்பில் ராச ரத்தம் ஓடுகிறது என்று அப்பா பலமுறை என்னிடம் சொல்லியிருக்கிறார். அவள் நடப்பதும் நிற்பதும்கூட ஓர் அரசதோரணையிலே இருக்கும். 'உமக்கு ஓர் அதிசயம் காட்டப்போகிறேன்' என்று கதையை மாற்றினேன். என்ன என்பதுபோல என் வாயைப் பார்த்தாள்.

'இப்ப சூரியன் மறையப் போகுது. கொஞ்சம் இருந்து பாரும், அதே இடத்தில் வெள்ளிக்கிரகம் தோன்றும்' என்றேன்.

அவள் நம்பவில்லை. 'உண்மையாகவா? எப்படி உங்களுக்குத் தெரியும்?' என்றாள்.

'உலகத்தில் எல்லா நாடுகளும் பூமியின் சுழற்சியை வைத்துத் தான் நாட்களைக் கணக்கிடுகின்றன என்று நாங்கள் நினைக் கிறோம். அதாவது வருடத்தில் 365 நாட்கள். ஒரு காலத்தில் மெக்சிகோ நாட்டின் ஆதிகுடிகள் காலத்தை வெள்ளிக்கிரகத்தை வைத்துக் கணித்தார்கள். 263 நாட்கள் சூரியன் உதிக்க முன்னர் காலையில் வெள்ளிக்கிரகம் தோன்றும். 263 நாட்கள் வெள்ளிக் கிரகம் சூரியன் மறைந்த பின்னர் அதே இடத்தில் தோன்றும்' என்றேன்.

இரண்டு கண்களையும் நீள்சதுரமாக்கி 'உண்மையாகவா?' என்றாள். எதற்கெடுத்தாலும் 'உண்மையாகவா' என்று கேட்பது அவள் வழக்கம். இவள் ராமநாதன் பாடசாலையில் படித்து, பின்னர் லண்டன் சோதனை எழுதியவள். இப்பொழுது என்னுடன் படிப்பதற்கு லண்டனுக்கு பயணமாகிறாள். ஆனால் இவள் கேட்கும் கேள்விகள் எனக்கு பல சமயம் சிரிப்பை வரவழைக்கும். 'உண்மையாகவா, வெள்ளைக்காரர்கள் மாட்டை துண்டு துண்டாக வெட்டி ஊறுகாய் போட்டு வருடம் முழுக்க வைத்துச் சாப்பிடுவார்களாமே?' என்றாள் ஒருநாள். நேற்று அவள் கேட்டது இன்னும் வேடிக்கையானது. 'கப்பலில் சூதகம் வந்தால் நான் என்ன செய்ய வேணும்?'

மேல் தட்டில் எல்லைக் கம்பியை பிடித்துக்கொண்டு அப்பாவிபோல நின்ற மீனலோசனி, கோயிலில் பூக்கட்டி வைத்துத்தான் என்னை மணமுடிப்பதா வேண்டாமா என்பதை முடிவுசெய்தாள். 'உமக்கு வெள்ளைப்பூ கிடைத்திருந்தால் என்னை கல்யாணம் செய்திருக்கமாட்டீரா?' என்று கேட்டேன்.

'பின்ன?' என்றவள், இன்னும் வேறு வழிகளும் உண்டா என்பதுபோல கண்களை விரித்து ஆச்சரியத்தோடு பார்த்தாள். 'நீங்கள்தான் எனக்கு கணவர் என்று கடவுள் நினைத்தால் அதை நான் எப்படி மாற்ற முடியும்?'

'அது மெத்தச் சரி. அபப ஏன் அப்பாவிடம் சம்மதம் தெரிவிக்காமல் நீங்கள் மூன்று மாதமாய் இழுத்தடித்தனீங்கள்?'

'சொன்னால் சிரிப்பீங்கள்.'

'சிரிக்கமாட்டன், சொல்லும்'

'அம்மாவுக்கு சாதி முக்கியம். சங்கிலியன் காலத்திலிருந்து கலக்காமல் வந்த எங்கள் சாதியில் கலப்பு வந்திடுமோ என்ற

அ. முத்துலிங்கம்

பயம். அதுதான் பழைய தோம்புகள் வழியாக ஆராய்ந்து உங்கள் சாதியை சோதிச்சவ.'

'என்ன கண்டுபிடிச்சா?'

'நீங்கள் முத்து குத்தகை எடுக்கும் மதுரை நாயக்கர் பரம்பரை. அதிலே அவவுக்கு நல்ல சந்தோசம்.'

'அப்படியா, எனக்கே இன்றைக்குத்தான் தெரியும்.'

பூசணிக்காய் நிறத்தில் ஒரு மாலுமி எங்களைத் தாண்டி விசையாகப் போனான். அவனுடைய புஜம் முழுக்க பச்சை குத்தியிருந்தது. அவனைத் தொடர்ந்து இன்னொருத்தன் தலை தெறிக்க ஓடினான். அவன் தலையை முன்னே நீட்டி ஓடியது பார்ப்பதற்கு தலையை உடம்பு துரத்துவதுபோல இருந்தது. செங்கடல் ஒரே சிவப்பாக மாறி தகதகத்தது. அதைப் பார்ப் பதற்காக நிறைய சனக்கூட்டம் சேர்ந்துவிட்டது. ஒரு பயணி மாலுமியிடம் ஏதோ கேட்க, அதற்கு அவன் என்னவென்றே தெரியாத ஒரு மொழியில் பதிலளித்தான். அவன் என்ன சொன்னான் என்பது எனக்கோ மனைவிக்கோ விளங்கவில்லை.

கூட்டம் அதிகமில்லாத கப்பலின் விளிம்பு பக்கம் நாங்கள் நகர்ந்தோம். நான் 'மீனலோசனி' என்று அழைத்தேன். அவள் மெல்ல 'ஓய்' என்றாள். அவளைப் பார்த்தபோது எனக்கு அவள்மேல் பரிவு சுரந்தது. 400 வருடங்களாக காப்பாற்றி வந்த ராச ரத்தம் அவள் உடம்பில் ஓடியது. எந்த நேரமும் சிரித்தபடி இருக்கும் அவள் முகத்தை ஏமாற்றுகிறேனோ என்று மனம் துணுக்குற்றது. என் கண்கள் தாழ்ந்து பாதசரம் பூட்டியிருக்கும் அவள் கால்களில் போய் நின்றன.

'உம்மைச் சுற்றி இருக்கிற பரந்த கடலை வடிவாய் பாரும். நாங்கள் இரண்டு துளியாய், இரண்டு கண்டத்துக்கு நடுவில் நிற்கிறோம். இரண்டு தனித்தனி துளி என்றாலும் நாங்கள் ஒன்றுதான். உம்முடைய இடப் பக்கம் ஆப்பிரிக்கா; வலப் பக்கம் ஆசியா. தொடலாம்போல கிட்டவாயிருக்கு' என்றேன். அவள் ஆசியாவையும் ஆப்பிரிக்காவையும் ஏதோ விலைக்கு வாங்கப்போவதுபோல திரும்பித் திரும்பி உன்னிப்பாகப் பார்த்தாள்.

'அது சரி, நீர் லண்டனில் என்ன படிக்கிறதாக முடிவு செய்திருக்கிறீர். அதற்கும் பூக்கட்டி வைக்கப்போறீரா?' என்றேன். அவளுடைய நீர்க்குமிழி கண்களில் கோபம் வந்தாலும் அது உடனேயே கரைந்துவிட்டது. 'எல்லா பிரச்சினைகளையும் பூக்கட்டி தீர்த்தால் எவ்வளவு நல்லாயிருக்கும். புகைக்கண்ணர் களின் மொழி படிக்கலாம் என்று யோசிக்கிறேன். அவர்கள் தேசத்தில் அவர்கள் மொழிதானே படிக்கவேணும்.'

'எங்கள் அப்பா சொல்லுவார்: ஆங்கில மொழி படித்தால் மட்டும் போதாது. டச்சு மொழி படிக்கவேணும். போர்த்துக்கீசரின் மொழியும் படிக்கவேணும். அவர்கள் எல்லாம் எங்கள் நாட்டை ஆண்டவர்கள். அவர்கள் நாட்டை நாங்கள் ஆள முடியாவிட்டாலும் அவர்கள் மொழியையாவது ஆளவேணும்.'

நான் சொன்னது என்னவென்று புரியாமல் மீனலோசனி கைகளை செங்குத்தாகப் பிடித்துக்கொண்டு என்னை ஆச்சரியத் தோடு பார்த்தாள். அது ஒரு மகாராணியின் பார்வை.

அவளுக்குப் பின்னே, சூரியன் மறைந்த அதே இடத்தில் வெள்ளிக்கிரகம் மேலே எழும்பிக்கொண்டிருந்தது.

௸

# வெள்ளிக் கரண்டி

நான் பிரச்சினையில் இருந்தேன். பெரும் பிரச்சினை. கடந்த ஒருவாரமாக எதிர்பார்த்ததுதான். அன்று காலை மனைவி நித்திரையில் இருந்து எழும் பியதும் முதல் வேலையாக 'இன்று முழுக்க மழை பெய்யும்' என்று சொல்வதுபோல 'இன்று முழுக்க ஞாயிற்றுக்கிழமை' என்றார். அதன் பொருள் அன்றைய நாளின் ஒவ்வொரு மணித்தியாலத்தையும் ஒவ்வொரு நிமிடத்தையும் அவர் ஏற்கனவே திட்டமிட்டு வைத் திருக்கிறார் என்பதுதான். எனக்கு நடுக்கம் பிடித்தது. நான், எங்கே அவர் பார்க்க முடியாது என்று நினைத்து திருமண அழைப்பிதழை ஒளித்து வைத்தேனோ அங்கே அதைக் கண்டுபிடித்துவிட்டார். எப்படியும் அந்த திருமணத்துக்கு போகத்தான் வேண்டும் என்று அடம் பிடித்தார். அவருடைய பள்ளித் தோழியின் மகள் திருமணம். அப்படித்தான் பிரச்சினை ஆரம்பித்தது.

ஒரு திருமணம் என்றால் அது திருமண மண்டபத்தில் நடக்கும். அல்லது விடுதியில் நடக்கும். அல்லது மணமகள் வீட்டில் நடக்கும். யாராவது ஆவிகள் நடமாடும் நான் டக்கற் தீவில் கொண்டுபோய் வைப்பார்களா? நானும் எத்தனையோ தரம் சொல்லிப் பார்த்துவிட்டேன். மனைவி யின் மனது கல்லுப்போல மாறிவிட்டது. 'ஆவியாவது பூதமாவது' என்றார். நாங்கள் மணமுடித்த புதிதில் ஏ.விஎம் தயாரித்து வெளிவந்த 'வேதாள உலகம்' படத்தைப் பார்த்துவிட்டு தான் அதை நம்பவில்லை என்று அப்போதே சொன்னவர். சரி என்று 'ஆயிரம் தலை வாங்கி, அபூர்வ சிந்தாமணி' படத்தை கூட்டிப்போய் காட்டியபோது, அதைப் பார்த்துவிட்டு சிரிசிரியென்று

சிரித்தவர். இந்த ஜன்மத்தில் அவரை நல்வழிப்படுத்த முடியாது என்பது எனக்கு கவலையளித்தது.

பிரயாண ஏற்பாடுகளைச் செய்வதற்கு பயண முகவரிடம் சென்றால் அவர் ஆறுதல் வார்த்தை ஒன்றும் சொல்லவில்லை. 'நான்டக்கற்றா' என்றார். மரணம் ஆரம்பித்துவிட்டதுபோல முகத்தை வைத்துக்கொண்டு 'ஒரு திருமணவிழாவுக்குப் போக வேண்டும்' என்று சொன்னேன். அவர் கண்களில் பரிதாபம் தெரிய 'பேய்கள் உலவும் தீவு' என்று அதற்குப் பெயர் இருக்கிறதே என்றார். பிறகு, எட்டு வருடம் சிறைத்தண்டனை விதிக்கப்பட்ட ஒருவரைப் பார்ப்பதுபோல என்னைப் பார்த்துக் கொண்டே என்னிடம் டிக்கட்டுகளை நீட்டினார்.

நான்டக்கற் என்பது அட்லாண்டிக் சமுத்திரத்தில் உள்ள ஒரு சிறிய தீவு. அதன் நீளம் 14 மைல், அகலம் 3.5 மைல். ஒரு கரையில் இருந்து மூச்சைப் பிடித்துக்கொண்டு ஓடினால் அடுத்த கரையை அடைந்துவிடலாம். ரோமாபுரி மன்னர்கள் காலத்தில் போட்டதுபோல ரோட்டுக்களில் கற்கள் பதித்திருக்கும். வீதிகளில் சமிக்ஞை விளக்குகள் இருக்காது. ஒரு நூறு வருடத்துக்கு முந்திய காலகட்டத்தை அந்த தீவு நினைவூட்டும் என்றெல்லாம் சொன்னார்கள். அமெரிக்கக் கரையில் இருந்து நாங்கள் 40 மைல் தொலைவில் இருந்த தீவுக்குப் போவதற்காக மிதவைக்கப்பலில் ஏறியபோது, என்னைத் தவிர எங்களுடன் பயணம் செய்த மற்ற பிரயாணிகளில் ஒருவர்கூட கவலைப்பட்டதாகத் தெரியவில்லை.

நாங்கள் தங்கப்போகும் அதே விடுதிக்கு தாங்களும் போவதாகச் சொன்ன ஓர் இளம் தம்பதியினரை மிதவையில் சந்தித்தோம். அவர்கள் அங்கே தேன்நிலவைக் கழிக்க இரண்டு வாரம் போகிறார்களாம். அதைக் கேட்டபோது, பெரும் நிம்மதியாக இருந்தது. அந்தப் பெண் ஏற்கனவே தேன்நிலவை ஆரம்பித்துவிட்டவர்போல அந்த ஆடவனுடன் ஒட்டிப்பிடித்தபடி நின்றார். தாராளமான இதழ்களில் தாராளமான புன்னகையை அணிந்திருந்தார். அவனுடைய உடம்பில் எங்கேயெல்லாம் பள்ளம் இருந்ததோ அங்கேயெல்லாம் அவள் உடம்பு வந்து நிரப்பியது. 'நான்டக்கற் பேர்ச் மரங்களில் ஆவிகள் தொங்குமாமே, உண்மையா?' என்றேன். அவன் அவளைப் பார்த்தான் அவள் என்னைப் பார்த்து 'ஆவிகள் பயமுறுத்துவது நல்லதுதான். நாங்கள் இன்னும் நெருக்கமாக இருக்கலாம்' என்று கலகலவென்று சிரித்தபடியே கூறினாள்.

எங்கள் விடுதியின் மேலாளர் போன்ற ஒரு விநோதமான பிறவியை நான் முன்பு எங்கும் சந்தித்ததில்லை. பல உதவியாளர்களுடன் இந்த விடுதியை அவர் நடத்தினார். சலவை செய்த,

மடிப்புக் கலையாத ஆடையை நேர்த்தியாக உடுத்தியிருந்தார். முகத்திலே புன்சிரிப்பு என்பது எந்தச் சந்தர்ப்பத்திலும் அவருக்குத் தோன்றுவது கிடையாது. நாற்றமான கழிவறை யிலிருந்து இப்பொழுதுதான் வெளியே வந்தவர் போன்ற முகம். மேலாளராக இருக்க அவர் விரும்பவில்லை. அமெரிக்க ஜனாதிபதி பதவி கொடுத்தாலும் அதை வேண்டாம் என்று சொல்லுவார் போலவே பட்டது. ஆனால் அவருடைய உதவி யாளர்கள் சுறுசுறுப்பாக, யார் கூப்பிட்டாலும் ஓர் இடத் திலிருந்து இன்னொரு இடத்துக்கு ஓடிக்கொண்டிருந்தார்கள்.

திமிங்கில வேட்டை கப்பல் தளபதி ஒருவர் 19ம் நூற்றாண் டில் கட்டிய மாளிகையில்தான் நாங்கள் தங்கியிருந்தோம். இப்போது அதைச் செப்பனிட்டு விடுதியாக மாற்றியிருந்தார் கள். இதிலே முக்கியமானது, திருத்த வேலைகள் செய்தபோது விடுதியை பழசான தோற்றத்திலேயே வைத்திருந்ததுதான். நவீன வசதிகளான மின்சாரம், குழாய் தண்ணீர் போன்றவை விருந்தினருக்காக இணைத்திருந்தாலும் அந்த மாளிகை பழமை மாறாது, அந்தக் காலத்து திமிங்கில வேட்டைக்காரர்கள் எவ்வளவு செல்வச் செழிப்புடன் ஆடம்பரமாக வாழ்ந்தார்கள் என்பதற்கு அத்தாட்சியாக நின்றது.

விடுதியை அருங்காட்சியகம்போல அனைவரும் சுற்றி வந்து பார்த்தார்கள். முழு மரத்தை கடைந்து நிர்மாணிக்கப் பட்ட பெரிய பெரிய தூண்கள். சுவரிலே நான்டக்கற்றின் புகழ் பெற்ற ஓவியர்கள் வரைந்த படங்கள். நூறு வருடத்துக்கு முன் பிடித்த பாஸ் மீன் ஒன்று பாடம் செய்யப்பட்டு கண்ணாடிப்பெட்டியில் வைக்கப்பட்டிருந்தது; அதன் எடை 33 றாத்தல் என்ற குறிப்புடன். கப்பல் தலைவர் அதைப் பிடித்திருக்கலாம். புகைக்கூட்டு விளிம்புச் சுவரில் மர்மமாக 'இங்கே வெள்ளிக் கரண்டி கண்டெடுக்கப்பட்டது' என்று எழுதி வைத்திருந்த தகவல் என்னை யோசிக்க வைத்தது. அந்த மர்மம் விடுபட நான் இரண்டு நாள் காத்திருக்க வேண்டும் என்பது எனக்கு அப்போது தெரியாது.

படுக்கைகளும் வித்தியாசமானவை. பழைய மரத்தில் செய்யப்பட்ட பாரமான கட்டில். துள்ளி ஏறிப் படுக்க வேண்டும். அங்கு வைக்கப்பட்டிருந்த மேசை, நாற்காலிகளும் புராதன மானவையே. மெத்தை, மெத்தை விரிப்பு, விளக்கு என்று சகலதும் 19ம் நூற்றாண்டை ஞாபகப்படுத்துவதாக இருந்தன.

இவ்வளவு தூரம் பயணம் செய்து வந்து கலந்துகொண்ட திருமணம் இரண்டே நிமிடத்தில் முடிந்துபோனது. சத்தியப் பிரமாணம் செய்து, மோதிரம் மாற்றியபிறகு மணமகன் அவர்கள் வழக்கப்படி, காலினால் ஒரு கிளாஸ் கிண்ணத்தை உடைத்த

தோடு திருமணம் நிறைவுக்கு வந்தது. ஆனால் விருந்து முடிவுக்கு வந்தபோது சரியாக பன்னிரண்டு மணி அடித்தது.

அவசரமாக உடைமாற்றி படுக்கப்போன அன்றிரவு விசித்திரமான சம்பவம் ஒன்று நடந்தது. பழங்கால கட்டில் என்றபடியால் உடம்பின் ஒவ்வொரு அசைவுக்கும் கட்டில் கிறீச்... கிறீச்... என்று சத்தமிட்டது. திரும்பிப் படுக்க முடியாது. கைகால்களை அசைக்க முடியாது. ஒரு 19ம் நூற்றாண்டு மனிதனின் நித்திரையை அனுபவிக்க வேண்டும் என்பதுதான் அவர்களது நல்லெண்ணம். கவி சொன்னதுபோல 'இரவே என்னை ஒப்படைக்கிறேன்' என்று கூறிவிட்டு படுத்து எப்படியோ தூங்கிவிட்டேன்.

திடீரென்று விழிப்பு ஏற்பட்டது. நேரம் இரண்டு மணி இருக்கும். காற்று அசைந்ததை உணரக்கூடியதாக இருந்தது. வேறு உயிர் ஒன்று அறையில் உலாவியது. முழுவிழிப்பு ஏற்படவில்லை; இன்னும் அரை நித்திரைதான். கறுப்பு பெண், எட்டு ஒன்பது வயதிருக்கும், கட்டிலில் ஏறியது. கட்டில் அசைந்த கிறீச்... சத்தம்கூட எனக்கு துல்லியமாகக் கேட்டது. உடனேயே நான் எழும்பி உட்கார்ந்து விளக்கைப் போட்டேன். நெஞ்சு படபடவென்று அடித்தது. ஒன்றுமே இல்லை. மறு படியும் கைகளை ஒடுக்கிக்கொண்டு கட்டிலை தொந்திரவு செய்யாமல் படுத்தேன். நீண்டநேரத்துக்குப் பிறகுதான் தூக்கம் வந்தது.

அடுத்தநாள் முழுக்க என்னால் அந்தச் சம்பவத்தை மறக்க முடியவில்லை. மனைவியிடமும் சொல்லத் தயக்கம், சொன்னால் வேதாள உலகம் படத்தை மறுபடியும் நினை வூட்டுவார். நேரத்தை போக்குவதற்காக நான்டக்கற் தீவை சுற்றிப் பார்த்தோம். 17ஆம் நூற்றாண்டில் இந்த தீவை கைப் பற்றிய வெள்ளைக்காரர்கள் திமிங்கில வேட்டையை தொடங் கினார்கள். இந்த தீவுதான் ஒரு காலகட்டத்தில் உலகத்தின் திமிங்கில வேட்டை தலைநகரமாக விளங்கியது. Moby Dick நாவலில் வரும் திமிங்கிலக் கப்பல்கூட நான்டக்கற் துறைமுகத் தில் இருந்துதான் புறப்பட்டது. எங்கே திரும்பினாலும் பெண்கள் நீச்சல் உடையில் திரிந்ததால் அவர்களுடைய கால்கள் மேலே போய் எங்கே முடிகின்றன என்பதை ஊகிக்க வேண்டிய அவசியமே நேரிடவில்லை.

அன்று இரவும் சரியாக இரண்டு மணிக்கு அதே மாதிரி உணர்வு ஏற்பட்டது. யாரோ வெண்சாமரம் வீசியதுபோல காற்று விலகியது. கட்டிலில் ஒரு சிறுமி ஏறி அமர்ந்ததும், கட்டில் அசைந்ததும் ஞாபகம் இருக்கிறது. எழும்பி உட்கார்ந்து

அ. முத்துலிங்கம்

விளக்கைப் போட்டால் ஒன்றுமே இல்லை. மார்புக்கூடு சிறுத்ததோ அல்லது இருதயம் பெருத்ததோ தெரியவில்லை. நெஞ்சு படக் படக்கென்று இடித்தது. இரண்டு கரையையும் தொட்டுக் கொண்டு ரத்தம் பாயும் ஓசை துல்லியமாகக் கேட்டது. கழுத்திலே இருந்து ஆரம்பித்த வியர்வை பெருகி நெஞ்சு சட்டையை நனைத்தது. மனைவியை திரும்பிப் பார்த்தேன். அவர் மூக்காலும் வாயாலும் சரிசமமான அளவில் மூச்சு விட்டபடி ஆழ்ந்த உறக்கத்தில் இருந்தார். மெதுவாக கதவைத் திறந்து வெளியே வந்தேன்.

மெல்லிய குளிர் காற்று முகத்தில் அடித்தது. ஒன்றிரண்டு நட்சத்திரங்கள் வானத்துக்கு காவலாக நின்றன. தூரத்தில் இருந்த மர இருக்கையில் புதிதாக மணமுடித்த இளம் தம்பதிகள் அமர்ந்திருந்தனர். அவன் நேராக இருந்தான். அந்தப் பெண் சரிந்து அவன் நெஞ்சில் தலையை வைத்துக்கொண்டு தன்னை மறந்து காணப்பட்டாள். அவன் என்னவோ மெள்ளச் சொன்னான். அவள் பதில் சொல்லாமல் தலையை அவன் நெஞ்சில் மேலும் கீழுமாக உரசினாள். அதுதான் பதில். அவன் இன்னும் ஏதோ கேட்டான். பிறகும் தலையை மேலும் கீழுமாக உரசினாள். அவளுடைய பதில் எல்லாம் உரசலாகவே இருந்தது. ஒரே ஒருமுறை பக்கவாட்டில் உரசினாள். அவள் இல்லை என்று சொல்கிறாள்.

அவர்களை அப்படிப் பார்ப்பது குற்றமாகப் பட்டது. மறுபடியும் சத்தம் செய்யாமல் அறைக்குள்ளே நுழைந்தேன். மனைவி அதே மாதிரி தூங்கிக்கொண்டிருந்தார். கொஞ்சம் துள்ளி படுக்கையில் ஏறி அமர்ந்தேன். நித்திரை முற்றிலும் விடைபெற்றுவிட்டது. அந்தக் கறுப்புச் சிறுமி மறுபடியும் வந்துவிடுவாளோ என்று பயமாக இருந்தது. தேன் நிலவு தம்பதியினர் நெஞ்சில் கன்னத்தால் உரசிப் பேசிக்கொண்டதை நினைத்துப்பார்த்தேன். அவர்கள் என்ன பேசியிருப்பார்கள்? வெகுநேரம் அப்படியே சாய்ந்து இருந்தேன். மீதி இரவு நித்திரை வரவே இல்லை.

விடிந்ததும் நான் மனைவியிடம் நடந்ததைச் சொன்னேன். அவர், தான் நன்றாகத் தூங்கியதாகவும் தனக்கு ஒரு வித சத்தமும் கேட்கவில்லை என்றும் சொன்னார். 'இது பல நூறு வருடங்களுக்கு முன்னர் கட்டப்பட்ட மாளிகை. எத்தனையோ தலைமுறை இந்த வீட்டில் வாழ்ந்திருக்கும். இங்கே என்னென்ன சம்பவங்கள் நடந்திருக்குமோ தெரியாது. இந்தக் கட்டிலில் எத்தனை நூறுபேர் படுத்து எழும்பியிருப் பார்கள்; எத்தனை பேர் செத்திருப்பார்கள். பேயாகக்கூட இருக்கலாம்' என்றேன்.

‘ஆயிரம் தலைவாங்கி அபூர்வ சிந்தாமணி’ பார்த்துவிட்டு சிரித்ததுபோல மனைவி சிரிசிரியென்று சிரித்து ‘நீங்கள் நம்பு கிறீர்களா’ என்று கேட்டுவிட்டு என்னை ஒரு மாதிரியாகப் பார்த்தார். நான் புழுவாகிவிட்டதுபோல உணர்ந்தேன். திருமண மாகி இத்தனை வருடங்களில் இப்படியான ஒரு பார்வையை அவர் என் மீது வீசியதே இல்லை.

அன்று காலையே நாங்கள் அவசரமாகப் புறப்பட்டோம். விடுதிக் காப்பாளருக்கு நல்ல சந்தோசம். அப்போதுகூட மனிதர் புன்னகைக்கவில்லை. புன்னகைத்திருந்தால் அவருடைய முகம் சிரிக்கும்போது எப்படி இருக்கும் என்பதை நாங்கள் கண்டுபிடித்திருக்கலாம். ஆனால் அந்த வாய்ப்பு கிட்டவில்லை.

இரண்டு வாரம் தங்கப்போவதாகச் சொன்ன இளம் தம்பதிகளும் எங்களுடன் மிதவையில் திரும்பினார்கள். அவர்கள் *jigsaw puzzle* போல ஒட்டிக்கொண்டு திரிந்ததில் அவர்களை அணுகி எதற்காக தேன் நிலவை பாதியில் முறித்தார்கள் என்ற காரணத்தையும் கேட்க முடியவில்லை. அவள் முகத்தில் அழியாத மென்னகை இருந்தது. இதனிலும் பார்க்க சிறிய சிரிப்பை ஒரு வாய் உண்டாக்க முடியாது. மிதவைக்கப்பல் அட்லாண்டிக் சமுத்திரதைக் கடக்கும் வரைக்கும் அந்தப் பெண் அவனுடைய நெஞ்சில் கன்னத்தால் உரசும் காட்சி என் மனதில் ஏனோ திரும்பத் திரும்ப எழுந்தது.

கரை வந்ததும் சுற்றுலா பயணிகளுக்கான கடை ஒன்றில் ‘நான்டக்கற் ஆவிகள்’ என்ற தலைப்பில் ஒரு புத்தகம் இருக்கக் கண்டேன். உடனேயே காசு கொடுத்து அதை வாங்கி வீடு போகும் வழியிலே பஸ்ஸில் படிக்கத் தொடங்கினேன். இவை எல்லாம் உண்மைக் கதைகள். பலர் தங்கள் அனுபவங்களை தாங்களே எழுதியிருந்தார்கள். அதிலே காணப்பட்ட ஒரு கதையின் சுருக்கம் இதுதான்:

பல நூறு வருடங்களுக்கு முன்னர் நான்டக்கற்றில் ஓய்வு பெற்ற திமிங்கில வேட்டைக் கப்பல் தளபதி ஒருவர் தான் ஈட்டிய பணத்தில் ஒரு பெரிய மாளிகை கட்டினார். தளபதி இறந்தபிறகு அவருடைய மனைவி அந்த மாளிகையில் தனியாக வசித்தார். இவர் கஞ்சத்தனமானவர். அவ்வளவு பணமிருந் தாலும் வேலைக்காரர்களை அமர்த்த அவர் விரும்பவில்லை. ஒரேயொரு கறுப்பு சிறுமியை மட்டும் வேலைக்கு வைத்திருந் தார். ஒவ்வொரு நாளும் கிழவி படுக்கைக்கு போக முன்னர் தன்னிடம் உள்ள பணத்தை எல்லாம் வெளியே எடுத்து எண்ணிப் பார்ப்பார். பிறகு அவருடைய வெள்ளிப் பாத்திரங் கள், கரண்டிகள், கத்திகள் என்று சகலதையும் கணக்குப் பார்த்து சரி என்று பட்ட பிறகே தூங்கப் போவார்.

ஒரு நாள் இரவு கிழவி எண்ணியபோது ஒரு வெள்ளிக் கரண்டியை காணவில்லை. எத்தனை தடவை திருப்பி எண்ணியும் அதே தானம்தான் வந்தது. அவர் சம்சயம் வேலைக்காரச் சிறுமி மேலே திரும்பியது. அவளை உருட்டி, மிரட்டிக் கேட்டபோது, அவள் தனக்கு தெரியாது என்று சொன்னாள். கிழவிக்கு சிறுமிதான் திருடினாள் என்பதில் எந்தவித சந்தேகமும் இல்லை. ஈவிரக்கம் பாராமல் சிறுமியை வேலையைவிட்டு துரத்திவிட்டார். அவளுக்கு புகலிடம் இல்லை; வேறு சொந்தக்காரரும் கிடையாது. யாரும் அவளை வேலையில் சேர்க்க சம்மதிக்கவுமில்லை. பட்டினி கிடந்து அவள் இறந்துபோனாள்.

பல வருடங்களுக்குப் பிறகு வீடு கை மாறியது. புதிதாக வீட்டை வாங்கியவர் புகைபோக்கியை சுத்தம் செய்தபோது அதன் விளிம்புச் சுவரில் ஒரு வெள்ளிக் கரண்டியை கண்டெடுத்தார். புதுச் சொந்தக்காரர் அந்த வீட்டிலே பேய் உலாவுவதை தான் பல தடவை கண்டதாகக் கூறினார். ஒரு கறுப்பு சிறுமி நீண்ட நடை ஓடைகளில் நடந்துபோவாள். ஆனால் அவளுடைய தோற்றம் ஒரு கணத்துக்குமேல் நீடிப்பதில்லை, மறைந்துபோய்விடும்.

இதுதான் நான் படித்த கதை.

என் மனைவியிடம் இந்தக் கதையை வாசிக்கக் கொடுத்தேன். படித்துவிட்டு ஒன்றும் பேசாமல் புத்தகத்தை திருப்பித் தந்தார். எப்படி என்று கேட்டேன். மனைவி பதில் பேசாதது மட்டுமல்ல, மூச்சு விடுவதையும் ஒரு நிமிடம் நிறுத்திக்கொண்டார். தொண்டையில் சத்தம் உண்டாக்குவது அவ்வளவு கஷ்டமானதா? பல மாதங்கள் கழித்து மறுபடியும் ஒரு திருமண அழைப்பிதழ் நான்டக்கற்றில் இருந்து வந்தது. நான் என் மனைவியைப் பார்த்து 'இதற்கும் போகவேண்டுமா?' என்று கேட்டேன். 'செத்தாலும் வரமாட்டேன்' என்றார் அவர்.

ஶ

# சுவருடன் பேசும் மனிதர்

கனடாவிற்கு வந்து ஏற்பட்ட பிரச்சினைகளுள் ஒன்று தலைமுடி வெட்டுவது. நான் வசித்த வீட்டிலிருந்து தலைமுடி திருத்துமிடம் நாலே நிமிட தூரத்தில் இருந்தது. கடந்த ஏழு வருடங்களாக மாதம் ஒருமுறை அங்கே சென்றிருக்கிறேன். அதன் உரிமையாளர் ஓர் இத்தாலியர், பெயர் ரோனி. அவரும் இரண்டு மூன்று உதவியாளர்களும் அங்கே வேலை செய்தார்கள்.

ரோனி நட்பானவர். அவருடைய முடி அலங்கோலமாக சிதறுண்டு போயிருக்கும். நான் அவருக்குச் சொல்வேன், 'என்ன உங்களுடைய முடியே இப்படி தாறுமாறாக இருக்கிறது. உங்கள் வாடிக்கைக்காரர்கள் இதைப் பார்த்து வராமல் போய்விடுவார்கள்.' அவர் சொல்வார், 'என்ன செய்வது. என்னைப்போல ஒரு நல்ல முடிதிருத்துபவர் கிடைத்தால் உடனே தலையை கொடுத்துவிடுவேன். இங்கே எல்லோருமே மோசம். அதுதான் முடிவெட்டுவதை தள்ளிப் போட்டுக்கொண்டே வருகிறேன்.'

நானும் ரோனியைப் போல அவருடைய உதவியாளர்களிடம் தலையை தரமாட்டேன். வரிசையில் உட்கார்ந்திருக்கும் வாடிக்கைக்காரர்களுடன் என் முறைக்காக காத்திருப்பேன். ரோனியிலே எனக்குப் பிடித்தது அவசரமின்மை. நிதானமாக, தொழில் சுத்தமாக வேலையை முடிப்பார். எப்படி வெட்டவேண்டும் என்று கேட்கமாட்டார். என்ன சைஸ் கிளிப் என்று கேட்கமாட்டார். பிடரியில் நேர் வெட்டா அல்லது குறைவெட்டா என்றெல்லாம் கேட்கமாட்டார். ஒவ்வொரு வாடிக்கைக் காரருக்கும் அவரிடம் குறிப்பு உண்டு. தையல்காரரிடம்

இருப்பதுபோல, மருத்துவரிடம் இருப்பதுபோல. அதைப் பார்த்து தன் வேலையை செம்மையாக முடித்துவைப்பார்.

அவரிடம் எனக்கு பிடிக்காத ஓர் அம்சமும் இருந்தது. ரோனி விளையாட்டுப் பிரியர். அவர் தலைமுடி வெட்டும் போது, முதல் நாள் நடந்த ஐஸ் ஹொக்கி பற்றி அல்லது கூடைப்பந்து பற்றி அல்லது பேஸ்போல் பற்றி ஓயாது பேசுவார். விளையாட்டைப் பற்றி தெரியாது என்று சொன்னால் கனடா வில் ஒரு புழுவைப் பார்ப்பதுபோல பார்ப்பார்கள். ஆகவே, முதல் நாள் நான் அதற்கு தயாரிக்கவேண்டும். தொலைக் காட்சியில் விளையாட்டுகளைப் பார்த்து முக்கியமான குறிப்பு களை எடுத்து வைத்துக்கொள்வேன். அடுத்த நாள் முடி திருத்தும்போது, ஏதாவது ஒரு குறிப்பிட்ட சம்பவத்தைச் சொல்லி அவரை மகிழ்விப்பேன். அன்று முடிவெட்டு உத்தம மாக அமையும்.

ஆனால் எத்தனை வருடங்கள்தான் இந்த நாடகத்தை ஆடமுடியும். எனக்கும் அலுப்பு பிடித்தது. நான் வேறு இடத் தில் முடிவெட்ட ஆரம்பித்தேன். அது 20 நிமிட தூரத்தில் இருந்த பெரிய நிலையம். பெண்கள் பகுதி தனியாக இயங்கியது. ஆட்கள் வருவதும் போவதுமாக ஒரே கலகலப்பு. நான் வாயே திறக்காத ஒரு வேலைக்காரரிடம் போகலாம் என்ற முடிவில் இருந்தேன். என்னுடைய முறை வந்தபோது, புதன்கிழமை என்ற வாசகம் எழுதிய தடித்த உடையை வியாழக்கிழமை அணிந்திருந்த ஐம்பது வயதுக்காரர் ஒருவர் என் முடியை வெட்டத் தயாராயிருப்பதாகச் சொன்னார். ஒருநாள் பிந்திய ஆள் என்றாலும் அவர் தலையை சரித்து புன்னகைத்த விதம் எனக்கு பிடித்துக்கொண்டது.

அவர் வாய் திறந்து ஒரு வார்த்தை பேசவில்லை. கருமமே கண்ணாகி அவர் முடியை வெட்டி முடித்ததும் கண்ணாடி யில் பார்த்தால் அது வெகு நேர்த்தியாக இருந்தது. ஒரு கலைஞனின் வேலை என்பதில் சந்தேகமே இல்லை. அவருடைய கைகள் வண்ணத்துப்பூச்சிபோல துரிதமாக இயங்கின. தலை யிலே ஆடிக்கொண்டிருக்கும் ஆயிரம் முடிகளில் ஒரு மயிரை மட்டும் அவர் கத்தரிக்கோல் தேடி லாவகமாக வெட்டும். அவ்வளவு நுட்பமான கலைஞன்.

அடுத்த முறையும் அவர்தான் வெட்டினார். அதற்கு அடுத்தமுறை சென்றபோது அவருக்காக காத்திருந்து அவர் முடிவெட்ட ஆரம்பித்தபோது ஒரு சம்பவம் நடந்தது. முடி திருத்துபவரைப் பார்த்தால் மத்திய கிழக்கு நாட்டைச் சேர்ந்தவர் போல தோற்றமளித்தார். கண்கள் பழுப்பு நிறத்திலும் முடி கறுப்பாகவும் இருந்தது. அவருடைய நடை உடை பாவனை

கள் எல்லாம் வித்தியாசமாகவே தோன்றின. வாடிக்கைகாரர்
களிடம் பேசும்போது, அவருடைய உச்சரிப்பு அரேபியர்
களுடையதைப்போல இருந்ததையும் கவனித்தேன்.

அன்று பெண்கள் பகுதியில் இருந்து மிக நாகரிகமாக
உடையணிந்திருந்த ஒரு பெண் இவரிடம் வந்தாள். கறுப்பு
காலணியும் சிவப்பு கையுறையுமாக பார்த்தவுடனேயே அவள்
அரேபியப் பெண் என்று சொல்லிவிடலாம். வயது முப்பதுக்
குள் தான் இருக்கும். அதிகாரம் செய்தே பழக்கப்பட்டவள்
போல ஒருகையை இடுப்பில் வைத்து சாய்ந்து நின்றாள்.
ஏதோ அரபு போன்ற மொழியில் அவரிடம் வேகமாகப்
பேச அந்த மனிதர் ஒரு வார்த்தையில் ஏதோ சொன்னார்.
அந்தப் பெண் மீண்டும் சங்கிலித் தொடர்போல நிற்காமல்
பேசினாள். இவர் மறுபடியும் சுருக்கமாக பதில் கூறினார்.
அவள் தொடர்ந்து ஏதோ கேட்க 'உனக்கு கேட்கவில்லையா.
எனக்கு அரபு மொழி தெரியாது' என்று உரத்து ஆங்கிலத்தில்
சொன்னார். ஒரு குதிரை பக்கவாட்டில் நகர்வதுபோல
அவள் நகர்ந்து சற்று எரிச்சலாகவே அந்த இடத்தை விட்டு
அகன்றாள்.

எல்லோரும் இவரையே பார்த்தார்கள். இவர் ஒருவித
பதற்றமும் இன்றி முன்புபோல அமைதியாக என் முடியை
வெட்டிக்கொண்டிருந்தார். நான் முதன்முதலாக இவரிடம்
பேச்சுக் கொடுத்தேன். இவர் ஈராக்கில் இருந்து போருக்கு
முன்னர் சதாம் காலத்தில் கனடாவுக்கு குடிபெயர்ந்தவர்.
அந்தப் பெண் தலைமுடியலங்காரம் செய்ய வந்திருக்கிறாள்.
அவளுக்கு ஆங்கிலம் தெரியாது. அவள் பேசும் அரபுவை
மொழிபெயர்த்து ஆங்கிலத்தில் கூறுமாறு கேட்டிருக்கிறாள்.
இவர் தனக்கு தெரியாது என்று சொல்லியிருக்கிறார். ஈராக்கில்
இருந்து புலம்பெயர்ந்த ஒருவருக்கு அரபு மொழி தெரியாது
என்பதை அவள் நம்பவில்லை. அதுதான் கோபமாகச் செல்
கிறாள்.

எனக்கு ஆச்சரியம். நான் வாழ்நாளில் சந்திக்கும் முதல்
ஈராக்கியர் இவர்தான். ஆதி காவியமான கில்காமேஷ் இலக்
கியம் பிறந்த நாடு என்று எனக்கு ஈராக்கில் மதிப்பு உண்டு.
நாலாயிரம் வருடங்களுக்கு முன்பு சுமேரிய எழுத்தில் எழுதிய
அந்தக் காவியம் இன்றும் களிமண் தட்டைகளில் அங்கே
பாதுக்காக்கப்படுகிறது.

நான் அவரிடம் கேட்டேன். 'எப்படி உங்களுக்கு அரபு
மொழி தெரியாமல் போனது?'

நான் ஈராக்கில் பிறந்தாலும் அநேகமாக வெளிநாடுகளில்

தான் வளர்ந்தேன். என்னுடைய தந்தையார் ஈரான், சிரியா போன்ற நாடுகளில் வேலைசெய்தார். நான் பொறியியல் படிப்பு படித்தவன். ஈராக்கில் தொடர்ந்து வாழமுடியாமல் தஞ்சம் கேட்டு கனடாவுக்கு வந்தோம். என் மகன் இப்போது வெளிநாட்டில் வேலை செய்கிறான். நான் இங்கே தனியாகத் தான் வாழ்கிறேன்.

பொறியியல் படித்துவிட்டு எப்படி இந்தத் தொழிலுக்கு வந்தீர்கள்?

நான் மாத்திரமில்லை. என்னைப்போல பலபேர் இங்கே வந்து முற்றிலும் வேறு வேலை செய்கிறார்கள். ஆங்கிலத்தில் இன்னொருமுறை பொறியியல் படிக்க என்னால் முடிய வில்லை. ஆனால் எனக்கு இந்த தொழிலில் ஒரு மோகம் என்று சொல்லலாம். மூன்று மாதப் பயிற்சியில் முடிவெட்டப் பழகிவிட்டேன். இதுவும் பொறியியல்போலத்தான். மிகப் பெரிய கலை. ஒவ்வொருநாளும் நான் வீட்டுக்கு போகமுன்னர் ஒரு புது விசயம் கற்றுக்கொண்டு போவேன்.

என்னால் நம்பமுடியவில்லை. இந்த மனிதரை அதிசயத் தோடு பார்த்தேன். இனிய புன்னகை மாறாமல் தொழிலில் கவனமாக இருந்தார். 'நீங்கள் இன்னும் ஆரம்பக் கேள்விக்கு பதில் சொல்லவில்லை. நீங்கள் என்ன மொழி பேசுவீர்கள்?' என்றேன்.

'நான் படித்தது பாரசீக மொழி. அது தொழிலுக்காக. வீட்டு மொழி அராமிக்.'

'அராமிக்கா? கேள்விப்பட்டதில்லையே.'

'அப்படி ஒரு மொழி இருக்கிறது. என் மகனுக்கும் கொஞ்சம் தெரியும். என் மனைவியும் நானும் வீட்டிலே அதுதான் பேசுவோம். போனவருடம் என் மனைவி இறந்துவிட்டார். எனக்கு இங்கே என் மொழி பேசுவதற்கு ஒருவருமே இல்லை. கனடாவில் இந்த மொழி பேசுபவர்கள் சிலர் இருப்பதாகக் கேள்வி. ஆனால் அவர்களுடன் என்னால் தொடர்பு கொள்ள முடியவில்லை.'

'அராமிக் மொழி பேசும் நாடு என்று ஏதாவது உண்டா?'

'அப்படி இருந்தால் அது பெரிய வரம் அல்லவா? நான் Syrian Othodox Churchஐ சேர்ந்த கிறிஸ்தவன். சதாம் ஆட்சியில் நாங்கள் பட்ட கொடுமைகளை சொல்லி ஆற்ற முடியாது. உலகத்தில் இன்று ஒரு மில்லியன் மக்கள் அராமிக் மொழியை பேசுகிறார்கள். ஆனால் துயரம் என்னவென்றால், அவர்கள் ஓர் இடத்தில் இல்லை. அவர்களுக்கு ஒரு நாடு இல்லை.

சிதறிப்போய் ஈரான், ஈராக், இஸ்ரேல், லெபனான், சிரியா போன்ற பல நாடுகளில் சிறு சிறு குழுக்களாக வாழ்கிறார்கள். அவர்கள் எங்கே வாழ்ந்தாலும் அவர்கள் ஒடுக்கப்பட்ட மக்கள் தான். உலகத்துக்கு முதன்முதலாக சட்டத்தொகுப்பை வழங் கியவன் 3700 ஆண்டுகளுக்கு முன்னர் வாழ்ந்த எங்கள் மன்னன் ஹமுராபி. ஒடுக்கப்பட்டவர்களை காப்பதற்குத்தான் அவன் சட்டம் இயற்றினான். இன்று நாங்கள் ஒடுக்கப்பட்டு, துரத்தப் பட்டு, நாடு நாடாக அலைந்துகொண்டிருக்கிறோம்.'

'கனடா நீங்கள் தேர்ந்தெடுத்த நாடுதானே. இங்கே உங்களுக்கு முழுச் சுதந்திரம் உண்டல்லவா?'

'நண்பரே, இது சொர்க்கம். இதில் என்ன சந்தேகம். இங்கே வந்தபின் நான் நினைத்தேன்; ஒடுக்கப்பட நாடுகளைச் சேர்ந்த மக்கள் ஒவ்வொருவரும் ஒரேயொரு நாள் என்றாலும் கனடாவில் வாழ்ந்து பார்க்கவேண்டும் என்று. அப்பொழுது தான் அவர்களுக்கு சுதந்திரக் காற்று என்பது என்னவென்று தெரியவரும். நான் சொன்னது எங்கள் மொழியை. இன்று அது அழிந்துகொண்டு வருகிறது. எங்கே எங்கேயெல்லாம் எம் மக்கள் வாழ்கிறார்களோ அங்கேயெல்லாம் எங்கள் மொழி விழுங்கப்படுகிறது. 'ஆபத்தில் இருக்கும் மொழி' என்று எங்கள் மொழியை அறிவித்துவிட்டார்கள். இன்னும் சில வருடங் களில் அது அழிந்து போகக்கூடும்.'

'அப்படி நிச்சயமாகச் சொல்லமுடியுமா?'

'அப்படித்தான் அறிவித்திருக்கிறார்கள். நீங்கள் இரவு நேரத்தில் என் வீட்டுக்கு வந்தால் நான் அராமிக் புத்தகங் களைப் படித்துக்கொண்டிருப்பதை பார்ப்பீர்கள். சுவர்களுடன் அராமிக்கில் பேசுவேன். பழக்கம் விட்டுப்போய்விடுமே என்ற பயம். நான் பேசும் ஒவ்வொரு நிமிடமும் என் மொழி வாழ்ந்து கொண்டிருக்கிறது.'

இப்பொழுது அவர் முடிவெட்டுவதை நிறுத்திவிட்டார். சற்று எட்ட நின்று தலையை இரண்டு பக்கமும் சரித்து என் முடியை உன்னிப்பாக கவனித்தார். பின்னர் முகத்தை பார்த் தார். திடீரென்று 'ஷாம்பூ போடவா?' என்றார். நான் சம்பாஷணை தொடரவேண்டும் என்பதில் ஆவலாயிருந் தேன். சரி என்று தலையாட்டினேன்.

'நான் நிறையப் பேசிவிட்டேன். நீங்கள் எந்த நாடு, என்ன மொழி பேசுவீர்கள் என்று சொல்லவில்லையே?'.

நான் சொன்னேன். நானும் உங்களைப் போலத்தான். நான் பேசுவது தமிழ்மொழி. இலங்கைக்காரன். அங்கே எங்கள் மொழியை சிங்களம் விழுங்கிக்கொண்டிருக்கிறது.

உங்கள் மொழியைப் பற்றி கேள்விப்பட்டிருக்கிறேன். அது பழைய மொழி அல்லவா?

அது உண்மை. இரண்டாயிரம் ஆண்டுகள் தொன்மையான இலக்கியங்கள் எங்களிடம் இருக்கின்றன. கிறிஸ்து பிறப்பதற்கு 300 ஆண்டுகள் முன்னராகவே செதுக்கிய தமிழ் பிராமிக் கல்வெட்டுகள் குகைகளில் அகப்பட்டிருக்கின்றன. இன்று உலகத்தில் பல நாடுகளில் 80 மில்லியன் மக்கள் தமிழ் பேசுகிறார்கள்.

எண்பது மில்லியனா? நம்பவே முடியவில்லை. எங்கள் மொழியிலும் பார்க்க 80 மடங்கு அதிகமான எண்ணிக்கை. அதிர்ஷ்டம் செய்த மொழி. ஆனால் உங்களுக்கென்று ஒரு நாடு உண்டா?

இல்லை.

உங்கள் மொழியில் தேசிய கீதம் உண்டா?

இல்லை.

அப்படியானால் உங்கள் மொழிக்கும் என் மொழிக்கும் பெரிய வித்தியாசமே இல்லை.

எப்படி அவ்வளவு நிச்சயமாகச் சொல்லமுடியும்?

நீங்கள் வரலாற்றைப் படித்தால் தெரிந்துவிடும். கிறிஸ்து பிறப்பதற்கு 1000 ஆண்டுகளுக்கு முன்னரே ஹீப்ரு மொழியும் அராமிக் மொழியும் செழித்து வளர்ந்தன. இரண்டுக்குமே சமவயது. இரண்டிலுமே எழுதப்பட்ட செல்வங்கள் இன்று வரை பாதுக்காக்கப்பட்டு வருகின்றன. நாளடைவில் இரண்டு மொழிகளுமே நலிந்தன. 100 வருடங்களுக்கு முன் ஹீப்ரு மொழி எழுத்தில் மட்டுமே வாழ்ந்தது. பேசுவதற்கு ஓர் ஆன்மா இல்லை. இன்று ஐந்து மில்லியன் மக்கள் ஹீப்ரு பேசுகிறார்கள். எழுதுகிறார்கள். பழைய இலக்கியங்களும் புதிய இலக்கியங்களும் படிக்கிறார்கள். அவர்களுக்கு ஒரு நாடு உண்டு. அதன் பெயர் இஸ்ரேல். அவர்களுடைய மொழி இனிமேல் அழியவே அழியாது.

நாடு இல்லாமல் ஒரு மொழி வாழமுடியாது என்று சொல்கிறீர்களா?

நான் ஒரு தலைமுடி திருத்துபவன். மொழியியல் அறிஞன் அல்ல. எனக்கு என்ன தெரியும்? நாடு இல்லாமல்தானே என் மொழி சிதைந்தது. நாடு இருந்தபடியால்தானே இறந்து போன ஹீப்ரு மொழி மறுபடியும் உயிர்பெற்று நிலைத்து நிற்கிறது. உங்கள் மொழி – தமிழ் – நாடு இல்லாமல் வாழும் என்று நினைக்கிறீர்களா?

‘ஆனால் இந்தியாவில் ஒரு தமிழ் மாநிலம் இருக்கிறதே.’

மாநிலம் வேறு. நாடு வேறு. இன்று உலகத்திலுள்ள ஒரு சின்னஞ்சிறிய நாட்டை எடுத்துக்கொள்ளுங்கள் – மால்ட்டா. அங்கே 400,000 மக்கள் வாழ்கிறார்கள். அவர்களுடைய மொழி மால்ட்டீஷ். அந்த மொழி அழியுமா? அழியாது. ஒரு மைல்கல் எப்போதும் உண்மை பேசுவதுபோல நான் பேசுகிறேன். அவர்களுடைய மொழி அழியவேண்டும் என்றால் முதலில் அந்த நாடு அழியவேண்டும். உங்கள் நாட்டுக்கு சமீபத்தில் இருக்கும் மாலைதீவு, அதை எடுத்துக் கொள்ளுங்கள். அதனுடைய சனத்தொகை 350,000. அவர்களுடைய மொழி திவேஹி. அது அழியுமா? எப்படி அழியும்? 300,000 மக்கள் வாழும் நாடு ஐஸ்லாண்ட். அவர்களுடைய மொழி ஐஸ்லாண்டிக். அது அழியுமா? இல்லை. இப்படி சொல்லிக்கொண்டே போகலாம்.

நம்புவதற்கு கஷ்டமாக இருக்கிறது. பத்து மில்லியன் மக்கள் ஒரு மொழியை பேசினாலும் அவர்களுக்கு ஒரு நாடு இல்லாவிட்டால் அந்த மொழி அழிந்துவிடும் என்று சொல்கிறீர்கள்?

ஷாம்பூ போட்டு முடிந்ததும் அவர் முடி உலர்த்தியால் தலைமுடியை சீவி உலர்த்திக்கொண்டிருந்தார். அவர் வாய் மட்டுமே பேசியது, ஆனால் கைகள் வேறு யாருடையவோ கைகள்போல துரிதமாக வேலை செய்தன.

அப்படித்தான் என் சிற்றறிவுக்குப் படுகிறது. ஒரு மொழிக்கு பாதுகாப்பு வேண்டும். ஒரு நாடுதான் அதைக் கொடுக்க முடியும். உலகத்தில் 7000 மொழிகள் இருக்கின்றன என்று படித்திருக்கிறேன். அவற்றிலே 2000 மொழிகள் அழிவில் இருக்கின்றன. மீதியில், ஒரு நாடு பாதுகாப்புக் கொடுக்கமுடியாத மொழிகள் எல்லாம் ஒவ்வொன்றாக அழிவை நோக்கி நகர்கின்றன. அனைத்து மொழிகளையும் காப்பாற்ற முடியாவிட்டாலும் அவற்றை சேமிக்கவேண்டும். ஆவணப்படமாகவும் ஒலி வடிவமாகவும் கணிமைத் தொழில்நுட்பத்தில் பாதுகாக்கலாம். ஒரு மொழி அழிவது என்பது ஓர் இனம் அழிவதற்கு, ஒரு கலாச்சாரம் அழிவதற்குச் சமம். கீழே விழுந்த முடியை திரும்பவும் ஒட்டமுடியாது. மொழியும் அப்படித்தான். பூமியிலிருந்து ஒரேடியாக மறைந்துவிடும்.

நான் பேசமுடியாமல் அவரையே பார்த்தேன்.

‘ஒரு மொழியின் எதிர்காலத்தை அதைப் பேசும் மக்களின் எண்ணிக்கை தீர்மானிப்பதில்லை. அதுபோல அதன் வளர்ச்சிக்கும் எண்ணிக்கைக்கும் சம்பந்தமில்லை. ஒரு சின்னப்

பரிசோதனை. உங்கள் நாட்டு சிங்கள மொழியின் கடந்த 50 வருட கால வளர்ச்சியுடன் தமிழ் மொழியின் ஐம்பது வருட வளர்ச்சியை ஒப்பிட்டுப் பாருங்கள். நான் சொல்வது உங்களுக்கே புரியும்.'

புதிய முடி அலங்காரத்தை நான் கண்ணாடியில் பார்த்தேன். திருப்தியாகவிருந்தது. காசாளரிடம் பணத்தைக் கட்டினேன். ஈராக்கிய நண்பரின் பெயரைக்கூட நான் அதுவரை தெரிந்திருக்கவில்லை. அது முக்கியமாகவும் படவில்லை.

எனக்கு கவியின் வரிகள் ஞாபகத்துக்கு வந்தன.

நான் சாக்கடையில்
விழுந்து கிடக்கிறேன்.
என் கண்கள்
நட்சத்திரங்களில்.

நான் என் மொழி மீது வைத்த நம்பிக்கையை துறக்கத் தயாராகவில்லை.

அவர் என்னை மூடியிருந்த போர்வையை கையிலே விரித்துப் பிடித்தபடி ஒரு மாட்டுச் சண்டைக்காரர் போல நின்றார். தத்தம் மொழிகளை இழந்துகொண்டுவரும் இருவரையும் ஒரு போர்வை பிரித்தாலும் அவர் வேதனையும் இழப்பும் துயரமும் என்னுடையது போலவே இருந்தது. எப்படி இவரிடம் விடைபெறுவது என்பது எனக்குத் தெரியவில்லை. ஒருவர் அந்தச் சமயத்தில் எதைச் சொல்லக்கூடாதோ அதைச் சொன்னேன்.

'நண்பரே, அழிவை நோக்கி பயணிக்கும் ஒரு மொழியை நிறுத்த தனிமனிதர் ஒன்றுமே செய்யமுடியாது. இன்றிரவு சுவருடன் உங்கள் உரையாடல் இனிமையாக அமையட்டும்.'

'என்ன, அப்படிச் சொல்லிவிட்டீர்கள். ஒரு மொழியை அழிய விட்டுவிடுவோமா? அது யேசு பேசிய மொழி அல்லவா?'

நான் திடுக்கிட்டேன். கடந்துபோன பிறகும் முடிவெட்டு நிலையக் கதவுகள் நெடுநேரம் ஆடின.

அஉ

# பத்தாவது கட்டளை

என் அன்பே,

ஒரு காலத்தில் லெற்றீஸியா என்ற பெயர் என்னை பைத்தியமாக்கியது. பச்சைக் கண்களுடன் அந்தப் பெண் இருந்தாள். மெல்லிய பெண். தள்ளினால் விழுந்துவிடுவாள். ஆனால் அவள் உடம்பு முழுக்க அந்தக் கண் இருந்தது. நான் மேல் வீட்டில் குடியிருந்தேன். அவள் எதிர் வீட்டில் கீழே குடியிருந்தாள். ஒருநாள், ஒரு முறை, ஒரு கணம்தானும் அவள் தன்னுடைய பச்சை கண்களை மேலே எறிந்து என்னைப் பார்த்ததில்லை. ஆனால் லெற்றீஸியா என்ற பெண் என்னை 24 மணி நேரமும் ஆட்டிவைத்தாள். வதைத்தாள். அவளுக்கு அது தெரியவே இல்லை.

என் நண்பன் ஒருவன் ஒரு வேலையும் இல்லாத நேரத்தில், தான் காதலித்த பெண்களின் பெயர்களை எல்லாம் ஆங்கில எழுத்து அகரவரிசைப்படி நிரையாக எழுதினான். மின்வழி சாட் மூலம் X என்ற பெயர்கொண்ட பெண்ணைக்கூட காதலித்திருந்தான். பெரும் துக்கமாக L எழுத்தில் துவங்கும் பெயருள்ள ஒரு பெண்ணைக்கூட தான் காதலிக்கவில்லை என்றான். நான் L எழுத்தில் துவங்கும் லெற்றீஸியா என்ற பெயரைச் சொன்னேன். அவன் உடனே எழும்பி அந்தப் பெயர் உள்ள பெண் ஒருத்தியை காதலிப்பதற்காகத் தேடத் தொடங்கினான்.

எதற்குச் சொல்கிறேன் என்றால் லெற்றீஸியா என்ற பெயர் என் ரத்தத்தில் கலந்தது. நான் பிறக்கு முன்னரே என் மரபணுவில் சேர்ந்திருக்கவேண்டும். 14 வயதில் அந்தப் பெயர்மீது எனக்கு காதல் வந்தது. நான் அந்தப் பெயர்கொண்ட ஒரு பெண்ணை தேடுவதை நிறுத்த

வில்லை. இத்தனை வருடங்கள் ஓடிய பிறகு அப்படி பெயர் தரித்த ஒரு பெண்ணை எப்போதாவது காண்பேன், பேசுவேன், தொடுவேன் என்றெல்லாம் நான் நினைக்கவே இல்லை.

ஒரு புத்தகத்தில் நான் படித்தேன். ஸ்வீடனில் ஒருவர் இருக்கிறாராம். அவரிடம் நூறு புகைப்படங்களையும் நூறு பெயர்களையும் கொடுத்தால் அவர் இன்ன புகைப்படத்துக்கு இன்ன பெயர் என்பதை சரியாகக் கண்டுபிடித்து சொல்லி விடுவாராம். இது சாத்தியமா என்பது தெரியவில்லை. ஆனால் நான் காசு கொடுத்து வாங்கிப் படித்த அந்தப் புத்தகத்தில் அப்படித்தான் எழுதியிருந்தது. புத்தகத்தில் இருப்பதால் அது உண்மையாகத்தான் இருக்கவேண்டும்.

நான் சொல்வதை நீ நம்பமாட்டாய் என்று எனக்குத் தெரியும். மின்தூக்கியில் ஏறிய இருபது பேர்களுள் உன்னை முதன்முதலில் கண்டபோது, உன்னுடைய பெயர் லெற்றீஸி யாவாக இருக்கவேண்டும் என்று நான் நினைத்தேன். ஒருவேளை, எனக்கும் அந்த ஸ்வீடன் நாட்டுக்காரர்போல ஒரு திறமை உண்டானதோ என்னவோ. உன் உருவத்துக்கு அந்தப் பெயர் தான் சரியென்று தோன்றியது. மின்தூக்கி மேலெழும்பிய நேரத்திலிருந்து அது என் தளத்தில் வந்து நிற்கும் வரைக்கும் நான் உன்னையே பார்த்துக்கொண்டு நின்றேன். உனக்கு அது தெரியவில்லையா அல்லது அப்படித் தெரிந்தும் ஒருவேளை உதாசீனம் செய்தாயோ, என்னவோ. அதை மிக நன்றாகவே செய்தாய். என்னுடைய தளம் வந்து 19 என்ற சிவப்பு விளக்கு எரிந்தபோது நான் இறங்கிவிட, நீ என்னை விட்டுவிட்டு மேலே போய் ஏதோ ஒரு தளத்தில் இறங்கிக்கொண்டாய். உன்னுடனேயே மேலே சென்று நீ இறங்கும் தளத்தில் இறங்கி நீ வேலைசெய்யும் அலுவலகத்தின் பெயரை அறிந்துகொண் டிருக்கலாம் என்ற அறிவு பின்னர்தான் வந்தது. அன்று நான் என் அலுவலகத்தில் வேலையே செய்யவில்லை. உன் நினைப் பாகவே இருந்தேன். ஒவ்வொரு தளமாக ஏறி ஒவ்வொரு அலுவலகமாக உன்னை தேடினால் என்னவென்று தோன்றியது.

ஒரு வாரமாக எனக்கு பைத்தியம் பிடித்ததுபோல அலைந் தேன். காலையில் நான் உன்னை எந்த நேரத்தில் மின்தூக்கி யின் முன் பார்த்தேனோ அதேநேரம் போய் அங்கே பல நிமிடங்கள் காத்து நின்றேன். நீ அந்த உயரமான கட்டிடத்தில் என்னைப்போல ஏதோ ஒரு அலுவலகத்தில் வேலை செய் கிறாய், ஆனால் எப்படி நான் அறியாமல் உள்ளே நுழைகிறாய், வெளியே போகிறாய் என்பது பெரும் மர்மமாகவே இருந்தது.

ஒருநாள் மாலை, வேலை முடிந்து நான் திரும்புகையில் மின்தூக்கி நிறைந்துபோய் கிடந்தது. கீழ்த்தளத்துக்கு வந்து

இறங்கியபோது என்னுடன் நீயும் பிரயாணம் செய்திருந்தாய். நீ சுவாசித்த காற்றை நானும் சுவாசித்திருந்தேன். உன் சுவாசப் பையை தொட்டுவந்த காற்றின் ஒரு அணுத்துகள் என் சுவாசப் பையையும் தொட்டிருக்கலாம். அன்று ரொறொன்ரோவின் காலநிலை சரியில்லை என்று வானொலிகளும் தொலைக் காட்சிகளும் அறிவிப்புகள் விட்டுக்கொண்டிருந்தன. ஐந்து அங்குலம் பனி கொட்டும் என்று சொன்னார்கள். எல்லோரும் மேலங்கிகளை பூட்டிக்கொண்டு வேகமாக தங்கள் தங்கள் பி.எம்.டபிள்யூக்களையும் ரொயோட்டாக்களையும் நிசான் களையும் நோக்கி ஓடிக்கொண்டிருந்தார்கள். நீ ஒரு கறுப்பு மேலாடையில், மெல்லிய கழுத்துத் துணி கழுத்தைச் சுற்றி பறக்க, மெழுகுச் சிவப்பு கையுறை அணிந்து என்னைக் கடந்து சென்றாய். அந்த அவசரத்திலும் நீ உனக்கு முன் சென்ற கிழவர் உனக்காக கதவு திறந்து பிடித்ததற்கு நன்றி கூறிச் சிரித்தாய். அந்தச் சிரிப்பிலிருந்து நீ ஒரு அந்நிய நாட்டைச் சேர்ந்தவள் என்பதை நான் கண்டுபிடித்தேன். உடையை வைத்து ஒருவரைக் கண்டுபிடிக்கலாம். மொழியை வைத்து ஒருவரைக் கண்டுபிடிக்கலாம். நடையை வைத்துக்கூட ஓர் அளவுக்கு சொல்லிவிடலாம். ஆனால் உன்னுடைய சிரிப்பு நீ இந்நாட்டவள் அல்ல என்பதை எனக்குக் காட்டிவிட்டது. நீ சிரிக்கும்போது உன்னுடைய கண்கள் கீழே போகவில்லை. தலை குனியவில்லை. நீ உன் கைகளால் சிரிப்பை மறைக்க வில்லை. அந்தச் சிரிப்பு விரிந்து உன் கண்களைத் தொட்ட போதுகூட நீ சிரிப்பதை நிறுத்தவில்லை. இங்கே ஒருவரும் அப்படிச் சிரிப்பது கிடையாது. பனிக்கட்டிக்கு மேலே சூரிய வெளிச்சம் பட்டதுபோல 'பளீர்' என்ற சிரிப்பு வெகு இயல்பாக வெளிப்பட்டது. கதவைத் திறந்து பிடித்த அந்த சாதாரண கிழவனுக்கு இத்தனை பெரிய பரிசை நீ அளித்தாய்.

இந்தக் கடிதத்தை நான் எங்கேயிருந்து எப்படி எழுது கிறேன் என்பதை நீயறிந்தால் ஆச்சரியப்படுவாய். படுக்கையில் குப்புறப் படுத்தபடி எழுதுகிறேன். கட்டில் பக்கத்து மின்விளக்கு குறைக்கப்பட்ட ஒளியில் என் கடிதத்தின்மீது வட்ட ஒளியை சிந்துகிறது. ஒவ்வொரு பக்கமாக எழுதி, எழுதியதை அடியில் வைத்துவிட்டு மீதியை தொடருகிறேன். என் மனைவி பக்கத்தில் படுத்து ஆழ்ந்த நித்திரையில் இருக்கிறார். அவர் மூச்சு சீராக ஓடுகிறது. நல்ல இசைக்குப் பின்னால் சுருதி ஒலிப்பதுபோல இந்தக் கடிதம் எழுதும் வேலைக்கு அது சீராக உதவுகிறது. அவர் திரும்பிப் படுக்கும்போதோ, கைகளை எறியும்போதோ சிறிது தடைபடுகிறது. கடிகாரம் அதிகாலை 3.20 காட்டும் இந்த நேரத்தில் எனக்கு உன் நினைவு புத்துணர்ச்சியை கொடுக்கிறது.

அ. முத்துலிங்கம்

நீயும் நானும் முதன்முதல் நாங்கள் வேலைசெய்யும் கட்டிடத்தின் கீழ் இயங்கும் டிம்ஹோர்ட்டன் உணவகத்துக்கு கோப்பி குடிக்கப்போன சம்பவம் எனக்கு இன்றுபோல ஞாபகம் இருக்கிறது. அன்று நீ உன்னுடைய நீண்ட கழுத்தை மறைக்கும் ஸ்வெட்டரையும் கூந்தலை பாதி வெளியே காட்டும் தொப்பியையும் அணிந்து வந்திருந்தாய். உன் உடம்பில் ஆடை மறைக்காத பகுதி பழுத்த பரு நிறத்தில் இருந்தது. நீ ஒரு கப்புச்சீனோவும் நான் ஒரு கோப்பியும் ஓடர் பண்ணினோம். கபில நிறச் சீருடை அணிந்த பரிசாரகி காதில் மாட்டிய டெலிபோனில் பேசியபடி இடதுகையால் மெசினை தட்டி வலது கையால் கோப்பிக் குவளைகளை தந்தாள். நான் அவற்றைப் பெற்று உன் இருக்கைக்கு எடுத்து வந்தேன். இந்தக் கோப்பி அருந்த உன்னை அழைக்கும் திட்டம் என்னிடம் ஆறுமாதமாக இருந்தது. தயங்கித் தயங்கித்தான் அழைத்தேன். ஆனால் நீ சட்டென்று சம்மதம் சொன்னது எனக்கு ஆச்சரியமாகவிருந்தது. இந்தச் சந்திப்பின்போதுதான் நீ ஒரு குழந்தை என்ற எண்ணம் எனக்கு உறுதிப்பட்டது.

நான் நேரத்தை நீட்டுவதற்காக மெல்லிய மிடறுகளாக கோப்பியை விழுங்கிக் கொண்டிருந்தேன். நீ தானாக கதைப்பவள் அல்ல, உன்னிடம் இருந்து விசயத்தைப் பிடுங்கவேண்டும். நான் ஏதாவது கேள்வி கேட்டால் பதில் சொல்லும்போது சிரிப்பையும் பாதிக்குப் பாதி தருவாய். ஒவ்வொரு கேள்வியின் பதிலிலும் உன்னைப்பற்றிய மேலதிகமான தகவல் எனக்குக் கிடைத்தது. நீ ஒரு மருத்துவருக்கு ஆராய்ச்சியில் உதவியாளராக பணி செய்கிறாய். நீ ஒரு தூக்கவியல் நிபுணி. சிலர் ஆழ்ந்த தூக்கத்தில் இருக்கும்போது அவர்கள் மூச்சு சில நிமிடங்கள் நின்றுவிடுவதுண்டு. அது பற்றிய ஆராய்ச்சியில் இருப்பதாகச் சொன்னாய். உன்னை பார்க்கும் கணங்களில் என் மூச்சு பல நிமிடங்கள் நின்றுபோனதை நான் சொல்லலாம், நீ நம்பவா போகிறாய். இந்த உலகத்தில் அப்படி ஒரு வேலை இருப்பதே எனக்கு அன்றுதான் தெரியவந்தது. கேள்விகளை ஒரு கணத்துக்கு நிற்பாட்டி நான் சொன்னேன். 'உடனே பார்க்காதே. உனக்கு பின்னால் பத்துமணி கோணத்தில் ஒருத்தன் உட்கார்ந்து உன்னையே பார்த்துக்கொண்டிருக்கிறான்.'

நீ என்ன சொன்னாய், ஞாபகம் இருக்கா? 'பகல் பத்து மணியா, இரவு பத்து மணியா?' ஒரு குழந்தைப் பிள்ளையை போல முகத்தை வைத்துக்கொண்டு கேட்டாய். நான் சிரித்து விட்டேன். உறங்கும்போது மூச்சு நின்றுவிடும் நோயாளிகளை ஆராயும் ஒரு பெண், இத்தனை அப்பாவியா என்று என்னை அது நினைக்க வைத்தது.

கோப்பி குடித்து முடிந்த பிறகு, கோப்பிக் குவளை விளிம்பு களை உருட்டிப் பிரித்து ஏதாவது பரிசு விழுந்திருக்கிறதா என்று பார்த்தாய். பிறகு உரிமையோடு என்னுடைய குவளை யின் விளிம்பையும் திறந்து பார்த்தாய். அங்கேயும் பரிசு இல்லை. என்னுடைய கேள்வி என்னவென்றால் என்னுடைய குவளையில் பரிசு கிடைத்திருந்தால் என்ன செய்திருப்பாய், பெண்ணே. நீயே கொண்டுபோயிருப்பாயா அல்லது எனக்கு கொடுத்திருப்பாயா?

நான் ஆரம்பத்திலிருந்து எழுதாமல் எங்கே எங்கேயோ பாய்ந்து போய்விட்டேன். பல காதல்கள் ரயில்களில் ஆரம்ப மாகியிருக்கின்றன. பல காதல்கள் பஸ்களில் தொடக்கம். மின்தூக்கியில் காதல் வளர்ந்ததை நான் கேட்டதுமில்லை, பார்த்ததுமில்லை. நான் மின்தூக்கியின் முன் காத்து நிற்கத் தொடங்கினேன். சற்று தள்ளி நின்று கண்ணாடிக் கூண்டிற்குள் தெரியும் விளம்பர பொம்மைகளைப் பார்த்துக்கொண்டு நிற்பதுபோல உன் வரவை பார்த்து காத்திருப்பேன். உன் தலைமுடி மகுடம் எந்தநேரத்திலும் விழுந்துவிடலாம் என்பது போல நீ நிமிர்ந்து நேராக நடந்து வந்தாய். உன் பாதங்கள் எப்படி இருக்கின்றன என்பதை நீ எப்போதாவது குனிந்து பார்த்ததுண்டா? நீ தூரத்தில் வருவது தெரிந்ததும் நானும் நிதானமாக நடந்துவந்து காத்து நிற்கும் கூட்டத்தில் கலந்து கொள்வேன். நீ ஏறும் அதே மின்தூக்கியில் நானும் ஏறுவேன். அது நிறைந்து வழியும். உன்னுடைய ஏதாவது ஒரு அங்கம் தெரியும். தலை முடி, அல்லது உன்னுடைய கைப்பை, கறுப்பு வலை ஸ்டொக்கிங்ஸ் அணிந்த கால்கள். கன்னமும் இடையும். மெழுகுச் சிவப்பு கையுறையின் ஒரு பகுதி. என் இன்பம் பூர்த்தியாகிவிடும். நான் கையை எட்டி நீட்டினால் உன்னை தொட்டுவிடலாம். பல நாள் நான் உன்னுடன் தொடர்ந்து பிரயாணம் செய்தாலும் நான் ஓர் உயிர்ப்பிராணி என்று உணர்ந்ததாக ஒருநாள்கூட நீ காட்டியதில்லை.

உலகம் கையில் கிடைத்து நான் அதை தொலைத்து விட்டேன் என்று உணர்ந்த ஒரு நாள் எல்லாம் மாறியது. ஐன்ஸ்டீன் பற்றி ஒரு கதையுண்டு. அவர் சொல்வார்: ஒரே காரியத்தை திருப்பித் திருப்பி ஒரே மாதிரிசெய்து அதிலே புதிய பலனை எதிர்பார்ப்பவர் முட்டாள் என்று. நான் அவர் சொன்னதை பொய்யாக்கியவன். நான் மின்தூக்கிக்காக காத்திருந்தேன். திடீரென்று அப்பிள் குவியலின் மணம் எழுந்தது. திரும்பிப் பார்த்தேன். நீ ஒரு எலுமிச்சை பச்சை ஆடையில் நின்றுகொண்டிருந்தாய். நான் திரும்பிய வேகத்தைப் பார்த்தோ என்னவோ நீ சிரித்தாய். கதவு திறந்துவிட்ட கிழவருக்கு கொடுத்த அதே சிரிப்பு. அந்தக் கிழவர் கதவை திறந்து உனக்கு

அ. முத்துலிங்கம்

உதவினார். நானோ ஒன்றுமே செய்யவில்லை. எனக்கும் அதே கண்களைத் தொடும் சிரிப்பு. அன்று ரொறொன்ரோ மாநகரத்தில் அதுவே ஆகச்சிறந்த சிரிப்பு. அதன் பிறகு நாம் சந்திக்கும்போதெல்லாம் நீ சிரித்தாய். அப்பொழுதுதான் நீ முதன்முதலாக உன்னுடைய பெயர் லெற்றீஸியா என்று சொன்னாய். நான் ஏற்கனவே தெரியும் என்று சொன்னதை நீ நம்பவில்லை. நீ நம்பி அதனால் எனக்கு ஒரு பிரயோசனமும் கிடையாது. உன்னுடைய உடல் உருவத்துக்கு வேறு என்ன பெயர் பொருந்தமுடியும், அதை யோசித்துப் பார். இந்தக் கடிதத்துக்கு பிறகாவது நான் சொல்வது உண்மையென்பதை நீ நம்புவாய் என்று நினைக்கிறேன்.

மிகவும் மதிப்பு வாய்ந்ததும், பெறுமதியானதுமான உன்னுடைய சிரிப்பை என்னைப்போன்ற வயது கடந்த ஒருவனில் நீ வீணாக்கியது எனக்கே ஏதோ மாதிரியிருந்தது. என்னுடைய வயதை நீ நேரே கேட்கவில்லை. ஆனால் நிச்சயம் ஊகித்திருப்பாய். உன்னுடைய வயதை இரண்டாகப் பெருக்கினால்கூட நீ என் வயதை எட்டமுடியாது. உன்னுடைய வயதுக்கும் என்னுடைய வயதுக்கும் இடையில் உள்ள வித்தியாசம் உன்னுடைய வயதிலும் பார்க்க அதிகமானது. எங்களுக்கிடையில் சிரிப்பை தாண்டிய ஒரு நட்பு உதயமாகும் என்பதை நான் கனவிலும் நினைத்துப் பார்த்ததில்லை.

ஆனால் நான் விடாமுயற்சியை நிறுத்தவில்லை. ஒருநாள் வழக்கம்போல மின்தூக்கி கீழே வந்தபோது எல்லோரும் இடித்துப் பிடித்து உள்ளே ஏறினார்கள். எனக்கு இடம் கிடைக்கவில்லை அதனால் நான் வெளியே தள்ளப்பட்டேன். மின்தூக்கிக் கதவுகள் பூட்டி மேலே எழும்பியது. அப்பொழுது பார்த்தேன், உன்னுடைய மெழுகுச் சிவப்பு கையுறையில் ஒன்று கீழே கிடந்தது. ஏதோ ஒரு பயந்து ஓடும் மிருகத்தின் மெல்லிய தோலில் அது செய்யப்பட்டிருந்தது. அழகிய வேலைப்பாடு. தொடுவதற்கு வெப்பமாகவும் அதே சமயம் மிருதுவாகவும் இருந்தது. அதை என் கோட்டுப்பையில் வைத்துக்கொண்ட போது, ஒரு கனிந்த அப்பிள் மணம் எழும்பியது. உன்னுடைய சுகந்தத்தில் ஒரு பகுதி அந்தக் கையுறையில் தங்கிவிட்டது.

இரண்டு பகலும் ஓர் இரவும் அந்தக் கையுறை என்னுடனேயே தங்கியது. கோட்டுப் பையுக்குள் அது இருந்தாலும் அதை தொட்டபடியே நேரத்தைக் கழித்தேன். தொடும்போதெல்லாம் லெற்றீஸியா . . . லெற்றீஸியா . . . என்று சொன்னேன். அந்த ஸ்பரிசமும் அந்தப் பெயர் எழுப்பிய மிருதுவான ஒலியும் ஒன்றுக்கொன்று பொருத்தமானதாகவே இருந்தன. நீ என்னுடன் இருப்பதுபோலவே உணர்ந்தேன்.

அந்தக் கையுறையை உன்னிடம் திருப்பிக் கொடுக்கும் போது நான் பெரிய நாடகம் ஆடவேண்டி வந்தது. நான் இன்னும் இரண்டு நாளைக்கு கொடுக்காமல் கடத்தியிருக்கலாம். ஆனால் நீ அதைத்தேடி அல்லலுற்றிருப்பாய் என்று எனக்குப் பட்டது. இன்னொரு கையுறை வாங்கிவிடுவாயோ என்று கூடப் பயந்தேன். நான் அந்தக் கையுறையை உன்னிடம் திருப்ப இரண்டு நாளாக முயற்சி செய்ததாகக் கூறினேன். முற்றிலும் பொய். உண்மையில் உன்னை தவிர்த்துத் திரிந்தேன். நீ அந்தக் கையுறையை ஆசையுடன் திரும்பப் பெற்றுக்கொண் டாய். ஒரு தொலைந்துபோன செல்லப்பிராணியை அரவணைப்பதுபோல அதை தடவிக்கொண்டு உன் கண்களால் நன்றி தெரிவித்தாய். உன் நீண்ட சிவப்பு பூசிய விரல்கள் அந்தக் கையுறையினுள் லாவகமாக நுழைந்தபோது எதையோ இழந்துவிட்டதுபோல நான் உணர்ந்தேன். அன்று என்னை நீ கோப்பி குடிக்க அழைத்தாய். அது இரண்டாவது தடவை. எனக்கு நன்றி சொல்வதற்காகத்தான் என்று நினைக்கிறேன். அன்று முழுக்க நான் உன் கண்களையே பார்த்துக்கொண் டிருந்தேன். உன் கழுத்து ஸ்கார்பை உருவியபோது, லில்லித் தண்டுபோல நீண்டிருந்த கழுத்து என் பார்வைக்கு முதன் முதல் கிடைத்தது. நீ உன் நாட்டு மொழிபற்றி பேசினாய். பேனா ஆண்பால் என்றாய். மலர் பெண்பால் என்றாய். புறா பெண்பால் என்றால் அந்த நாட்டு ஆண்புறாவும் பெண் பாலா என்பதைக் கேட்க நான் மறந்துவிட்டேன். ஒருகையில் அணிந்திருந்த கையுறையில் மற்றக் கையுறையை செல்லமாகப் பிடித்து தட்டிக்கொண்டிருந்தாய். விடைபெறும்போது, இயல் பாக கையுறை அணியாத மெல்லிய விரல்களை என் தொடை மீது வைத்து போகலாமா என்றாய். அந்த ஸ்பரிசம் என்னை என்னவெல்லாம் செய்தது என்பதை நீ அறியவே போவதில்லை.

அதன் பின்னர் உன்னை பல நாட்களாக நான் காண வில்லை. காலையில் வருவதில்லை, மாலையிலும் காண வில்லை. உன்னுடைய பெயர் தெரியுமே ஒழிய உன்னைப் பற்றிய விவரம் நான் அறிந்தது தூக்கவியலில் வேலை பார்க் கிறாய் என்பதுதான். எனக்கு பைத்தியமே பிடித்துவிட்டது. அப்பொழுது எனக்குத் தெரியாது, சில நோயாளிகளை அவர்கள் தூங்கும்போது சோதனை செய்வதற்காக நீ மாதத்தில் ஒரு வாரம் இரவில் வேலை செய்வாய் என்பது. நான் மனம் உடைந்து போனேன்.

ஒரு நாள் எங்கள் கட்டிடத்தின் கீழ்த் தளத்தில் உள்ள புத்தகக் கடைக்குள் நுழைந்தேன். என்னுடைய நல்லூழ்தான் என்னை அங்கே அந்த நேரத்தில் கொண்டுபோய்ச் சேர்த்தது. நீ ஒரு புத்தகத்தை நின்ற நிலையில் கையிலே பிடித்து ஆழமாக

ஊன்றி வாசித்துக்கொண்டிருந்தாய். புத்தகத்தின் அட்டையைப் பார்த்தேன். ஆன் பாட்லெட் என்பவர் எழுதிய அவுஸ்திரேலியா ஆதிவாசிகள் பற்றிய புத்தகம். உன்னுடைய அழகுக்கும் உன்னுடைய பெயருக்கும் நீ செய்யும் வேலைக்கும் நீ படித்த புத்தகம் பொருத்தமாகவே இல்லை. யசுநாரி கவபாட்டா எழுதிய 'தூங்கும் அழகிகள் இல்லம்' புத்தகத்தை நீ படித்துக் கொண்டிருந்தால் நான் அதிசயப்பட்டிருக்கமாட்டேன். உனக்கு முன்னால் பல நிமிடங்கள் பேசாமல் உன்னையே பார்த்துக்கொண்டு நின்றேன்.

என்னைக் கண்டதில் உன் முகத்தில் பெரும் உவகை தென்பட்டது. ஓர் இளம் பெண்ணுக்கு மகிழ்ச்சி தரும்படி என்னிடத்தில் என்ன உண்டு என்று என்னைக் கேட்டுக்கொண் டேன். அந்த புத்தக அடுக்குகளில் இரண்டு பக்கமும் புத்தகங்கள் நிறைந்து கிடக்க நாங்கள் நின்றபடி பேசினோம். சிறிது நேரம் நீ எடுத்த புத்தகம் பற்றிய பேச்சு வந்தது. நீ திடீரென்று 'நான் டிட்ஜெரிடு வாசிப்பேன்' என்றாய். 'உண்மையாகவா? அது அவுஸ்திரேலிய ஆதிவாசிகள் வாத்தியம் அல்லவா. அதை வாசிக்க எப்படிக் கற்றுக்கொண்டாய்?' என் கேள்விக்கு நீ பதில் கூறவில்லை. யூகலிப்டஸ் மரத்தை கறையான் நடுவால் அரித்து ஓட்டை உண்டாக்கி இயற்கையாகக் கிடைக்கும் வாத்தியம். இதுவே மனித குலம் கண்டுபிடித்த முதல் காற்று வாத்தியம் என்று சொன்னாய்.

ஒரு புதன்கிழமை, வாத்தியத்தைக் கேட்க என்னை உன் வீட்டுக்கு வரச்சொன்னாய். இனிவரும் எந்த புதன்கிழமையையும் இனிமேல் உன்னை நினைக்காமல் நான் சந்திக்கமுடியாது. உன்னைப்போல உன் வீடும் அழகாகவே இருந்தது. கண்ணுக்கு இதமான நீண்ட திரைச்சீலைகள் காற்று இல்லாமலே அசைந்தன. ஒன்றிரண்டு அலங்காரச் செடிகள். சுவர்களிலோ கூரையிலோ இருந்து வெளிச்சம் வரவில்லை. தரையிலிருந்து சந்திரவெளிச்சம் போன்ற தூய்மையான வெளிச்சம் கசிந்தது.

நீ அணிந்திருந்த இரவு நிற ஆடையை என்னால் வர்ணிக்க இயலாது. தரையில் இருந்து வீசிய வெளிச்சத்தில் உன்னுடைய நீண்டகால்களை ஆடைக்குள் காணக்கூடியதாக இருந்தது. என்றுமில்லாத மாதிரி உன் உதடுகள் மினுங்கின. வளைந்து நெளிந்த மரத்தில் தானாகவே உருவான டிட்ஜெரிடு வாத்தியம் உன் கழுத்துவரை உயரமாக இருந்தது. காட்டுவாசிகள் எப்படி அதைப் பிடித்து வாசிப்பார்களோ அப்படியே நின்ற நிலையில் அதில் உன் உதடுகளைப் பதித்து வாசித்தாய். வேறு ஒரு காற்று வாத்தியத்திலுமிருந்து நான் அப்படியான ஒலியைக் கேட்டதில்லை. கைகளினால் பக்கவாட்டில் அடித்தபோது

மேளச்சத்தம்போல ஒன்றும் உண்டானது. ஆனால் எனக்கு என்னவோ நீ அதை வாசித்ததுபோலவே தெரியவில்லை. ஆண்களுக்கேயான அந்த இசைக்கருவியை நீ ஊதினாய். உன் சுவாசப்பையில் இருந்த காற்று அந்த வாத்தியத்தை நிறைத்து என்னிடம் வருகிறது என்றே நினைத்தேன்.

இந்தக் கடிதத்தை இப்படியே எழுதிக்கொண்டு போனால் முடிவை அடைய முடியாது. நான் சொல்லவேண்டி வந்த விசயத்தை சொல்லவும் ஏலாது. இதுவே உனக்கு என்னுடைய முதல் கடிதம். இதுவே கடைசி கடிதமாகவும் இருக்கலாம்.

உன்னை நான் கட்டிப்பிடித்த சமயம் நீ என்னை விட்டு ஓடினாய். என்னிடம் வருவதும் ஓடுவதுமாக எனக்கு விளையாட்டுக் காட்டினாய். இதோ எட்டி வந்து பிடித்துவிட்டேன் என்று நான் நினைக்கும் சமயத்தில் பறித்துக்கொண்டு போனாய். விசமம் நிறைந்து அன்று காணப்பட்டாய். ஆனால் இரண்டு மடங்கு அதிகமான என் வயதை உன் விளையாட்டு நினைப் பூட்டுவதாகவே அமைந்தது.

என் பிடியில் ஒருமுறை பிடிபட்டு இறுக்கமாக இருந்த சமயத்தில் 'என் மூன்று வயது மகளை இன்றைக்கு பாட்டி வீட்டுக்கு அனுப்பியிருக்கிறேன்' என்று சொன்னாய். நான் கேட்கவில்லை, நீயாகவே சொன்னாய். எங்கள் சந்திப்பை நீயும் என்னைப்போல திட்டமிட்டுத்தான் செயலாற்றியிருக் கிறாய். வாத்தியம் வாசிக்க கூப்பிட்டபோதே உன் மனதில் அது உருவாகியிருக்கவேண்டும். உன் கழுத்தின் கீழே பள்ளம் விழுந்த இடத்தை தொட்டுக் காட்டி, அது எனக்குத்தான் சொந்தம் என்று சொன்னாய். நான் முத்தமிட்டு அதை உறுதிப் படுத்தினேன். ஆனால் அதற்கு மறுநாள் என்னை முதன்முதலாக டெலிபோனில் அழைத்து சொன்னது என்ன? 'இன்றைக்கு வேண்டாம். நாளைக்கு வேண்டாம். இனிவரப் போகும் நாளைகள் எல்லவற்றையும் சேர்த்துச் சொல்கிறேன். நீங்கள் என்னை இனிமேல் பார்க்கவேண்டாம். அழைக்கவேண்டாம். பேசவும் வேண்டாம்.' ஒரு ஸ்வரத்தை தரும் டிட்ஜெரிடு வாத்தியம்போல ஒரு சந்திப்பு மட்டும் எங்களுக்குப் போதும் என்று நீ நினைத்துவிட்டாய். எங்கள் இனிமையான புதன் கிழமை ஒரு ஆரமபம் என்று பண்ணியிருந்தேன். அந்தப் புதன்கிழமையை நீ ஒரு முடிவாகவல்லவா நினைத்திருக்கிறாய்.

சரி, கடிதம் எழுதிய காரணத்தை நான் சொல்லாமல் எப்படி முடிப்பது? அன்று நீ தூங்கும்போது உன்னை வெகு நேரம் பார்த்தபடியே இருந்தேன். நீ ஒரு தீபகற்பம்போல உறங்கினாய். உன் தொழிலில் எத்தனையோ பேரை நீ தூங்கும் போது அவதானித்திருப்பாய். ஆனால் ஒரு தூக்கவியல்

நிபுணியை நான் அவதானித்தது இதுவே முதல் தடவை. உன்னுடைய தேன் வண்ண முடி தலையணையில் பரந்திருக்க, நீ தூங்கியபோது உன் கண்மடல்கள் நிற்காமல் அடித்தன. பனிக்காலத்து அணில் அலைவதுபோல என் இருதயமும் தடுமாறியது. அது எந்த நோயின் அறிகுறி என்பதை நான் அறியும் வழியுமில்லை.

நீ தூங்கிய நேரத்தில் உனக்குச் சொந்தமான ஒரு பொருளை நான் திருடினேன். ஒரு புறாவின் சருமத்தில் செய்ததுபோல அது மிருதுவானதாக இருந்தது. கண்ணாடிவலை போலானது. உன் மார்புகள் சின்னதாக, தனித்தனியாக வட்டமாக இருந்தன. இந்தச் சன்னமான பொருளினால் நீ அவற்றை மறைத்தாய். நீ அதை தேடிப் பார்த்தாயா. அல்லது உன்னிடம் இருக்கும் பல சேகரிப்புகளில் இது களவுபோனது உனக்கு தெரியவில்லையா ?

அதை நான் திருப்பி உன்னிடம் தரவேண்டும். எப்பொழுது வந்து தரலாம். உன் மகள் பாட்டி வீட்டுக்கு போன புதன் கிழமையாக இருந்தால் நல்லது. அப்படியே உன்னை ஒருமுறை தழுவிவிட்டு நான் திரும்புவேன். எனக்கு சொந்தமான கழுத்துப் பள்ளத்திலும் நான் முத்தமிடவேண்டும். அப்பொழுது, வேறு ஒரு பொருளும் திருட்டுப் போகாது என்று என்னால் உத்திரவாதம் தரமுடியாது. அப்படி காணாமல் போவது உன்னுடைய கைக்குட்டையாகவோ, கறுப்பு வலை ஸ்டொக்கிங்ஸ் ஆகவோ இருக்கலாம். அல்லது முக்கோண வடிவான மெல்லிய உள்ளாடையாகவும் இருக்கலாம். அதில் லெற்றீஸியா என்ற உன்னுடைய நாமத்தின் முதல் எழுத்தான L பதித்திருப்பதை நான் அறிவேன். அதை நான் என்றென்றும் ஸ்பரிசித்துக் கொண்டே இருக்கவேண்டும்.

நான் உண்டாக்கும் ப்ரியங்கள் அனைத்தும் உனக்குத்தான்.

இப்படிக்கு

*19வது தளத்தில் இறங்குபவன்*

[இந்தக் கடிதத்தை நான் அப்படியே மேலே தந்திருக்கிறேன். சமீபத்தில் ரொறொன்ரோ நூலகத்தில் பைபிள் பகுதியை பார்வையிட்டபோது, நூற்றுக்கணக்கான பைபிள்கள் அங்கே இருந்ததைக் கண்டேன். மிகப் பழைய பைபிள்கள்கூட இருந்தன. ஒன்று 1611 ம் ஆண்டில் அச்சானது. ஒரு பைபிளை எடுத்துப் புரட்டியபோது 'பத்து கட்டளைகள்' பக்கத்தில் இந்த எட்டுப் பக்க கடிதம் நாலாக மடித்துக் கிடந்தது. படித்ததும் காதல் கடிதம் என்பது தெரிந்தது. இதை காதலனோ அல்லது காதலியோ

கைமறதியாக வைத்திருக்கவேண்டும். கடிதத்தைப் படித்து விட்டு காதலி வைத்தாளோ அல்லது கடிதத்தைக் கொடுக்க முன்னர் அதை காதலன் வைத்து கொடுக்க மறந்தானோ என்ற புதிர் விடுபடவில்லை.]

ஸ்ரீ

# மன்மதன்

பரிமளம் கிளாஸில் கொஞ்சம் சாராயத்தை ஊற்றி தயாராக வைத்தாள். அதன் பின்னர் தன்னை மேலும் ஆயத்தப்படுத்த தொடங்கினாள். கண்ணாடி யில் முகத்தைப் பார்த்து அஞ்சனத்தை சரிசெய்தாள். மெல்லிய இடையில் ஒரு சிறு பகுதிமட்டும் தெரியத் தக்கதாக சேலையை வரிந்து இழுத்து சொருகினாள். 33 வயது என்பதை ஒருவரும் சொல்லவே முடியாது. அப்படிச் சொன்னாலும் ஆறு பிள்ளைகள் இருப்பதை கண்டுபிடிப்பது கஷ்டம்.

இடை அசைய நடந்து வந்து வாசலைப் பார்த்தாள். அவள் அழகு முழுக்க வெளிப்படுவது அப்போதுதான். அது அவளுக்குத் தெரியும். அவள் உடுத்தியிருந்த கறுப்பு பூப்போட்ட மஞ்சள் சேலை தனியாக உயிர் பெற்றது போல சரசரவென்று ஆடியது. அவளுக்கு நகர்ந்து கொண்டே இருக்கவேண்டும். பக்கத்து வீட்டிலிருந்து ஒன்றிரண்டு பேர் எட்டிப் பார்த்தார்கள். அவர்களுக்கு வேலை அவளை வேவு பார்ப்பதுதான். ஒருத்தி அழகாக இருந்தால் பொறுக்காது. தலையை வெட்டி உள்ளே திரும்பினாள். தையல் மெசினை துடைத்தாள். அளக்கும் நாடாவை எடுத்து அங்குலங்கள் எல்லாம் அந்தந்த இடத்தில் சரியாக இருக்கின்றனவா என்பதுபோல பார்த்து விட்டு வைத்தாள். கத்தரிக்கோலை நேராக்கினாள். மறு படியும் வாசலுக்கு விரைந்தாள்.

உள் அறைக்கதவை, ஏதோ விழுந்து உடைந்துவிடும் என்பதுபோல, மெதுவாகத் திறந்து சந்திராவும் பவானா வும் தங்கள் தாயாரை எட்டிப் பார்த்தார்கள். சந்திரா மூத்தவள், அவளுக்கு அடுத்தவள் பவானா. சந்திரா,

பவானாவை தோளால் இடித்து 'இன்றைக்கு மன்மதன் வரப்போறான்' என்றுவிட்டு வாயைப் பொத்தி குலுங்கிச் சிரித்தாள். 'அது யார் மன்மதன்?' என்றாள் பவானா. 'வேறு யார், இப்ப புதுசா ஒருத்தன் வாறானே, சேர்ட் தைக்க குடுக்க. தருமன் என்று பேர். ஆனால் அவனுக்கு தான் மன்மதன் என்ற நினைப்பு' என்றாள் மூத்தவள். 'கறுத்து, முன்கூனல் போட்டு இருப்பானே, அவனா?' 'அந்த றால் கருவாடுதான். பார், அம்மா சுழன்று சுழன்று நிலைகொள்ளாமல் திரியிறதை' சந்திரா வெறுப்பாகச் சொன்னாள். 'அக்கா, அம்மாவை இப்பிடிச் சொல்லாதே.' 'போடீ, உனக்கு ஒண்டும் தெரியாது.'

மூத்தவள் நெடுப்பாக வசீகரமாக இருந்தாள். ஆனால் அவளுக்கு தன் பெயர் பிடிக்காது. சந்திரா என்ற நாகரிக மில்லாத பழங்காலத்துப் பெயரை தனக்கு வைத்ததில் கோபம். பவானாவுக்கு தன் பெயரில் அளவற்ற சந்தோஷம். ஆனால் அக்காவைப்போல அவள் உயரம் கிடையாது. படிப்பிலும் அவ்வளவு கெட்டித்தனம் இல்லை. என்ன படித்தாலும் புத்தகத் தை மூடியவுடன் மறந்துவிடுவாள் ஆனால் சினிமாவில் நடிக நடிகைகள் பெயர்கள் எல்லாம் மனப்பாடம். வட்டமான கண்கள் என்று யாரோ அவளுடைய கண்களை சமீபத்தில் புகழ்ந்திருக்கிறார்கள். நாளுக்கு இரண்டு தடவை கண்ணாடி யின் முன் நின்று தன் கண் இமை மயிர்களை எண்ணுவது தான் அவளுடைய வேலை. கொழும்பு தியேட்டர்களில் அப்போது எம்.ஜி.ஆரும் அஞ்சலிதேவியும் நடித்த 'மர்மயோகி' படம் ஓடிக்கொண்டிருந்தது. யாழ்ப்பாணத்துக்கும் விரைவில் வந்துவிடும் என்று சொன்னார்கள். எப்படி அஞ்சலிதேவிக்கு அத்தனை பெரிய கண்கள் என்பது அவளுக்கு மாளாத வியப்பை அளித்திருந்த நேரம்.

அவர்களுடைய கடைசித்தம்பி, இரண்டு வயதிருக்கும். வாயில் சூப்பியை வைத்தபடி, முழங்கை வரைக்கும் எச்சில் ஒழுக, வெளியே வந்து தாயின் மடிப்பு குலையாத முந்தானை யைப் பிடித்து இழுத்தது. 'என்னடி, உப்புச் சிரட்டைபோல அங்கை நிற்கிறாய். சனியன், ஒரு பிள்ளையை பார்க்க உனக்கு ஏலாது.' சந்திரா எ[illegible]டி வந்து தம்பியை கத்தக் கத்த இழுத்துக் கொண்டு உள்ளே போனாள். மற்ற தம்பிமாரை பார்க்க வேண்டிய அவசியம் இல்லை. அவர்கள் மீன்குஞ்சுகள்போல சிதறி ஓடிக்கொண்டிருந்தார்கள். பவானா சரித்திரப் புத்தகத்தை பிரித்தாள். அதற்கு நடுவே வைத்த பேசும் படம் புத்தகத்தில் அஞ்சலிதேவியின் படம் இருக்கும் பக்கத்தை புரட்டி, அவள் கண்களையே பார்த்து நெடுமூச்செறிந்து இந்த உலகத்தின் அநீதிகளை ஒவ்வொன்றாக மனதுக்குள் எண்ணினாள்.

இன்னொரு சொட்டு சாராயத்தை பரிமளம் கிளாசில் ஊற்றினாள். கண்ணுக்கு தெரியுமுன்னரே புருசன் வரும் சத்தம் கேட்டது. முழு வீட்டையும் ஓடிக்கடந்து வாசலுக்கு வந்து, அன்று முழுக்க அங்கே காத்துக் கிடந்தவள்போல கதவைப் பிடித்து சாய்வாக நின்று புன்னகையுடன் அவரை நேற்றுத்தான் கட்டினவள்போல வரவேற்றாள். 'கனநேரம் காத்து நிக்கிறீரா' என்று கணவன் கன்னத்தை தொட்டுக் கொண்டு விசாரித்தார். 'உள்ளுக்கு வாங்கோ, சாப்பாடு சுடச்சுட ரெடியாயிருக்கு' என்றாள். அவர் சாராயத்தை தூக்கி அளவு பார்த்து குடித்து, அந்தக் கையோடு சத்தம் எழச் சுவைத்து சாப்பிட்டு, படுத்து, படுத்தவுடன் தூங்கியும் விட்டார்.

சந்திரா தன் தங்கையை கிள்ளினாள். 'இப்ப பார், அவன் வருவான்.' 'சீ, போ அக்கா, உனக்கு எப்பவும் இந்த நினைப்புத் தான்.' ஆனால் சந்திரா சொன்னது உண்மை என்பது சற்று நேரத்தில் நிரூபணமானது. சைக்கிள் மணிச் சத்தம், அதைத் தொடர்ந்து 'பரிமளமக்கா' என்ற அவனின் குரல். கொஞ்ச நேரமாக வேறு சத்தமே இல்லை. மெதுவாக மூத்தவள் அறைக் கதவைத் திறந்து கூடத்தை எட்டிப் பார்த்தாள். அவளுக்கு ஒரே சமயத்தில் அதிர்ச்சியும் சிரிப்பும் ஏற்பட்டன.

ஒரு றால் எழுந்து நிற்பதுபோல அவன் வளைந்துபோய் நின்று பற்கள் முழுவதும் தெரியச் சிரித்தான். கைகளை விரித்து நின்றிருந்த அவனின் ஒரு கையில் அவன் அணிந்திருந்த டெர்ரிலின் சேர்ட் தொங்கியது. பரிமளம் நாடாவால் அவன் கைகளின் நீளத்தை அளவெடுத்துக் கொண்டிருந்தாள். அவளுடைய அம்மா தைக்கத் தொடங்கிய காலத்திலிருந்து அளவெடுத்து தைப்பது இதுவே முதல்தடவை. பெண்கள் தைக்க வரும்போது பிளவுஸ் அளவு சட்டை கொடுத்துவிட்டுப் போவார்கள். ஆனால் இது முற்றிலும் புதியது. பரிமளம் தொடர்ந்து தருமனுடைய மற்ற அங்கங்களையும் ஒவ்வொன்றாக தொட்டுத் தொட்டு அளவெடுத்து குறிப்புப் புத்தகத்தில் எழுதி வைத்தாள். பார்த்தால் இது தையல் விவகாரமாகத் தெரிய வில்லை. ஒரு மருத்துவ பரிசோதனை போலவே தென்பட்டது.

இப்படி அவன் அடிக்கடி வந்தான். அவன் வரும் நாட்களில் எல்லாம் தவறாமல் பரிமளம் தன் கணவனுக்கு சாராயம் ஊற்றி வைத்தாள். சாராயம் குடித்தால் மனுசனுக்கு புத்தி வேறு ஒன்றிலும் செல்லாது. குடித்தவுடன் சாப்பிட்டு படுத்துத் தூங்கவேண்டும். பரிமளம் ஒரு மரக்கதிரையின் மேல் மூட்டை கடிக்காமல் வீரகேசரிப் பேப்பரை மடித்து வைத்து அதற்கு மேல் உட்கார்ந்து கைமெசினில் நீண்ட நேரம் தைப்பாள்.

அந்த நேரம் அவள் கவனம் முழுக்க இங்கே அங்கேயென்று அலையாது. எங்கே அவளுடைய கை முடிகிறது எங்கே மெசின் தொடங்குகிறது என்பதை சட்டென்று கண்டுபிடிக்கமுடியாது. ஒரு சேர்ட்டு தைத்து முடிப்பதற்கிடையில் நாலைந்து தடவை அளவெடுக்க வேண்டியிருக்கும் என்று ஒரு நாள் பரிமளம் அவனிடம் சொன்னாள். அதற்கும் அவன் முழுப் பற்களும் தெரியச் சிரித்தான். சேர்ட் தைப்பது என்பது பிளவுஸ் தைப்பது போல எளிதான காரியம் அல்ல என்பதில் எல்லோரும் அறிவு பெற்றார்கள்.

பவானாவுக்கு அவள் அக்கா அம்மாவை குறை சொல்வது பிடிக்கவில்லை. அவர்களுடைய அப்பா உழைப்பது குடும்பத் திற்கு காணாது என்பது எல்லோருக்கும் தெரியும். இப்பொழுது தான் அவளுடைய அம்மா சேர்ட் ஓடர் எடுக்கத் தொடங்கி யிருக்கிறாள். இரவு பகலாக மெசினில் உட்கார்ந்து தைக்கிறாள். சந்திரா இதையெல்லாம் யோசித்துப் பார்ப்பதில்லை. அவள் மூளை 'நியூசிலாந்தின் தலைநகரம் வெல்லிங்டன்' என்பதை மனனம் செய்வதிலேயே செலவழிந்தது. வேறு விசயங்களில் அது பிரகாசித்ததை அவள் காணவில்லை.

காலையில் சந்திராவும் பவானாவும் எழும்பியபோது, பரிமளம் தலை முழுகி உடுத்தி நேர்த்தியாகக் காணப்பட்டாள். இரவிரவாக தைத்தவள் போலவே இல்லை. எப்படித்தான் தாயார் முகத்தை இப்படி பளிச்சென்று வைத்திருக்கிறாள் என்பதும் அவர்களுக்குப் புரியாத ஒன்று. இரண்டு பேரும் வழக்கம்போல பள்ளிக்கூடம் புறப்பட்டார்கள். வழியிலே முன்தலை மயிரை உயரமாகச் சுருட்டி அலங்காரம் செய்திருந்த ஒரு பையன் – ஏதோ பள்ளிக்கூடத்தில் படிக்கிறவனாக இருக்க வேண்டும் – நெஞ்சு சட்டையின் மேல் மூன்று பொத்தான் களைத் திறந்துவிட்டு, சாம்பல் கலர் முழுக்கை சேர்ட்டில் சைக்கிளை வளைத்து வளைத்து ஓட்டி அவர்களைக் கடந்து சென்றான். கடந்த பிறகும் கழுத்தை முறித்து திரும்பி சந்திரா வையே பார்த்தான். பாவாடையில் காற்றுப் புகுந்து பொங்க, பின்னலில் கட்டிய சிவப்பு ரிப்பன் அலைய, அவள் அந்தப் பெரிய சூரியனை ஒரு சிறிய புத்தகத்தால் மறைத்தபடி முன்னால் கவர்ச்சியாக நடந்துகொண்டிருந்தாள். எல்லா பையன்களும் சந்திராவையே பார்த்தார்கள். அவளுக்கு சிறுத்த கண்கள். பவானாவுக்கு அஞ்சலிதேவிபோல அகலமான கண்கள். இருந்தாலும் பையன்களுக்கு அது தெரியவில்லை. அக்காவோடு பள்ளிக்கூடம் போகும்போது ஒருவன்கூட அவளைப் பார்ப்பதில்லை. பவானாவுக்கு சமீப காலங்களில் அந்தத் துயரம் கூடிக்கொண்டு போனது.

ஒருநாள், அவர்கள் பள்ளிக்கூடத்துக்குப் புறப்பட்டபோது, சந்திராவை அப்பொழுதுதான் புதிதாகப் பார்ப்பதுபோல பரிமளம் பார்த்தாள். சந்திரா கிடுகிடுவென்று வளர்ந்திருந்தாள். பாவாடை இரண்டு அங்குலம் கட்டையாகிவிட்டது. மார்புச் சட்டை போதாமல் போய் இறுக்கிப் பிடித்தது. எப்படித்தான் பிளவுஸ் கைகளை உள்ளே நுழைத்தாளோ தெரியவில்லை. 'இஞ்ச வாடி. பாவாடை மடிப்பை அவிழ்த்து நீளமாக்கி விடுகிறேன்' என்றாள் தாயார். சந்திரா 'நேரமில்லை அம்மா, இப்ப வேண்டாம்' என்றாள். பரிமளம் விடவில்லை. பாவாடையை நீட்டியபிறகு மகளுக்கு அணிந்து பார்த்தாள். அளவு அப்பவும் சரியாக அமையவில்லை. சந்திரா ஆரோவுடைய மகள் போல ஆகியிருந்தாள். ஈக்கில் போன்ற இடை இப்போது பெரிதாகியிருந்தது. 'இது என்னடி உனக்கு இவ்வளவு பெரிய வயிறு?' என்று பனம் பழத்தை அமுக்கிப் பார்ப்பதுபோல அமுக்கினாள். சந்திரா 'இல்லை அம்மா, அதே வயிறுதான்' என்று கூறி வயிற்றை எக்கிக்கொண்டு நின்றாள்.

எந்த ஒரு தாய்க்கும் முதலில் தோன்றியிருக்க வேண்டிய சந்தேகம் பரிமளத்துக்கு கடைசியில்தான் வந்தது. மகள் உயரமாக இருந்தாலும் அவளுடைய முகம் சிறுமியினுடையது. அந்தக் குடும்பத்தில் அவள் ஒருத்தியே புத்திசாலி. கேள்விமேல் கேள்வி கேட்டதும் ஏதோ சாப்பிடத் தொடங்கியவள்போல சந்திராவின் வாய் ஆடியது. ஆனால் வார்த்தைகள் வெளியே வரவில்லை. தலைமயிரைப் பிடித்து அடித்து உதைத்த பிறகுதான் சந்திரா தான் கர்ப்பம் என்பதை ஒத்துக்கொண்டாள். தாயார் சொந்தமாகச் சிந்தித்து இதைக் கண்டுபிடித்ததில் திருப்திப்படுகிறவளாகவும் இருந்தாள். 'யாரடி அவன்?' என்று கேட்டதற்கு அவள் சொன்ன பதில்தான் திடுக்கிட வைத்தது. ஏதோ பழி வாங்கியது போன்ற திருப்தியுடன் 'தருமன்' என்றாள். பரிமளத்துக்கு நெஞ்சில் யாரோ ஓங்கி உதைத்ததுபோல இருந்தது. தன் குரல்வளையை இரண்டு கைகளாலும் தானே திருகிக்கொண்டு 'எந்த தருமன்?' என்றாள். 'உன்னட்டை சேர்ட் தைக்க வருவானே, அவன்தான்.' தாயாருடைய மீதி கேள்விகளுக்கு அவள் பதில் சொல்லவில்லை. வேறு கொடூரமான வார்த்தைகள் வெளிவந்து விடுமோ என்று பயந்ததுபோல அவளுடைய வாயை இறுக மூடிக்கொண்டாள்.

பரிமளம், தருமனை வழக்கமான இடங்களில் தேடினாள். அவனுடைய கோடுபோட்ட சேர்ட்கூட பாதி தைத்த நிலையில் பரிமளத்திடம் இருந்தது. தருமன் ஊரை விட்டே போய் விட்டதாகச் சிலர் பேசிக்கொண்டார்கள். அவன் வேலை செய்த இடத்திலும் வேலைக்கு வருவதை நிறுத்திவிட்டான்

என்றார்கள். சந்திரா பள்ளிக்கூடம் போவதற்குத் தடை விதிக்கப்பட்டது. அவளுடைய கர்ப்பம் வெளியே தெரியத் தொடங்கியபோது, பரிமளம் அவளைக் கூட்டிக்கொண்டு கிராமத்துக்குப் போனாள்.

ஒருநாள், பரிமளமும் மகளும் தனிமையில் இருந்தபோது தாய் அவளிடம் பேச்சுக்கொடுத்தாள். எப்பொழுதும் சொண்டு இறுகிப்போய் யோசனையில் இருந்த சந்திராவை பார்க்க பரிமளத்துக்கு எரிச்சலாக வந்தது; பரிதாபமாகவும் இருந்தது. கதைக்க ஆரம்பித்தால் அது எப்படியோ சண்டையிலேயே போய் முடிந்தது. மகளுடன் பேசுவதற்கு ஒரு தாயார் இவ்வளவு தயாரிக்க வேண்டுமா என்று ஒரு கணம் யோசித்தாள். இரண்டு சுவாசத்துக்கு தேவையான காற்றை ஒரேயடியாக உள்ளே இழுத்துக்கொண்டு பரிமளம் பேசத் தொடங்கினாள்.

'எடி, உன்னை தருமன் உண்மையிலேயே லவ் பண்ணினானா?'

'அப்பிடித்தான் சொன்னான். காதல் கடிதங்கள் எல்லாம் எழுதினானே.' சாணை பிடிப்பவன் முகத்தை திருப்பி வைப்பது போல வேறு எங்கோ பார்த்துக்கொண்டு பேசினாள்.

'என்ன எழுதினான்?'

'எவ்வளவோ எழுதினான். எல்லாம் மறந்துபோச்சு. 'நான் பணக்காரனாகும்வரை காத்திரு' என்றான். அடுத்த முறை 'இந்தப் பேப்பரில் இருக்கும் மைத்துளிகள் எல்லாம் என் ரத்தத் துளிகள்' என்று பொய் எழுதினான். இன்னொரு கடிதத்தில் 'உன் காலை என்முகத்தில் வைத்துத் தேய். அது எனக்கு அளவில்லாத சந்தோசத்தைத் தரும்' என்று புளுகினான்.

'என்ரை கையில அவன் கிடைச்சால் நான் நல்லாய் தேய்ச்சு விடுறன். உனக்கு எப்படியெடி அவன்ரை பழக்கம் கிடைச்சுது?'

'இது என்ன அம்மா கேட்கிறாய்? அவன் சேர்ட் அளவு கொடுக்க வந்ததே என்னைப் பார்க்கத்தானே.'

'என்ன அப்பிடியா. தனியாய் உன்னை எங்கே வைச்சு சந்திச்சான்?'

'ஏதோ சந்திச்சான், விடு.'

'சொல்லடி, எங்கே சந்திச்சான். சொல்லு.'

'விடு என்றால் விடு அம்மா. உனக்கு விசர் பிடிச்சுப் போட்டுது.'

'நான் சொல்றனடி. வெள்ளைப் பிள்ளையார் கோயிலுக்கு பின்னால இருக்கிற பாழ் மண்டபத்துக்கு உன்னை கூட்டிப் போனானா இல்லையா? சொல்லடி.'

'உனக்கு எப்பிடித் தெரியும்? நான் நினைச்சது சரி.' சந்திரா அந்த வயிற்றுடனும் பாய்ந்து எழும்பினாள். 'உனக்கு முன்னால நிற்கவே எனக்கு அருவருப்பாய் இருக்கு. உண்மையை சொல்லட்டா? உன்னைப் பார்க்கிற ஒவ்வொரு நிமிடமும் எங்கே உன்னைப்போல ஆகிவிடுவேனோ என்ற பயமாயிருக்கு.'

சந்திரா தலையைக் குனிந்து அழத்தொடங்கினாள். தன் உடம்பிலே உண்டாகி வெளிவந்த இந்தப் பெண், 15 வயது முடிவதற்குள் தன்னை ஒரு விரோதியாகக் கருதுவதை பரிமளம் நினைத்துப் பார்த்தாள். சந்திரா வேறு எதையோ அப்போது நினைத்தாள். தனிமையில் சந்தோசமாக இருந்த தருணங்களில் தருமன் 'பரிமளமக்கா' என்று தன்னை அழைத்ததை சந்திரா சொல்லவில்லை.

பிரசவ நேரம் நெருங்கியதும் அவர்கள் மருத்துவச்சியை வீட்டுக்கு அழைத்து ரகஸ்யமாக பிரசவம் பார்த்தார்கள். பிறந்த குழந்தை ஆணா பெண்ணா என்பதுகூட சந்திராவுக்குத் தெரியாது. தனக்கு அந்தத் தகவலை சொல்லவேண்டாம் என்று சந்திரா கேட்டுக்கொண்டிருந்தாள். பிறந்த அன்றே குழந்தையை கன்னியாஸ்திரி மடத்தில் விட்டுவிட்டு அவர்கள் வீடு திரும்பினார்கள்.

சந்திரா படித்து முன்னுக்கு வருவாள் என்ற கனவு இந்தச் சம்பவத்துக்கு பிறகு உடைந்துபோனது. அவள் மறுபடி பள்ளிக்கூடம் போக மறுத்துவிட்டாள். தையல் மெசின் சத்தம் மீண்டும் ஓடியது. மரக்கதிரையில் வீரகேசரிப் பேப்பரை விரித்து அதன் தலையங்கத்தின் மேல் உட்கார்ந்துகொண்டு பரிமளம் பழையபடி பிளவுஸ் தைத்தாள். அளவெடுத்து சேர்ட் தைப்பது நின்றுவிட்டது. புருசனுக்கு சாராய உபசாரமும் இல்லை. சந்திரா தானாகவே தாயாரிடம் தையல் வேலை கற்க ஆரம்பித்திருந்தாள். அந்தச் சமயத்தில் சீராகப் போன அவர்கள் வாழ்க்கையில் மறுபடியும் ஒரு சம்பவம் நிகழ்ந்தது.

தருமன் திரும்பி வந்துவிட்டதாகப் பேசிக்கொண்டார்கள். பரிமளம் காலை எழுந்ததும் சாவதானமாக ஆடையலங்காரம் செய்துகொண்டாள். சந்திரா 'என்ன, என்ன?' என்று கேட்ட போதும் அவள் பதில் சொல்லவில்லை. கண்மை நீளமாகப் பூசி ஒப்பனையை முடித்து கைப்பையை தோளிலே மாட்டிக் கொண்டு அவள் புறப்பட்டபோது, காலை வெய்யில் எரிக்கத்

தொடங்கியிருந்தது. அவள் நடையில் அவசரம் தென்பட்டாலும் அழகு குறையவில்லை. கரையிலே பச்சை மணிகள் வைத்து தைத்த மெல்லிய சேலை அவள் நடக்கும்போது கணுக்கால்களுக்கு மேலே எம்பி எம்பி வந்து விழுந்தது.

உடம்பின் எந்த ஒரு பாகத்தையும் தொடாத விதத்தில் மடிப்பு கலையாத சேர்ட் ஒன்றை அணிந்து கொண்டு தருமன் நடுரோட்டிலே எதிராக நடந்து வந்துகொண்டிருந்தான். திறந்து கிடந்த நெஞ்சு சட்டையில் குனிந்து அடிக்கடி வாயினால் ஊதினான். எதிர்பாராத விதமாக சந்தித்ததும் இரண்டு பேருடைய வாயும் போட்டி போடுவதுபோல ஆவென்று திறந்துகொண்டன. எந்தக் காலையிலும், மாலையிலும், நடுப் பகலிலும் தருமன் வாயை திறந்தால் அதற்குள்ளிருந்து வெளிப் படுவது பொய்தான். 'என்னை மன்னிச்சிடு பரிமளக்கா. நான் உன்னட்டைத்தான் வாறன்' என்று துடங்கினான். பரிமளம் ஏமாறத் தயாராயில்லை. அப்படியே எட்டிப் பாய்ந்து அவன் கழுத்துடன் சேர்த்து கொலரைப் பிடித்தாள். 'வேசமோனே' என்று கத்தியபடி கைப்பையினால் அவனை அடிக்கத் தொடங் கினாள். அவன் தலை குனிந்து குனிந்து ரோட்டை நோக்கி இறங்கியது. வாய் கோணலாகியது. தெற்குப்பக்க முகம் சூரிய ஒளியில் சிவப்பாக மாறியது.

இதற்கிடையில் வேடிக்கை பார்க்க ஆட்கள் சூழ்ந்து விட்டார்கள். பரிமளம் அவனை அப்படியே கொறகொற வென்று வீட்டுக்கு இழுத்துப் போனாள். ஊர்ப்பெரியவர்கள் நாலு பேர் நடந்ததை விசாரித்தார்கள். சந்திரா கர்ப்பமான கதையோ, அவளுக்கு பிள்ளை பிறந்த கதையோ அங்கே ஒருவருக்கும் தெரியாது. தருமன் ஏமாற்றிவிட்டான் என்பது தான் வழக்கு. அவனும் எதிர்வழக்காடாமல் தன் குற்றத்தை ஒப்புக்கொண்டு சந்திராவை மணமுடிப்பதாக வாக்குக் கொடுத் தான். தோள்கள் ஒடுங்கி முன்னுக்கு தள்ள குனிந்துகொண்டு நின்றவன் வாக்கு கொடுத்ததும் முழுப் பற்களையும் காட்டிச் சிரித்தான். அவன் மனதிலே ஓடியதை மறைப்பதற்காகத்தான் அவன் அப்படிச் சிரித்திருக்கவேண்டும்.

இரவு நேரம். அக்காவும் தங்கையும் பக்கத்து பக்கத்து பாயில் படுத்திருந்தார்கள். சற்றுத் தள்ளி தம்பிமார் நாலு பேரும் திசைக்கு ஒருவராக சுழன்றுபோய் கிடந்தனர். சந்திரா முன்புபோல குலுங்கிச் சிரிக்காமல் எந்நேரமும் அமைதியாகவே இருந்தாள். பவானா அன்று யாரும் பார்க்காமல் கண்மை பூசி கண்களை பெரிதாக்கியிருந்தாள். மெல்ல விரலை நீட்டி இருட்டில் அக்காவைத் தொட்டாள். சந்திரா அசையவில்லை. 'அக்கா, உனக்கு இந்தக் கல்யாணத்தில் விருப்பம்தானே.'

‘விருப்பம் இல்லாமலா ஓம்பட்டேன். அவன் என்னை விட்டு ஓடிப்போனாலும் என்னால் அவனை மறக்கேலாமல் இருக்கடி.’

‘ஏன் அக்கா, நீ எப்படி அவனைக் காதலித்தாய். றால் கருவாடு என்றெல்லாம் சொன்னாயே.’

‘உனக்கும் ஒரு நாளைக்குத் தெரியவரும். காதல் என்றால் அப்படித்தான். அவன் கண்களில் ஏதோ ஒரு வசியம் இருந்தது. அவன் முயற்சி செய்யக்கூட இல்லையடி. அவன் என்னைப் பார்த்ததும் என்னுடைய இருதயம், கதவுகள் பிளப்பதுபோல இரண்டாகத் திறந்துகொண்டது. என்னால் எப்படி யோசித்தாலும் இதை விளங்கிக்கொள்ளவே முடியாது.’

‘மன்மதன் கரும்பு வில்லை வளைச்சு மலர் அம்புகளை எய்வானாம். மன்மதன் அழகானவன் என்று எங்காவது சொல்லியிருக்கா, அக்கா?’

‘இருக்காது. காதலுக்கும் அழகுக்கும் சம்பந்தமே இல்லை.’

‘அது உண்மைதான். நீ யோசிக்காதை அக்கா. உன் விருப்பப் படியே எல்லாம் நல்லாய் நடக்கும்.’

‘என் விருப்பம் சரி. அவன் என்னை விரும்புறானோ, என்னவோ. அது தெரியேல்லையே எனக்கு.’

சோறு கொடுக்கும் சடங்குக்கு நாள் குறித்தார்கள். அது வரைக்கும் தருமன் பொறுத்திருக்கவில்லை. தினமும் அவர்கள் வீட்டுக்கு, பரிமளம் அளவெடுத்து தைத்த கோடு போட்ட சேர்ட்டை அணிந்து வந்தான். தையல் மெசினுக்குப் பக்கத்தில் உட்கார்ந்து சந்திராவுடன் பேசிக்கொண்டான். பரிமளம் சமையலறையில் சேலையை அள்ளிச் சொருகிக்கொண்டு சங்கிலித் தையல் போடுவதுபோல சுழன்று சுழன்று காரிய மாற்றினாள். அவள் கணவன் வெளியே கட்டிலில் படுத்துக் கொண்டான். பவானாவுக்கு நிலைகொள்ளாது, இடைக்கிடை கதவை மெதுவாகத் தள்ளித் திறந்து கூடத்தில் என்ன நடக்கிறது என்பதை நோட்டமிட்டாள்.

சோறு கொடுக்கும் சடங்கு நாள் அன்று முன்வாசலை தோரணங்களால் அலங்கரித்திருந்தார்கள். இரவல் பாய்களை விரித்து 40 – 50 பேர் வசதியாக உட்கார்ந்து சாப்பிடுவதற்கான ஆயத்தங்கள் காலையிலிருந்தே நடந்தன. மணப்பெண்ணை அயல்வீட்டுப் பெண்கள் சோடித்தனர். அதையும் மீறிய சோடிப் புடன் பரிமளம் உள்ளங்கைகளைக் காட்டியபடி அசைந்து திரிந்தாள். அவளைப் பார்க்க சந்திராவுக்கே கூச்சமாக இருந்தது.

எப்படியும் இந்தச் சடங்கு முடிந்து வீட்டைவிட்டு ஒழிந்து போனால் போதுமென்றிருந்தது அவளுக்கு.

சமையல் வேலையை ஊர்ப் பெண்கள் கவனித்தார்கள். அது முடிவுக்கு வரவும் மாப்பிள்ளை பையன் பெண்ணுக்கு சேலை கொடுக்கும் தருணம் நெருங்கியது. சேலை கொடுத்ததும் சந்திரா அவனுக்கு சோறு பரிமாறுவாள். தாலி கட்டும் வழக்கம் எல்லாம் அவர்களிடம் கிடையாது.

தருமனை முறையாக அழைத்துவரப் புறப்பட்டார்கள். அவன் அங்கே இல்லை. அங்கிருந்த ஒருவருக்கும் அவன் எங்கே போனான் என்பது தெரியவில்லை. அப்பொழுது ஓர் ஆள் தலைதெறிக்க ஓடிவந்தான். அவன் சொன்ன தகவலைக் கேட்டு எல்லோரும் திகைத்துப்போய் நின்றார்கள். மணப்பெண்ணின் தங்கை பவானாவும் தருமனும் சற்று முன்பு ஓடிப்போய் விட்டார்கள்.

ை

# மட்டுப்படுத்தப்பட்ட
# வினைச்சொற்கள்

பச்சை, மஞ்சள், வெள்ளை பரிசாரகி உடை யணிந்து நிற்பவள் ஓர் அகதிப் பெண்; இலங்கை அல்லது இந்தியப் பெண்ணாக இருக்கும். கயானாவாகக்கூட இருக்கலாம். கறுப்பு சருமம், கறுப்பு தலைமயிர், கறுப்பு கண்கள். அவள் உதட்டுச் சாயம், நகப்பூச்சுக்கூட கறுப் பாகவே இருந்தது. அவள் பெயர் நீளமாகவும் அதிக மெய்யெழுத்துக்கள் நிரம்பியதாகவும் இருந்திருக்கக் கூடும். அதைச் சுருக்கி 'ரத்ன' என்று தன் உடையின் ஒரு பக்கத்தில் குத்தி வைத்திருந்தாள்.

பரிசாரகப் பயிற்சி வகுப்பில் சொல்லிக் கொடுத்தது போல அவள் மேசைக்கு சற்று தூரத்தில் நின்றாள். கண் பார்க்கக்கூடிய தூரம், காது கேட்கக்கூடாத தூரம். அதுவே விதி.

இன்னும் பல விதிகள் அவளுக்குத் தெரியும்.

உணவை மேசையின் மேல் வைக்கும்போது, அதை விருந்தினரின் இடது பக்கத்தில் நின்று வைக்கவேண்டும். விதி 12.

மீதமான உணவை மேசையில் இருந்து எடுக்கும்போது அதை விருந்தினரின் வலது பக்கத்தில் நின்று எடுக்க வேண்டும். விதி 11.

விருந்தினரின் நாற்காலியை இழுத்து வசதிசெய்து கொடுக்கும்போது இடது பக்கமாக நிற்கவேண்டும். விதி 26.

நாப்கினை மடித்து பிளேட்டின் இடது பக்கத்தில் வைத்தால் விருந்தினர் முடித்துவிட்டார் என்று அர்த்தம். விதி 7.

நாப்கினை மடித்து பிளேட்டின் நாற்காலியின் மேல் வைத்தால் விருந்தினர் இன்னும் முடிக்கவில்லை என்று அர்த்தம். விதி 9.

சாப்பிட பயன்படுத்தும் உபகரணங்கள் வெளியில் இருந்து உள்ளுக்கு குறைந்துகொண்டே வரவேண்டும். விதி 19. இன்னும் இருக்கின்றன. அவளுக்கு எல்லாமே மனப்பாடம்.

அவளுக்கு தொல்லை கொடுப்பது விதிகள் அல்ல. ஆங்கில வகுப்பு. பெயர் சொற்களையே அவளுடைய ஆசிரியர் படிப்பிக்கிறார்; அவையே முக்கியம் என்றும் சொல்கிறார். சாலட், நாப்கின், சீஸ், கூகம்பர், கிளாம் சூப், ஒலிவ், லெட்டுஸ். வினைச்சொற்கள் இப்போது தேவை இல்லை, அவை தானாகவே வந்து இணைந்துகொள்ளும் என்கிறார். எப்போது, எந்தத் தேதியில் வந்து சேரும் என்பதை அவர் சொல்லவில்லை. ஸ்தோத்திரம்போல அவள் ஓர் ஒற்றை ரூல் கொப்பி நிறைய பெயர்ச் சொற்களையே எழுதி வைத்து பாடமாக்குகிறாள். வினைச்சொற்கள் இல்லாமல் அவற்றை எப்படி பயன்படுத்துவது? ஆனால் அவள் ஆசிரியர் சொன்னால் அது சரியாகத்தான் இருக்கும்.

அவளுடைய அறைச் சிநேகிதி அவள் படிக்கும் முறையை பரிகாசம் செய்கிறாள். இதனிலும் உத்தமமான ஒரு வழி அவளுக்குத் தெரிந்திருக்கும். ஒரு காதலன் கிடைத்தபிறகு அவள் காலண்டரில் புள்ளடி போட்டு வைக்கத் தொடங்கியிருந்தாள். அந்த தினங்களில் அகதிப் பெண் பதினொரு மணிக்கு முன்னர் அறைக்கு திரும்பமுடியாது. காதலர்கள் சந்திக்கும் புனித கணத்துக்கு அவளால் கெடுதல் வரக்கூடாது என்கிறாள். தகரக் குழாய் சத்தத்தில் அவள் காதலன் பேசுகிறான். அவன் கையை நீட்டும்போது அது திராட்சைக் குலைபோல தொங்கும். அவள்தான் அதைப் பிடித்துக் குலுக்கவேண்டும். அவன் கண்களும் அவள் முகத்தை நேரே பார்க்காமல் அவனுடைய வலது தோளுக்கு மேலால் பார்க்கின்றன.

அன்றைய விருந்தை கனடாவின் அதி செல்வந்தர்களில் ஒருவர் ஏற்பாடு செய்திருந்தார். அவர் வீட்டிலே நாளுக்கு ஒரு தடவை திரைச் சீலைகளையும் இரண்டு தடவை படுக்கை விரிப்புகளையும் எட்டு தடவை பல்புகளையும் மாற்றுவார்களாம். அவ்வளவு பெரிய பணக்காரர். மணி பதினொன்றைக் கடந்து வெகு நேரமாகிவிட்டது. அவளுக்கு மணித்தியாலத்துக்கு இவ்வளவு என்று சம்பளம். திருமண விருந்து, பிறந்ததின

விருந்து போன்ற கொண்டாட்டங்களின்போது அவள் மிகவும் எச்சரிக்கையாக இருப்பாள். அவளுடைய மேலாளர் தவறுகளை அனுமதிப்பதில்லை. கறுப்பு ஸ்டொக்கிங்க்ஸ் அணிந்து, கைகளை ஒரு பறவை பறக்க ஆயத்தம் செய்வதுபோல விரித்து, தட்டு தட்டென்று அறையினுள் நுழையும்போது மேலாளர் அளவு கன அடி காற்று வெளியேறிவிடும். இதைக் கண்டுபிடிப்பதற்கு ஆர்க்கிமெடிஸ் தேவையில்லை. அகதிப் பெண்ணே அதைச் செய்துவிடுவாள்.

திடீர் திடீரென்று மேலாளர் பரீட்சை வேறு வைப்பார்.

'இதற்கு என்ன பெயர்?'

'புட்டிங்.'

கரண்டியால் ஒரு துண்டை வெட்டி வாயிலே வைத்துச் சுவைப்பார்.

'இப்போது இதற்கு என்ன பெயர்?'

'எச்சில் உணவு.'

'இதை என்ன செய்யவேண்டும்?'

'குப்பையில் வீச வேண்டும்.'

அவள் பரீட்சையில் பாஸ்.

புத்தகத்தில் சொல்லப்பட்ட ரூல்கள் தவிர தனிப்பட்ட முறையில் அவளுக்கும் சில விதிகளை மேலாளர் உண்டாக்கி யிருந்தார்.

விருந்தினர்களுடன் இன்முகமாய் இருக்கவேண்டும். அது அவளுககுத் தெரியும்.

விருந்தினர்கள் குறிப்பறிந்து அவர்களை திருப்திப் படுத்த வேண்டும். அது அவளுக்குத் தெரியும்.

விருந்தினர்களுக்கு எரிச்சலூட்டும் காரியத்தைச் செய்யக் கூடாது. அது அவளுக்குத் தெரியும்.

அகதிப் பெண்ணின் ஆங்கிலம் குறைபாடுள்ளது. ஆகவே விருந்தினர்களுடன் அவள் பேசுவதைத் தவிர்க்கவேண்டும். அவர்கள் ஏதாவது கேட்டால் புன்னகையை தாராளமாக செலவு செய்யலாம். இந்தக் கடைசி விதி அவசியமில்லாதது என்றே அவள் நினைத்தாள். வினைச்சொற்கள் இல்லாத வசனங்களை அவள் பேசும்போது அவை யாருக்குமே புரிவதில்லை.

பிரதம மேசைக்கு எதிர் மேசையில் இருந்த குடும்பம் வினோதமாக இருந்தது. தாய்போல தோற்றமளித்தவளுக்கு

வயது 30 இருக்கலாம். தகப்பனுக்கு 50. மகனுக்கு 18, மகளுக்கு 8 என்று அவள் கணக்கு போட்டாள். அப்படியானால் அந்த மனைவி இரண்டாம் தாரமாக இருக்கலாம். மகன் முதல் தாரத்துக்குப் பிறந்திருக்கவேண்டும். எல்லாம் ஒரு ஊகம்தான். ஊகிப்பதில் அவள் மிகவும் கெட்டிக்காரி.

அவர்களுடைய மேசை அவள் பொறுப்பில் இருந்தது. அது மிகவும் கலகலப்பனது. ஐந்து நிமிடத்துக்கு ஒருமுறை ஏதோ பேசி சிரித்து சத்தம்போட்டு மகிழ்ந்தார்கள். அவர்கள் பேசியது போலந்து மொழியாக இருக்கலாம். அதில் நிறைய மெய்யெழுத்துக்கள் கலந்து கிடந்தன, ஆனால் அவை பெயர்ச் சொற்களா, வினைச்சொற்களா என்பது தெரியவில்லை. ஒரு ஐம்பது வயது தகப்பனுக்கும் முப்பது வயது மனைவிக்கும் 18 வயது மகனுக்கும் 8 வயது மகளுக்கும் இடையில் பொதுவாக என்ன இருக்கும். அவர்களைப் பார்க்கும் போதெல்லாம் பரிசாரகிக்கும் சிரிப்பு தொற்றியது.

அப்பொழுதுதான் அவன் அவளைப் பார்த்தான். அவளை ஒருவருமே பார்ப்பதில்லை. இந்த பதினெட்டு வயது, சிவப்பு தலைமுடிக்காரன் அவளைப் பார்க்கிறான். அவன் கண்கள் துளைத்துவிடும்போல இருக்கின்றன. அந்த விருந்தில் கலந்து கொண்ட எத்தனையோ இளம் பெண்கள் அங்கே இருந்தார் கள். ஆனால் இவளையே அவன் பார்த்தான். விதிகள் என்ன சொல்கின்றன. மேலாளர் இதைப்பற்றி என்ன நினைப்பார். அவள் அந்தப் பார்வையை திருப்பித்தர முடியுமா? அவளுக்குத் தெரியவில்லை. தன் வேலையை அவள் இன்னும் சிரத்தை யுடன் கவனித்தாள்.

இதற்கு முன் என்றும் ஏற்பட்டிராத வகையில் அவள் மனதில் ஏதோ குறுகுறுவென்று ஓடியது. தன் தங்கையுடன் முகத்தை திருப்பி பேசிப் பேசி சிரித்தான் சிவப்பு முடிக்காரன். அந்த சிரிப்பின் மிச்சத்தை அவள் பக்கம் திரும்பி முடித்துக் கொண்டான். அவள் அவர்களுக்கு ஏதாவது பரிமாறப் போகும் போதெல்லாம் அவன் கண்கள் அவளைத் தொட்டு வாசல்வரை கொண்டுவந்து விடுவது வழக்கமானது.

அவன் சாப்பிட்டுக் கொண்டிருந்தபோது அவன் மடி யிலிருந்த நாப்கின் மெதுவாக நழுவி கீழே விழுந்தது. அப்படி விழுவதற்கு அவன் விரல்கள் உதவிசெய்தன என்றே நினைத் தாள். அதற்கும் ஒரு விதி இருக்கிறது. அவள் நாப்கினை குனிந்து எடுத்து அவன் கையில் கொடுத்தாள். அவன் நன்றி என்று வாங்கிக்கொண்டான். அப்படிச் சொன்ன அதே நேரம் அவன் கைவிரல்கள் அவள் உள்ளங்கையை ஒருவித சந்தேகத் துக்கும் இடமில்லாமல் அழுத்தின. நடுக்கம் வழக்கம்போல

அடிக்காலில் இருந்து தொடங்கியது. ஒன்றுமே நடக்காதது போல அவள் மறுபடியும் தன்னிடத்துக்கு நகர்ந்தாள். அவளைச் சுற்றியிருக்கும் காற்றைக் கலைத்துவிடக்கூடாது என்பதுபோல நின்றாள். மேசையில் பேசுவது கேட்கக்கூடாத தூரமாகவும் அவர்கள் பார்க்கக்கூடிய தூரமாகவும் அது இருந்தது. அது ரூல் 17.

இப்பொழுது நடனம் ஆரம்பமாகிவிட்டது. அவனுடைய தாயும் தகப்பனும் எழுந்து மேடைக்குப் போய்விட்டார்கள். தாய் சுழன்று சுழன்று ஆடினாள். ஆடலறை முழுக்க அவள் நிறைந்து இருந்தாள். தகப்பன் ஆகக் குறைந்த அங்க அசைவு களை வெளிப்படுத்தி தன் பங்கு நடனத்தை கச்சிதமாக நிறை வேற்றினார். அவன் தங்கை நாற்காலியை நகர்த்தி வைத்து நடனத்தையே கண் கொட்டாமல் பார்க்கத் தொடங்கினாள்.

திடீரென்று அவன் முகத்தில் புன்னகை தோன்றியது. கையை உயர்த்தி அவளை அழைத்தான். ரூல் 16. அவள் விரைந்து சென்று பணிவுடன் ஒரு குளவியின் இடைபோன்ற தன் இடையை கண் மதிக்கமுடியாத அளவுக்கு வளைத்து 'எஸ்' என்றாள். அந்த வார்த்தை பேசுவதற்கு அவளுக்கு அனுமதி இருந்தது.

அவன் 'கொஃபி, டீ காஃப், டூ சுகர்' என்றான். அவன் அந்த வார்த்தைகளை சொன்னது, அவளுடைய பெயரை யாரோ கனிவுடன் உச்சரித்ததுபோல இனிமையாக இருந்தது. 'கொஃபி, டீகாஃப், டூ சுகர்' அவன் நாக்கில் தொடாமல் அந்த வார்த்தைகள் உருண்டு வந்து விழுந்தன.

அன்று விருந்து முடிவதற்கிடையில் அவன் மூன்றுதரம் கொஃபி ஓடர் பண்ணிவிட்டான். அவளுடைய கடமை அவன் கேட்டதை பரிமாறுவது. ரூல் 22. அவன் இன்னும் 20 தடவை கேட்டாலும் அவள் பரிமாறத் தயாராக இருந்தாள்.

விருந்தினர்கள் ஒவ்வொருவராக புறப்பட்டுப் போயினர். இவர்களும் விரைவில் போய்விடுவார்கள். அவனுடைய தாயார் கைப்பையை திறந்து ஏதோ சரிசெய்தபடி அதை தோள்மூட்டிலே மாட்டி தயாரானாள். இவன் தன் நாப்கினை எடுத்து நாலாக மடித்து தன் பிளேட்டின் மேல் அவளைப் பார்த்தபடியே வைத்தான். பிறகு கண்களால் சைகை காட்டினான்.

இவள் ஒரு விதியையும் மீறவில்லை. நிதானமாக எல்லா கோப்பைகளையும் ஒவ்வொன்றாக அகற்றினாள். அவன் முறை வந்தது. அவன் உற்றுப் பார்த்துக்கொண்டே இருந்தான். அவனுடைய பிளேட்டை எடுத்துக்கொண்டு உள்ளே போனாள்.

நாப்கினை அகற்றியபோது கீழே ஐந்து டொலர் நோட்டு இருந்தது. பேனையால் நாப்கினில் ஒரு டெலிபோன் நம்பர் வேறு எழுதியிருந்தது. அவள் அந்த நம்பரை தன் உள்ளங்கையில் உடனேயே எழுதி வைத்தாள். அன்று இரண்டாம் முறையாக அவளுடைய உள்ளங்கை அவளுக்கு பயன்பட்டது.

அறைச் சிநேகிதியை காணவில்லை. கையைத் திருப்பி நம்பரைப் பார்த்தாள். அது இன்னும் அழியவில்லை. உரத்து அந்த இலக்கத்தைச் சொன்னாள். அந்த இலக்கம்கூட இனிமையாக ஒலித்தது. அவள் மனம் என்றும் இல்லாதவிதமாக அந்தரத்தில் உலாவியது. சிவப்பு முடிக்காரன் இப்பொழுது என்ன செய்வான். அவளை நினைப்பானா? அறை அமைதியாக இருந்தது. ஒருமுறை அவனை அழைத்தால் என்னவென்று தோன்றியது. அந்த நடுநிசியில் யாரும் பேச மாட்டார்கள் என்றே நினைத்தாள். ஆகவே, ஒவ்வொரு தானமாக மெதுவாக டயல் பண்ணினாள்.

மறுமுனையில் இருந்து ஒரு குரல் உடனேயே ஒலித்தபோது, இவளுக்கு புரிந்துவிட்டது அவன்தான் என்று. 'கொஃபி, டீ காஃப், டூ சுகர்' என்று உச்சரித்த அதே உருண்டையான குரல். ஆனால் அவளுடைய கைகள் நடுங்கின, வாய் நடுங்கியது. தொடைகள் நடுங்கின. உடனே அவள் டெலிபோனை திருப்பி வைத்துவிட்டாள். ஆனால் சரியாக ஒரு நிமிடத்தில் தொலைபேசி திரும்பவும் ஒலித்தது. கடைசியாக வந்த நம்பர் பட்டனை அவன் அமுக்கியிருக்கிறான். அவள் தொலைபேசியை எடுக்கவில்லை. சுருண்டுபோய் இருக்கும் ஒரு பாம்பை பார்ப்பது போல எட்டத்தில் நின்று அதைப் பார்த்தாள். அது அடித்துக் கொண்டே போனது. இறுதியில் அவனிடம் இருந்து வந்த ஒரு தகவலை டெலிபோன் சேமித்து வைத்துக்கொண்டது.

அவள் அந்தத் தகவலை ஓடவிட்டுக் கேட்டபோது பாதி தான் புரிந்தது. அவன் குரலில் தகவலை சரியான இடத்தில் விடுகிறோமோ என்ற தயக்கம் தெரிந்தது. யார் அழைத்தது என்ற ஊகமும் இருந்தது. அவளை திருப்பி அழைக்கும்படி மன்றாட்டமாகக் கேட்டிருந்தான்.

அவள் அவனை அழைக்கவில்லை. ஆனால் வேண்டிய போது அவனுடைய குரலை ஓடவிட்டுக் கேட்டாள். தினம் ஒரு சடங்குபோல அதைச் செய்து வந்தாள். அது எப்படியோ அவளுடைய அறைவாசிக்குத் தெரிந்துவிட்டது. அவளுக்கு எரிச்சலைக்கூட உண்டாக்கியிருக்கலாம். ஒருநாள் அவள் இல்லாத நேரம் பார்த்து அந்த அற்புதமான குரலை அறைவாசி அழித்துவிட்டாள். அகதிப் பெண் அன்று துடியாய் துடித்துப் போனாள்.

அவர்கள் வசித்த அறை ஒரு கூரை, ஒரு கதவு, ஒரு யன்னல் கொண்டது. அவளுடைய கட்டிலுக்குப் பக்கத்தில் அவள் சிநேகிதியின் கட்டில் இருந்தது. கையை நீட்டினால் சிநேகிதி முகத்தில் அது இடிக்கும். ஆகவே, அகதிப் பெண் சுவருடன் முட்டிக்கொண்டு படுப்பாள். இன்னும் பல இன்னல்கள் இருந்தன. தகரக் குழாய் குரல்காரன் அவளைப் பார்க்கும் விதம் அவளுக்குப் பிடிக்கவில்லை. அவள் சிநேகிதி இல்லாத சமயங்களில் டெலிபோனில் கூப்பிட்டு சிநேகிதியைப் பற்றி விசாரிப்பான். அவள் இல்லையென்ற பிறகு தொலைபேசியை கீழே வைக்கவேண்டியதுதானே. அவன் செய்வதில்லை, ஒரு சம்பாசணையை உண்டாக்கப் பார்ப்பான்.

தோள்மூட்டுக்கு மேல் சூரியன் உயர எழும்பாத ஒரு பனிக்காலத்து பகல் வேளை. அவளுடைய அறைத் தோழியும், காதலனும் அவளுக்கு ஒரு விருந்து கொடுத்தார்கள். அவள் எப்படி மறுத்தும் அவர்கள் கேட்கவில்லை. அவளை அன்றுடன் ஒரு வழி பார்த்துவிடவேண்டும் என்பதுபோல வருந்தி அழைத்தார்கள். சரி என்று அவளும் போனாள். அவளை இம்சிப்பது தான் அந்த விருந்தின் முழு நோக்கமும் என்பது பின்னாலே தான் அவளுக்குத் தெரிந்தது. மதிப்புக்காக கறுப்புக்கண்ணாடிகளை தங்கள் தங்கள் தலைகளில் குத்தி வைத்துக்கொண்டு காதலர்கள் இருவரும் அடிக்கடி கண் ஜாடையில் பேசினார்கள். திடீரென்று பெருங்குரலில் சிரித்தார்கள். அவளுக்குப் புரியவில்லை. சிரிப்புக்கு காரணம் பல சமயங்களில் அவள் தானோ என்றும் தோன்றியது.

அவளுக்கு அது பிடிக்கவில்லை. தினம் ஒரு விருந்து என்று வெட்டி முறிகிறாள். அவளுக்கே ஒரு விருந்தா? ஆவு ஆவென்று அலுவலக மண்டபத்துக்கு அன்று வந்து சேர்ந்த போது இன்னும் சில நிமிடங்களே இருந்தன. வழக்கத்தில் வேலை தொடங்க ஐந்து நிமிடம் முன்பாகவே வந்து சீருடை அணிந்து தயாராகிவிடுவாள். ரூல் 16. எந்த மண்டபத்துக்கு வேண்டுமானாலும் அவளை அவர்கள் அனுப்புவார்கள். ரூல் 18. அவளைப்போல பரிசாரகி வேலைகேட்டு வந்த சிலர் அங்கே காத்திருந்தார்கள். யாரையோ பழிவாங்கத் துடிப்பது போல அன்று பத்து மணி நேரம் தொடர்ந்து வேலை செய்தாள். ஒரு நிமிடம்கூட உட்காரவில்லை. கால்கள் கெஞ்சின. கைகள் பாரமான தட்டங்களை தூக்கியபடி அலைந்து சோர்ந்தன. அது அவளுக்கு பழக்கமாகிப் போயிருந்தது.

நடுநிசி தாண்டியும் விருந்து முடிந்தபாடில்லை. அப்படியான வேளைகளில் மேலாளருக்கு கருணை பிரவாகம் எடுக்கும். ஐந்து நிமிடம் ஓய்வு தருவார். சாப்பாட்டுக் கூடத்துக்கும்,

விருந்து மண்டபத்துக்கும் இடையில் ஒரு சின்ன ஒடுக்கமான அறை. அங்கே சுழட்டி டயல் பண்ணும் கறுப்பு டெலிபோன் ஒன்று இருந்தது. அதைக் கடந்து போகும் போதெல்லாம் அவள் மனம் அலைபாய்ந்தது; திக்திக்கென்று அடித்தது. என்றும் இல்லாதவாறு அன்று அவளுக்கு அவன் நினவு வந்துகொண்டே இருந்தது.

பல வாரங்களுக்கு முன் முதல் தடவையாக அவனை அழைத்த பிறகு மேலும் மூன்று முறை அழைத்திருக்கிறாள். அப்பொழுதெல்லாம் ஒரு முரட்டு ஆண்குரல் பேசியது. அவனுடைய தகப்பனாக இருக்கலாம். அவள் உடனே தொலை பேசியை வைத்துவிடுவாள். அன்று என்னவோ அவன் குரலை ஒரு முறையாவது கேட்கவேண்டும் என்று பட்டது. கையிலே இருந்த தட்டத்தை கீழே வைத்துவிட்டு டெலிபோனை சுழட்டி டயல் பண்ணினாள். விரல்கள் நடுங்கின. நெஞ்சு, இன்னும் சில கணங்களில் நின்றுவிடப்போகும் ஒரு குருவியின் இருதயம் போல, படபடவென்று அடித்தது.

அதிசயமாக அவன் குரல் கேட்டது. அவன்தான். அவளுக்கு சந்தேகமே இல்லை. உடனேயே உலகம் வறண்டுவிட்டது. வாயிலே சத்தம் வருவது நின்றுவிட்டது. அவன் ஹலோ ஹலோ என்று விடாமல் ஒலித்தான். என்ன பேசுவது? என்ன பேசுவது? எந்த வார்த்தையைச் சொல்வது, என்ன சுருதியில் ஆரம்பிப்பது, ஒன்றையுமே அவள் சிந்திக்கவில்லை. அவனுடைய குரலைக் கேட்டாலே போதும் என்று நினைத்திருந்தாள். அவன் மீண்டும் ஹலோ என்றான்.

'மொஸரல்லா சாலட்'

'லெட்டூஸ்'

'ப்ரூஸெட்'

'சுப்படீ வங்கோல'

'லாசன்யா'

அவளிடம் வினைச் சொற்கள் இல்லை. சில வாரங்களுக்கு முன்பு அவன் சாப்பிட்ட அத்தனை உணவு வகைகளையும் ஒப்பித்தாள். மறுபக்கத்தில் இருந்து சிரிப்புக்கு நடுவில் ஒரு சத்தம் கேட்டது. அத்துடன் பரிசாரகி டெலிபோனை துண்டித்து விட்டாள்.

இது நடந்து மூன்று நாட்கள் ஆகிவிட்டன. அவள் படுக்கை யில் கால்களை நீட்டி, ஒன்றோடொன்று பின்னிக்கொண்டு, சிவப்பு முடிக்காரனின் முகத்தை ஞாபகத்துக்கு கொண்டுவர

முயன்றாள். திடீரென்று அவளுடைய சிநேகிதி கதவைத் திறந்து பிரவேசித்தாள். அவள் கதவை அடித்துச் சாத்தும் சத்தத்திலும் பார்க்க திறக்கும் சத்தம் கூடுதலாக இருக்கும். இதை எப்படிச் சாதிக்கிறாள் என்பது தெரியவில்லை. நின்ற கோலத்தில் கால்களை உதறி சப்பாத்துகளை கழற்றினாள். கைப்பையை வீசி எறிந்தாள். அவள் உதடுகள் மேலும் கீழும் இமைகள் துடிப்பதுபோல அடித்தன, ஆனால் சத்தம் வரவில்லை.

அகதிப் பெண் வாயே திறக்கவில்லை. அப்போதுதான் விழித்ததுபோல மறுபக்கம் சுழன்று கழுத்தை இரண்டு பக்கமும் திருப்பி பார்த்தாள். மிக மட்டமான அறை; மட்டமான சிநேகிதி; மட்டமான போர்வை; மட்டமான மணம். எந்தப் பக்கம் திரும்பினாலும் ஒரு சுவரைக் காணக்கூடிய அந்த அறையில் அவள் கண்களை மூடிக்கொண்டு மீண்டும் அவனுடைய முகத்தை நினைவில் மீட்டாள். அவனுடைய சொண்டுகள் உருண்டு வார்த்தைகள் வழுக்கி விழுந்ததை எண்ணிப் பார்த்தாள்.

'கொஃபி, டீகாஃப், டூ சுகர்'

'கொஃபி, டீகாஃப், டூ சுகர்'

அப்படியே அவள் தூங்கிப்போனாள்.

டெலிபோன் சம்பாசணை வெட்டுப்பட்ட பிறகு அவன் சும்மா இருக்கவில்லை. விருந்தில் அவன் சாப்பிட்ட அத்தனை உணவு அயிட்டங்களையும் சொன்னது பரிசாரகி என்பதை ஊகிக்க அவனுக்கு சில நிமிடங்களே எடுத்தன. ஆனால் அவள் வேலை செய்யும் கம்பனியை கண்டுபிடிக்க கொஞ்ச அவகாசம் தேவைப்பட்டது. அந்தக் கம்பனி, தன் ஊழியர் களை எந்த விருந்து மண்டபத்துக்கு, எப்போது அனுப்புகிறது என்பதையும் தெரிந்துகொள்ள வேண்டி இருந்தது. ஆனாலும் அவன் முயற்சியைக் குறைக்கவில்லை. அடுக்கடுக்காக பல விருந்து மண்டபங்களுக்குப் போய் அவளைத் தேடினான். அது ஒன்றும் அகதிப் பெண்ணுக்கு தெரியாது.

படிக்கட்டுகள் முடிவுக்கு வந்த உச்சிப் படியில் அவன் நின்றான். அகதிப் பெண் கீழே நின்றாள். அவன் இவளைப் பார்க்கமுன் இவள் அவனைப் பார்த்தாள். அவனும் இப்போது பார்த்துவிட்டான். அவனுடைய பார்வையில் போலந்திலிருந்து அவன் கொண்டுவந்திருந்த அத்தனை வார்த்தைகளும் இருந்தன. அவளுடைய பார்வையில் பெயர்ச் சொற்கள், வினைச் சொற்கள், இன்னும் இலக்கணத்தில் சொல்லப்பட்ட அத்தனை வகையான சொற்களும் இருந்தன. அவனுக்கு அவை எல்லாம் தேவைப் பட்டன.

அவள் தன் கையிலே வைத்திருந்த தட்டத்தை பச்சை, மஞ்சள், வெள்ளை மார்போடு சேர்த்துப் பிடித்துக் கொண்டாள். சீருடையில் அவள் தேவதைபோல காட்சியளித்தாள். இரண்டு இரண்டு படியாக அவன் பாய்ந்து நெருங்கியபோது, அவர்களுக்கிடையில் அந்த தட்டம் இடைஞ்சலாக இருந்ததைக் கண்டான். அவள் அதை இறுக்கிப் பிடித்திருந்தாள். அவன் கீழே பார்த்தான். அவள் இரண்டு கைகளாலும் காவிய தட்டத்தில் இன்னும் சில நிமிடங்களில் யாரோ சாப்பிட்டு முடிக்கப் போகும் உணவு வகை இருந்தது.

அவள் விதி 27 ஐயும், 32 ஐயும், 13 ஐயும் ஒரே சமயத்தில் முறித்தாள்.

௸

# மயான பராமரிப்பாளர்

உலகத்தை சுற்றி வரவேண்டும் என்று அவன் திட்டமெல்லாம் போட்டது கிடையாது. தற்செயலாக அது அமைந்தது. அவுஸ்திரேலியாவுக்கு பயணிக்க வேண்டுமென்று அவன் சொன்னதும் பயண முகவர் தான் அந்த புத்திமதியை வழங்கினார். முகவர் ஓர் ஆப்பிரிக்கர். பார்த்தால் முட்டாள்போல தோற்றமளிப் பார் ஆனால் அதி புத்திசாலி. எப்பொழுதும் வயிற்றின் மேலே பை வைத்த ஒரு நீண்ட அங்கியை அணிந்திருப் பார். அதற்குள் வலது கையையும் இடது கையையும் ஒரே சமயத்தில் நுழைக்கலாம். 'நீங்கள் உலகம் சுற்றும் டிக்கட் ஒன்று எடுங்கள். அதுதான் மலிவு' என்றார். வலது கையை வெளியே எடுத்து நீங்கள் வலது பக்கத் தால் உலகை வலம்வரலாம். இடது கையை வெளியே எடுத்து நீங்கள் இடது பக்கத்தாலும் சுற்றி வரலாம். இரண்டும் ஒன்றுதான்' என்றார்.

இரண்டும் ஒன்றல்ல என்பது அவனுக்குத் தெரியும். சிறுவயதில் '80 நாட்களில் உலகத்தைச் சுற்றி' என்ற ஆங்கிலப் புத்தகம் அவனுக்கு பாட நூலாக இருந்தது. அதிலே கதாநாயகனாக வரும் ஃபிலியஸ் ஃபொக் என்பவர் 80 நாட்களில் உலகத்தைச் சுற்றி வரப்போவதாக பந்தயம் கட்டுவார். இங்கிலாந்திலிருந்து கிழக்கு நோக்கி இந்தியா, அமெரிக்கா என்று சுற்றி மறுபடியும் இங்கிலாந் துக்கு, அவர் கணக்குப்படி சரியாக 80 நாட்களில், திரும்பி வந்து சேருவார். உண்மையில் அவர் ஒரு நாள் முந்தி, 79 நாட்களில் உலகத்தைச் சுற்றி முடித்திருப்பார். மேற்கு நோக்கி உலகத்தை சுற்ற புறப்பட்ட மகெல்லன், அவருடைய மொத்த பயண நாள் கணக்கில் ஒரு நாளை

கூட்டவேண்டி நேர்ந்தது. சர்வதேச தேதிக்கோட்டை தாண்டும் போது ஏற்படும் குழப்பம்தான் இதற்கெல்லாம் காரணம் என்பது அவனுக்குத் தெரியும்.

லொஸ் ஏஞ்சல்ஸிலிருந்து புறப்படும் விமானம், இடையில் நிற்காமல் ஒரேயடியாக பறந்து அவுஸ்திரேலியாவின் சிட்னி நகரத்தை அடையும் என்று பயண முகவர் கூறியிருந்தார். அவன் புறப்பட்ட வெள்ளிக்கிழமை மாலை விமான நிலையம் பரபரப்பாக இயங்கியது. தரை தெரியாமல் பனி கொட்டியிருந்த படியால் நூற்றுக்கணக்கான பனி அகற்றும் மெசின்கள் பெரும் இரைச்சலுடன் வேலைசெய்தன. தங்கும் அறை சிட்னிக்குப் போகும் பயணிகளால் நிறைந்திருந்தது. அவர்கள் எல்லோருக்கும் ஒரு கஷ்டம் இருந்தது. லொஸ் ஏஞ்சல்ஸில் கடும் குளிர். ஆகவே பயணிகள் நீண்ட மேலங்கிகளும் தொப்பிகளும் கையுறை களுமாகக் காட்சியளித்தனர். இதே பயணிகள் அவுஸ்திரேலியா போய் இறங்கியதும் அங்கே கோடைக்கால வெயில் வாட்டி யெடுக்கும். ஆகவே, அங்கே அணிவதற்கு மெல்லிய பருத்தி ஆடைகள் தேவைப்படும். இரண்டு கால நிலைகளுக்கும் பொருத்த மான ஆடைகளால் அவர்கள் ஆடைப்பெட்டிகள் நிரம்பி வழிந்தன.

அவனுக்குப் பக்கத்தில் அமர்ந்திருந்தவருக்கு வயது 30 – 35 இருக்கும். முகம் அப்படிச் சொன்னது. ஆனால் அவருடைய உடல் பருமன் சும்மா உட்கார்ந்திருக்கும்போதே அவரை ஆசு ஆசுவென்று மூச்சு விடவைத்தது. மேல்க்கோட்டு அணிந்திருந்தாலும் அவருடைய சேர்ட் பித்தான்கள் இறுக்கி பூட்டப்பட்டு, இடையில் காணப்பட்ட பிளவில் உள்சதை தெரிந்தது. அவருடைய மேல் கோட்டின் வலது கைவழியாக பாம்பு ஒன்று எட்டிப் பார்த்தது. அப்படி உடம்பில் பச்சை குத்திவைத்திருந்தார். அவர் கையை அசைக்க அசைக்க பாம்பு வெளியே வருவதும் உள்ளே போவதுமாக இருந்தது. அவருக்குப் பக்கத்தில் ஐந்து வயது மதிக்கத்தக்க பெண் குழந்தை புதிய உடை, புதிய சப்பாத்து, புதிய மேலாடை, புதிய தொப்பி தரித்து உட்கார்ந்திருந்தது. பயிற்சி இல்லாத ஒருத்தர், பொருத்த மில்லாத ரிப்பனையும் நிறம் ஒத்துவராத காலுறையையும் அதற்கு அணிவித்து அலங்காரம் செய்திருந்தாலும் குழந்தையின் அழகு கொஞ்சம்கூடக் குறையவில்லை. சற்று நேரத்துக்கு முன்னர் குழந்தை அழுதிருக்கவேண்டும். கண் துடைத்து பளபளவென்று மின்னியது. குழந்தை அந்த மனிதருடைய கையை விடாமல் இறுக்கிப் பிடித்திருந்தது வினோதமாகப் பட்டது. அவரும் அடிக்கடி குனிந்து குழந்தையிடம் ஏதோ

சொன்னார். அது சரியென்று தலையாட்டியது. அவர் தன்னுடைய கன்னத்தை தொட்டுக் காட்ட அந்த இடத்தில் முத்தமிட்டது.

ஏதாவது பேசவேண்டுமே என்பதற்காக 'நீங்களும் சிட்னிக்கா பயணிக்கிறீர்கள்?' என்று கேட்டுவைத்தான். என்ன கேள்வி இது? இடையில் ஓர் இடத்திலும் நிற்காமல் நேராகப் பறக்கும் குவாண்டஸ் விமானம் அது. ஒரு சம்பாசணையின் ஆரம்பக் கேள்விதான்.

'சிட்னி பயணம் எனக்குப் பிடிக்கும். நீண்ட தூக்கம் போட வசதியானது' என்றார் அந்த தொக்கையான மனிதர்.

'நான் தூங்கப் போவதில்லை. விமானம் சர்வதேச தேதிக் கோட்டை கடக்கும்போது, ஒரு முழுநாள் மறைந்துவிடும் என்று சொன்னார்கள். ஆகவே முழித்திருப்பது என்ற தீர்மானத்தில் இருக்கிறேன்' என்றான்.

'ஓ, அப்படியா. நான் கிறீன்விச் நகரத்தில் மெரிடியன் கோடு கீறி வைத்திருக்கும் இடத்துக்குச் சென்றிருக்கிறேன். ஒவ்வொரு நாளும் சரியாக ஒரு மணிக்கு கறுப்பு பந்து ஒன்றை கோபுரத்தின் உச்சியிலிருந்து போடுவார்கள். அதை பார்ப்பதற்கு தினமும் நூற்றுக்கணக்கானோர் அங்கே கூடுவார்கள்' என்றார்.

'பசிபிக் சமுத்திரத்தில் இரண்டு தீவுகள் பக்கத்து பக்கத்தில் இருக்கின்றனவாம். ஒன்றின் பெயர் சமோவா, மற்றதின் பெயர் ரொங்கோ. அந்த தீவுகளை சர்வதேச தேதிக்கோடு பிரிக்கிறது. சமோவாவில் திங்கள் காலை ஆறு மணி என்றால் ரொங்கோவில் செவ்வாய் காலை ஆறுமணி. ஐந்து நிமிட தூரம் மட்டுமே ஆனால் 24 மணிநேர வித்தியாசம். ஒரு விசித்திரம் தான்' என்றான்.

'இது எல்லாம் மனித மூளையில் உதித்த கற்பனைதான். கற்பனைக் கோட்டை நாங்கள் எங்கேயும் கீறி வைக்கலாம். இன்னும் ஒரு வாரத்தில் புதுவருடம் பிறக்கிறது, அதை உலகமே கொண்டாடும். புதுவருட நாள்கூட ஒரு கற்பனைதானே' என்றவர், தன்னுடைய பைகளையும் சிறுமியையும் பார்த்துக் கொள்ளமுடியுமா, தான் பாத்ரூம் போகவேண்டும் என்று அவனைக் கேட்டார். அவன் தாராளமாக என்று சொன்னான். குழந்தை கைகள் இரண்டையும் முன்னே நீட்டி முறுக்கி கோர்த்துவைத்து அவனைப் பார்த்து சிரித்தது. அதனுடைய மணிக்கட்டுகள் மெலிந்து உடைந்து விழுந்துவிடும்போல இருந்தன. அவனுக்கு தன் குழந்தையின் ஞாபகம் வந்தது.

என்ன பேர் அம்மா உனக்கு?

டிலன்.

என்ன படிக்கிறாய்?

முதலாம் வகுப்பு.

இதுதான் உன் முதல் விமானப் பயணமா?

இல்லையே. பறந்திருக்கிறேனே.

அவுஸ்திரேலியாவுக்கு போயிருக்கிறாயா?

இல்லை. இப்போதுதான் அம்மாவிடம் போகிறேன். ஆனால் திரும்பி வரமாட்டன்.'

ஏன்? அப்ப அப்பா?

அவருடைய மயானம் இங்கேதானே இருக்கிறது.

அவனுக்கு திக்கென்றது. சின்னக்குழந்தையிடம் துருவித் துருவிக் கேட்பதற்கும் கூச்சமாகவிருந்தது. குழந்தை தலையை குனிந்து கண்களை மட்டும் உயர்த்தி அவனையே பார்த்தது.

அந்த நேரம் பார்த்து தகப்பன் மூச்சிரைக்க வந்து சேர்ந்தார். அவரைக் கண்டதும் இரண்டு வருடங்களாக பிரிந்திருந்தது போல குழந்தை அவரை நோக்கி ஓடிப்போய் கட்டிப்பிடித்தது. அவர் கையிலே அழகான ஒரு குழந்தை பொம்மை இருந்தது. பொன்தலை முடியும் நீலக் கண்களும் குட்டிக் கால்களும். குழந்தை ஆவலுடன் பொம்மையை வாங்கி தன் மடியிலே வைத்துக்கொண்டது.

'டாடி உங்களுக்கு எப்படித் தெரியும். நான் இந்தப் பொம்மையை வாங்கவேண்டுமென்று கனவு கூட கண்டிருக்கிறேன். என்னுடைய வகுப்பு சிநேகிதிகளிடம் இது இருக்கிறது. முதுகு பட்டனை தட்டிவிட்டால் இது பாடும்.' 'தாங்யூ டாடி, தாங்யூ' என்று எம்பி அவர் கன்னத்தில் குழந்தை முத்தமொன்று பதித்தது.

'என்ன பெயர் வைப்பாய்?' என்றார் தகப்பன்.

'தெரியாது, டாடி. நான் நிறைய யோசிக்கவேண்டும்.'

குழந்தையின் முகத்தில் பூரணமான சந்தோஷம். அது அந்த பொம்மையை தாலாட்டுவதும் அதனுடன் பேசுவதும் அதை தூங்கவைப்பதுமாக விளையாடியது. அவர் குழந்தை யிடம் ஏதோ சொல்ல அது பக்கென்று சிரித்தது. இரண்டு கைகளையும் நீட்டி குழந்தையை பரிவுடன் தடவிக் கொடுத்த படி அவன் பக்கம் திரும்பி 'இவளுடைய தாயார் அவுஸ்திரேலி

அ. முத்துலிங்கம்

யாவில் இருக்கிறார். அவரிடம் நான் இவளை ஒப்படைக்க வேண்டும். கோர்ட் உத்திரவு' என்றார்.

விமானத்தில் பயணிகள் ஏறவேண்டும் என்ற அறிவிப்பு ஒலித்தது. அந்தக் குழந்தை தன் பையையும் பொம்மையையும் தூக்கிக்கொண்டு தகப்பனுடன் புறப்பட்டது. விமானப் பணிப் பெண் அவர்களுக்கு சரியான இருக்கைகளை அடையாளம் காட்டி உதவினாள். மிகப்பெரிய விமானம் அது. எங்கே முடிகிறது என்பதே தெரியவில்லை. அவனுக்கு பக்கத்து இருக்கையில் மூதாட்டி ஒருவருக்கு இடம் கிடைத்தது. மறுபுறத்தில் குழந்தையின் தகப்பன். யன்னல் கரை இருக்கையில் குழந்தை உட்கார்ந்து அடுத்த நிமிடமே பொம்மையின் தலைமயிரை குலைத்து விதவிதமான அலங்காரம் செய்து விளையாடத் தொடங்கியது.

விமானத்தின் ஆரவாரம் அடங்கியதும் அவன் 'உங்களுக்கு குழந்தையை விட்டு பிரிந்திருப்பது கஷ்டமாக இருக்குமே?' என்றான்.

'என்ன செய்வது? கடந்த ஒருவருடமாக குழந்தை என்னிடமே வளர்ந்தது' என்றார்

'அதற்கு முன்னர்?'

'மனைவியும் என்னுடன் இருந்தார். ஒரு ஞாயிற்றுக் கிழமை காலை வழக்கம்போல என் மனைவி நடைப்பயிற்சிக்கு புறப்பட்டு போனவர் திரும்பி வரவேயில்லை.'

'ஏன் அப்படிச் செய்தார்?'

'அதுதான் இன்றுவரை யாருக்கும் தெரியாது. நாங்கள் பொலீசுக்கு அறிவித்தோம். பகல் முழுக்க அவர் போன ரோட்டிலும் சுற்றியிருக்கும் பார்க்கிலும் காட்டிலும் ஆற்றிலும் கூட தேடினோம்.

'என்ன கண்டுபிடித்தீர்கள்?'

'அன்று இரவே எனக்கு காரியம் துலங்கிவிட்டது. என்னுடைய மனைவி மற்றவருக்கு ஆச்சரியம் தருவதற்கென்றே பிறந்தவர். படுக்கையறையில் அவருடைய உடுப்புகளையும் காலணிகளையும் காணவில்லை; பாஸ்போர்ட்டும் மறைந்து விட்டது. உடனேயே பொலீசாருக்கு தகவல் கொடுத்தேன். ஆனால் உண்மையான அதிர்ச்சிக்கு நான் அடுத்தநாள் மத்தி யானம் வரை காத்திருக்கவேண்டியிருந்தது.'

'என்ன நடந்தது?'

'வங்கி சேமிப்பில் இருந்த அத்தனை பணத்தையும் அவர் எடுத்துப் போயிருந்தார். 20,000 டொலர்களுக்கு மேலே.'

'திட்டமிட்டு செய்ததுபோல இருக்கிறதே!'

'திட்டமிடுவதற்கு என் மனைவியிலும் பார்க்க சிறந்தவர் இந்த உலகத்தில் கிடையாது. விலகுவதற்கு ஆறுமாதம் முன்பே அவர் திட்டமிட்டுவிட்டார். உடைகளையும் நகைகளையும் காலணிகளையும் கைப்பைகளையும் ஒவ்வொன்றாக வெளியேற்றி எங்கேயோ சேகரித்து முன்பே சூட்கேசில் அடைத்து வைத்திருந்தார். ஞாயிற்றுக்கிழமை காலை குழந்தையை அலங் கரித்து தயாராக இருக்கும்படி சொல்லிவிட்டுத்தான் நடைப் பயிற்சிக்குப் புறப்பட்டார். அவர் திரும்பியதும் அவளை பூங்காவுக்கு கூட்டிப்போவதாக சொல்லியிருந்தார். அது சும்மா எங்களை திசை திருப்புவதற்கு. மகளும் வெளிக்கிட்டு காத்துக்கொண்டு மாலைவரை வாசலில் நின்றாள். மனைவியோ அந்த நேரம் விமானத்தில் அவுஸ்திரேலியாவுக்கு பறந்துகொண் டிருந்தார்.'

'மிகக் கொடூரமாக இருக்கிறது.'

'இன்னும் இருக்கிறது. அவரிடம் இருபதுக்கு மேற்பட்ட கடன் அட்டைகள் உண்டு. எல்லாமே என் பெயரில்தான். நான்தான் பணம் கட்டவேண்டும். அவர் போனபிறகும் பில்கள் வந்தபடி இருந்தன. அவற்றுக்கு பணத்தைக் கட்டி அட்டை களையும் ரத்து செய்தேன். அவர் புது அட்டைகளை உண்டாக் கினார். அவற்றுக்கும் பணம் கட்டினேன். மணவிலக்கு கிடைத்த பிறகுதான் கொஞ்ச நிம்மதி எனக்கு கிடைத்திருக்கிறது.'

'நீதி மன்றத்தில் முறையிடவில்லையா?'

நீதிமன்றம் எப்பவும் பெண்கள் பக்கம்தானே. உங்களுக்குத் தெரியுமா, அவருடைய வழக்கறிஞருக்கும் நான்தான் பணம் கட்டினேன்.'

'அநியாயமாக இருக்கிறதே! உங்கள் மனைவி வேலைக்கு போவதில்லையா?'

'என்னிலும் உயர்ந்த படிப்பு அவருக்கு. ஆனால் வேலை செய்யப் பிடிக்காது. புருசனின் வேலை பெண்ணை பராமரிப்பது என்று அவர் நினைக்கிறார்.'

'எதற்காக வீட்டை விட்டு ஓடினார் என்றாவது கூறினாரா?'

'நான் சம்பாதிப்பது அவருக்குப் போதவில்லை என்று நினைக்கிறேன். மயானங்களை சுத்தமாக வைத்திருக்கும் ஒப்பந்தம் எடுப்பது என் தொழில். 20 பேர் என்னிடம் வேலை

செய்கிறார்கள். 12 மயானங்கள் வைத்திருக்கிறேன். வீட்டுக்கு வரும்போது, தினம் என்மேல் பிணவாடை அடிக்கிறது என்று குற்றம் சொல்வார். என் அருகே நிற்கும்போது பல தடவை அவர் மூச்சைப் பிடித்துக்கொண்டு நிற்பதை நான் அவதானித்திருக்கிறேன்.'

'நீங்கள் பொறுமையானவர்.'

'அது உண்மைதான். என் வாழ்க்கையிலேயே அதிமகிழ்ச்சியான நாட்களை கடந்த-ஒரு வருடத்தில்தான் நான் அனுபவித்திருக்கிறேன். ஓடும் தண்ணீரில் முகம் பார்க்கமுடியாது. இப்போதுதான் எல்லாம் ஓய்ந்து நிம்மதியாக இருக்கிறேன்.'

'மனைவியிடம் உங்களுக்கு வருத்தம் இல்லையா?'

'என்ன வருத்தம்? இறப்பில் எல்லா மனிதரும் சமம். அடையாளம் இல்லாத புதைகுழிகள் பலதை நான் பார்த்திருக்கிறேன். அந்தப் புதைகுழிகளை நிரப்பியவர்கள் இறந்தபோது அவர்களுக்கு கூட்டம் இல்லை; பிரார்த்தனை இல்லை; மலர் வளையம் இல்லை. ஒரேயொரு சின்னப் பத்திரம்தான் அவர்கள் இந்தப் பூமியில் தரித்ததற்கான அடையாளம். அவர்கள் புதைகுழிகளை நான் அதே கவனத்துடன் பராமரிக்கிறேன். இறந்துபோனவர்கள் சமம் என்னும்போது இருப்பவர்களும் சமம்தானே. என் மனைவியை நான் இன்னமும் நேசிக்கிறேன் என்றுதான் நினைக்கிறேன்.'

'நேசிக்கிறீர்களா?'

'நேசிப்பதற்கு காரணமே தேவையில்லை, நண்பரே.'

விமானம் உயரத்தில் பறந்து சமநிலையை அடைந்துவிட்டிருந்தது. நீண்ட பயணம் என்பதால் மூன்று திரைப்படங்கள் திரையிடப்போவதாக அறிவித்திருந்தார்கள். பாடுவதுபோல இனிமையான குரலில் பேசிய பணிப்பெண்கள் சுறுசுறுப்பாக உணவு பரிமாறினார்கள். என் பக்கத்திலிருந்த மூதாட்டி உணவு வேண்டாம் என்றுவிட்டார். தகப்பனும் மகளும் தங்கள் தெரிவுகளை பணிப்பெண்ணிடம் சொன்னார்கள். உணவு உண்ணும் போதுகூட குழந்தை பொம்மையை விட்டு பிரியவில்லை. தகப்பன் விமானப் பணிப்பெண்ணிடம் தனக்கு வெள்ளை வைன் கொண்டுவரும்படி பணித்தார். பக்கத்தில் இருந்த மகளை போர்வையால் மூடி 'இனி போதும், படு கண்ணே' என்றார். நீண்டு வளைந்த கிளாஸில் அவர் ரசித்து வைன் குடிப்பதை அவன் பார்த்தபோது, அவருடைய மூக்கு மிகப் பெரிதாகிவிட்டதுபோலத் தோன்றியது. அவனுடைய பக்கம் திரும்பி 'நீங்கள் திரைப்படத்தைப் பாருங்கள். நான் தூங்கப்

போகிறேன். நாளைக் காலை சந்திப்போம்' என்று கூறிவிட்டு இருக்கையை பின்னால் சாய்த்து கண்ணை மூடினார்.

ஹடாரி அவன் ஏற்கனவே பார்த்திருந்த திரைப்படம். அதன் ஆரம்ப காட்சிகள் திகைப்பூட்டின. காண்டாமிருகத்தை பலமுறை துரத்தி தோல்வியடைந்து கடைசியில் பிடித்துவிடு கிறார்கள். யானைக்குட்டி ஒன்றை துரத்திக்கொண்டு கதாநாயகி ஓடுகிறாள். திடீரென்று யானைக்குட்டியை விட்டுவிட்டு அவன் முகத்துக்கு கிட்டவாக குனிகிறாள். பிடரியோடு வெட்டிய தலைமுடி. சிறுமி போன்ற தோற்றம். வசீகரமான கண்கள். என்ன சாப்பிடுகிறீர்கள் என்று கேட்கிறாள். உணவுத் தட்டில் உருண்டை ரொட்டி, முட்டைப்பொரியல், வேகவைத்த தக்காளி, பச்சைக் காளான், மஞ்சள் நிறமான தோடம்பழச் சாறு இருந்தது. அப்பொழுதுதான் அவனுக்கு நினைப்பு திரும்பியது. விடிந்துவிட்டது. யன்னல் வழியாக மஞ்சள் வெளிச்சம் பாய்ந்து வந்துகொண்டிருந்தது. வெள்ளி இரவு புறப்பட்ட விமானம் ஓர் இரவில் ஞாயிற்றுக்கிழமையை அடைந்துவிட்டது. ஒரு முழு சனிக்கிழமைக்கு என்ன ஆனது என்பது தெரியவில்லை.

அவனுக்கு உணவில் மனம் செல்லவில்லை. பக்கத்து இருக்கையில் தகப்பன் இரண்டு கைகளையும் பாவித்து உணவை வாய்க்குள் செலுத்திக் கொண்டிருந்தார். சிறுமி ஆழ்ந்த நித்திரை யிலிருந்தாள். அவளுடைய திறந்த வாயில் ஒரு மயிர்க்கற்றை விழுந்து கிடந்தது. பொம்மை அவள் நெஞ்சில் உறங்கியது. அவளுடைய உடம்பு மூன்று இடங்களில் தகப்பனை தொட்டுக் கொண்டிருந்தது. 'உங்கள் மகளின் கண்களில் இன்னும் துயரம் நிரம்பியிருக்கிறது. ஓர் ஐந்து வயதுப் பெண்ணின் கண்களில் நான் இவ்வளவு பாசத்தைக் கண்டதில்லை' என்றேன். அவர் குழந்தையின் தலையை அன்புடன் தடவிக் கொடுத்தார். 'இவள் தாய் இவளை நல்லாக வளர்ப்பாள்.'

'சர்வதேச தேதிக் கோட்டை விமானம் கடந்தபோது விமான ஓட்டி ஒலிபெருக்கியில் அதை அறிவித்தார். பயணிகள் கைதட்டி ஆரவாரித்தார்கள். சிலர் தங்கள் கைக்கடிகாரங் களை ஞாயிற்றுக்கிழமைக்கு மாற்றினார்கள்' என்றார்.

'அப்படியா' என்றான் அவன்.

'நீங்கள் அப்போது ஆழ்ந்த தூக்கத்தில் இருந்தீர்கள்.'

'பாருங்கள். ஆவலாகத் திட்டம்போட்டேன், எனக்கு பார்க்க வாய்க்கவில்லை.'

'நீங்கள் துக்கப்படக்கூடாது. ஓர் அறிஞர் சொன்னார், இன்றைக்கு உலகம் அழியப் போகிறது என்று பயம் கொள்ளாதே.

அவுஸ்திரேலியாவில் ஏற்கனவே 'நாளைக்கு' நடந்து கொண்டிருக்கிறது என்று. ஆகவே நானும் மகளை நினைத்து கவலைப் படப் போவதில்லை. தினம் சூரியனை நான் பார்க்கும் முன்பு என் மகள் அதை சிட்னியில் பார்த்துவிடுவாள். எந்த சர்வதேச தேதிக் கோட்டினாலும் எங்களை பிரிக்கமுடியாது.'

'மகளைப் பிரிந்து வாழ்வதற்கு உங்களை தயார் செய்து விட்டீர்கள் என்று நினைக்கிறேன்.'

அவர் உடனே பதில் சொல்லவில்லை. தன் உணவுத் தட்டத்திடம் ஆலோசனை கேட்பதுபோல அதையே உற்றுப் பார்த்தார்.

'எனக்கு இப்பொழுது வயது 33. யேசுவை சிலுவையில் அறைந்த வயது. என்னுடைய சிலுவை இந்தப் பிரிவுதான். இதை நான் என் எஞ்சிய வாழ்நாள் முழுவதும் காவுவேன்.'

ஒரே இடத்தில் இருந்துகொண்டு அனைத்தையும் உண்ணும் எருது என்று ஒரு பழைய பாடல் உண்டு. அது போல இருக்கையில் அமர்ந்தபடி ஓர் அடி நகராமல் 400 பயணிகளும் இரவு உணவு, காலை உணவு, மதிய உணவு என்று சகலதையும் முடித்துக்கொண்டனர். பொம்மை பாடும் பாட்டை திருப்பி திருப்பி குழந்தை கேட்டது. இடைக்கிடை தகப்பன்மேல் பாய்ந்து கைகளைக் குவித்து ஏதோ ரகஸ்யம் பேசியது. விமானம் லயம் மாறி கீழே இறங்கத் தொடங்கியது. இன்னும் சில நிமிடங்களில் தரை தொட்டுவிடும் என்று விமானி அறிவித்தார். வாழ்நாள் முழுக்க அவனை நினைவில் வைக்க விரும்புவது போல அவன் கையை இறுக்கிப் பிடித்து விடைகொடுத்தார். எதிர்பாராத விதமாக குழந்தை தகப்பனிடம் மெள்ள ஏதோ சொல்லி சிணுங்க ஆரம்பித்தது. தகப்பன் அதற்கு ஆறுதல் வார்த்தை சொல்லிக் கொண்டிருந்தார்.

குடிவரவு, சுங்கம் கடவைகளை தாண்டி அவன் தன் பயணப்பெட்டிகளை தள்ளுவண்டியிலே வைத்து தள்ளிக் கொண்டு போனபோது, வரவேற்பாளர்களைச் சந்திக்கும் இடத்தில் மறுபடியும் அவர்களைக் கண்டான். தகப்பனுக்கும் மகளுக்கும் ஆரம்பித்த விவாதம் இன்னும் முடிவுக்கு வரவில்லை. மாறாக உச்சநிலையை நோக்கி நகர்ந்துகொண்டிருந்தது. குழந்தை இரண்டு கால்களையும் பரப்பி வைத்து அங்கேயே நெடுநாட்களாக தங்க திட்டமிட்டது போல நின்றது. மயான பராமரிப்பாளர் தன் பெரிய உடம்பை வளைத்து, குனிந்து அவளுடைய மஞ்சள் தலைமுடியுடன் கெஞ்சுவதுபோல பேசினார்.

'ஹனி, இதுதான் நாங்கள் ஒன்றாயிருக்கும் கடைசி ஐந்து நிமிடம். நான் உனக்கு பொய் சொன்னேன் என்ற நினைப்போடு

நீ போகக்கூடாது. அப்படிப் போனால் அதைச் சரி செய்ய எனக்கு சந்தர்ப்பமே கிட்டாது.'

'சனிக்கிழமை முழுக்க என்னுடன் இருக்கப்போவதாக சொன்னாய்?'

'இன்றைக்கு ஞாயிற்றுக்கிழமை.'

அந்த இரண்டு வார்த்தைகளையும் அப்பொழுதுதான் முதன்முதலாக கேட்பதுபோல குழந்தை குழப்பத்துடன் அவரைப் பார்த்தது.

'அந்த சனிக்கிழமை உனக்கு கிடைக்காது. அது போய் விட்டது. என்றென்றைக்குமாக.'

'நீ பொய் சொன்னாய்.'

'இல்லை. நீ பெரியவளானதும் ஒருநாள் புரிந்துகொள்வாய். இனி அம்மாதான் உனக்கு எல்லாம். அவர் வந்தவுடன் சிரித்துக் கொண்டு போகவேண்டும். சரியா. எங்கே சிரி.'

அந்தக் குழந்தை புறங்கையால் துடைக்க துடைக்க கண்களில் நீர் பெருகிக்கொண்டே வந்தது.

'டாடி, என்னுடைய பிறந்தநாள் உனக்கு ஞாபகம் இருக்குமா?'

'இருக்கும் கண்ணே, அதை மறப்பேனா?'

அப்பொழுது தூரத்தில், விளம்பரங்களில் வருவதுபோன்ற அழகான பெண், கூந்தல் பின்னுக்கு எழும்பி எழும்பி விழ, குதிக் காலணியில் டக்டக்கென்று கத்தரிக்கோல் போல நடந்து வந்தாள். மண்புழுவின் நிறத்தில் அவள் சருமம் இருந்தது. நடு வயிற்றை தொடும் நீளமான முத்துமாலை. மெல்லிய சாம்பல் ஆடையின் இரண்டு கழுத்து பித்தான்களையும் திறந்து விட்டிருந்தாள். பார்த்தவுடனேயே அவள்தான் தாயென்று தெரிந்தது. அவள் உடல் அசைவு, இனிய சுபாவத்துடன் ஒத்துப் போகாதது. மயானம் பராமரிக்கும் மனிதருக்கும் இந்தப் பெண்ணுக்கும் ஒருவித பொருத்தமும் இல்லையென்று அவனுக்குத் தோன்றியது. இருவரும் ஒரேயொரு சொல் பரிமாறிக் கொண்டார்கள்.

ஹலோ

ஹலோ

குழந்தையின் முதுகில் ஒரு விரலை வைத்து அம்மாவின் முன் தள்ளினார். அந்தக் குழந்தையின் உடம்பு சுருங்கியது.

அ. முத்துலிங்கம்

உயரம் சரி பாதியானது. தோள்மூட்டுகள் உயர்ந்து காதுகளை மறைத்தன. மயானம் பராமரிப்பவர் மறுபடியும் ஒருமுறை குழந்தையின் இரண்டு கன்னங்களிலும் கையை வைத்து அள்ள முயன்றார். முடியவில்லை. சாதாரண முத்தம் ஒன்றைக் குழந்தைக்கு கொடுத்துவிட்டு முகத்தை திருப்பிக்கொண்டார்.

ஒரு கையில் பொம்மையையும் மறுகையில் நீளமான கைப்பிடி வைத்த பையையும் பிடித்துக்கொண்டு, அது காலிலும் தரையிலும் இடற, குழந்தை அவசரமாக தாயைப் பின் தொடர்ந்தது. திடீரென்று நின்று, தானியத்தை கொத்துவதற்கு குருவி தயங்குவதுபோல யோசித்தது. தகப்பனிடம் திரும்பி வந்து பொம்மையை கொடுத்து, 'நீயே வைத்திரு' என்று சொன்னது.

'சரி, நான் பொம்மைக்கு உன் ஞாபகமாக நல்ல பெயர் சூட்டுகிறேன். *I will call her Saturday.*' (நான் அவளை சனிக் கிழமை என்று அழைப்பேன்.) வலது கையை தூக்கி அவர் ஆட்டியபோது பாம்பும் ஆடியது. குழந்தை பதில் பேசவில்லை. முகத்தைத் திருப்பி ஓர் அமெரிக்கக் குழந்தை ஆம் என்று சொல்வதற்கு எப்படி தலையசைக்குமோ அப்படி அசைத்தது.

# அமெரிக்கக்காரி

ஒரு நாள் அவளுக்கொரு காதலன் இருந்தான்; அடுத்த நாள் இல்லை. அவன் வேறு ஒரு பெண்ணை தேடிப்போய்விட்டான். இது அவளுடைய மூன்றாவது காதலன். இந்தக் காதலர்களை எப்படி இழுத்து தன்னிடம் வைத்திருப்பது என்று அவளுக்குத் தெரியவில்லை. அவர்கள் தேடும் ஏதோ ஒன்று அவளிடம் இல்லை. அல்லது இருந்தும் அவள் கொடுக்கத் தவறிவிட்டாள் என்பது தெரிந்தது.

பார்ப்பதற்கு அவள் அழகாகவே இருந்தாள். விசேஷமான அலங்காரங்களோ, முக ஒப்பனைகளோ அவள் செய்வதில்லை. செய்வதற்கு நேரமும் இருக்காது. மற்ற மாண விகளைப் போலத்தான் அவளும் உடுத்துகிறாள்; நடக்கிறாள். ஆனால் அவர்களைப்போல பேசுகிறாள் என்று சொல்லமுடியாது. இலங்கை, யாழ்ப்பாணத்திலிருந்து அமெரிக்க பல்கலைக் கழக உதவிப் பணம் பெற்று நேராகப் படிக்க வந்தவள். ஆகவே, அவளுடைய உச்சரிப்பில் மூக்கால் உண்டாக்கும் ஒலிகள் குறைவாகவே இருக்கும். அமெரிக்க மாணவர்களுக்கு புரியாத பல புதிய வார்த்தைகளும் இருந்தன. அவள் *sweet* என்பாள் அவர்கள் *candy* என்பார்கள்; அவள் *lift* என்பாள் அவர்கள் *elevator* என்பார்கள்; அவள் *torch* என்பாள் அவர்கள் *flashlight* என்பார்கள். அதுவெல்லாம் ஆரம்பத்திலேதான், ஆனால் வெகுவிரைவிலேயே அவள் தன்னை திருத்திக் கொண்டாள். அவளுடைய நுட்பமான அறிவை அவள் வேதியியல், கணிதம், இயற்பியல் போன்ற பாடங்களுக்கு மட்டும் பயன்படுத்துவதில்லை.

கறுப்பு எறும்புகள் நிரையாக வருவதுபோல பையன்கள் அவளை நோக்கி வந்தார்கள். அவளுடைய கரிய கூந்தலும், கறுத்து சுழலும் விழிகளும் அவர்களை இழுத்தன. ஆனால் வந்த வேகத்திலேயே அவர்கள் திரும்பினார்கள் அல்லது அவளை விட்டுவிட்டு வேறு பெண்களிடம் ஓடினார்கள். முதலில் வந்தவன் கேட்ட முதல் கேள்வியை நினைத்து அவள் இன்றைக்கும் ஆச்சரியப்படுவாள். 'யாரோ தேசியகீதம் இசைப்பது போல நீ எதற்காக எப்போதும் தலைகுனிந்து நிற்கிறாய்?' அவள் எப்படி பதில் சொல்வாள்? 17 வருடங்கள் அவள் அப்படித்தான் நிலத்தைப் பார்த்தபடி பள்ளிக்கூடத்துக்குப் போனாள், வந்தாள். அதை திடீரென்று அவளால் மாற்ற முடியவில்லை. ஆனால் கேள்வி கேட்டவனை அவளுக்குப் பிடித்துக்கொண்டது. அவளுடைய வகுப்பில் அவனும் சில பாடங்களை எடுத்தான். நடக்கும்போது அவனுக்கு அவளுடன் ஒட்டிக்கொண்டு நடந்துதான் பழக்கம்.

அன்று நடந்த கூடைப்பந்து போட்டியை பார்க்க அவளை அழைத்தான். அவளுக்கு அந்த விளையாட்டைப் பற்றிய ஞானம் இல்லை, கூடைக்குள் பந்தைப் போடவேண்டும் என்பது மட்டுமே தெரியும். தொடை தெரியும் கட்டையான பாவாடைகளும் நீளமான சிவப்பு காலுறைகளும் அணிந்த பெண்கள் உற்சாகமாக துள்ளி குதித்து ஆரவாரித்தார்கள்; சிலவேளைகளில் பந்தை கூடையில் போடாதபோதும்கூட கைதட்டினார்கள். இவளும் தட்டினாள். திரும்பும் வழியில் அவன் ஐஸ்கிரீம் வாங்கிக் கொடுத்தான். ஒரு துளி அவள் உதட்டிலே சிந்தியபோது அதை ஒரு விரலால் துடைத்து விட்டான். மூன்றாவது நாள் அவளுடன் சேர்ந்து படிக்க வேண்டும் என்று அழைத்தான். அவனுடைய அறிவுக்கூர்மை அவளை திகைப்படைய வைத்தது. அவளைப்போல அவன் ஒன்றுமே மனப்பாடம் செய்யவில்லை. தர்க்கமுறையில் சிந்தித்து மிகச் சிக்கலான வேதியியல் சாமாந்திரங்களை உடனுக்குடன் எழுதினான். மூன்றாவது நாள் அவன் அறை நண்பன் இல்லை யென்றும் அவளை அந்த இரவு தன் அறையில் வந்து தங்கும் படியும் கேட்டான். அவள் மறுத்த பிறகு அவனைக் காண வில்லை.

இரண்டாவதாக அவளைத் தேடி வந்தவன் துணிச்சல் காரன்; குறும்புகள் கூடியவன். அவளுக்கு பென்ஸீன் அணு அமைப்பு தெரியும், அவனுக்கு தெரியாது. அப்படித்தான் அவர்கள் நட்பு உண்டானது. ஒருநாள் அவள் படித்துக் கொண் டிருந்தபோது திடீரென்று உண்டாகி அவள் முன்னால் நின்றான். அவனுடைய நிழல் அவள்மேல் பட்டு அவள் நிமிர்ந்து பார்த்தபோது அவள் உட்கார்ந்திருந்த சுழல் கதிரையை

சுழலவிட்டான். அது மூன்றுதரம் சுற்றிவிட்டு அவன் முன்னால் வந்து நின்றது. 'பார், எனக்கு பிரைஸ் விழுந்திருக்கிறது. நீ என்னுடன் கோப்பி குடிக்க வரவேண்டும்' என்றான். அவளுக்குச் சிரிப்பு வந்தது, சம்மதித்தாள். கோப்பி குடிக்கும்போது 'நீ உங்கள் நாட்டு இளவரசியா?' என்றான். 'இல்லை. அங்கேயிருந்து துரத்தப்பட்டவள். இனிமேல்தான் நான் ஒரு நாட்டை தேடவேண்டும்' என்றாள். 'நீ அரசகுமாரி மாதிரி அழகாக இருக்கிறாய்' என்று சொன்னான் அந்த அவசரக்காரன். அன்றிரவே அவள் அறையில் தங்கமுடியுமா என்று கேட்டான். அதற்கு பிறகு அவனும் மறைந்துபோனான்.

இவர்கள் அவளிடம் எதையோ தேடினார்கள். அவள் அமெரிக்காவில் வாழ்ந்தாலும் இன்னும் இலங்கைக்காரியாகவே இருந்தாள். அவள் அமெரிக்காவுக்கு வரமுன்னரே அவளுடைய கிராமத்தில் அவர்கள் அவளை 'அமெரிக்கக்காரி' என்று அழைத்தது இங்கே யாருக்கும் தெரியாது. அவளுடைய பெயரே அவளுக்கு மறந்துவிட்டது. வீட்டிலும், பள்ளிக்கூடத்திலும், வீதியிலும் அவளை 'அமெரிக்கக்காரி' என்றே அழைத்தார்கள். அவளுடைய இரு அண்ணன்மார்களிலும் பார்க்க அவள் புத்திசாலி என்று அம்மா சொல்வாள். அவளுக்கு நாலு வயது நடக்கும்போதே ஆங்கிலம் வாசிக்கக் கற்றுக்கொண்டாள். அவளுடைய அண்ணன்மார் கொண்டுவரும் அமெரிக்க கொமிக் புத்தகங்கள் அனைத்தையும் படித்துவிட்டு அந்தக் கதைகளை தன் வகுப்பு தோழிகளுக்குச் சொல்வாள். ஆர்க்கி, சுப்பர்மான் பாத்திரங்களாக மாறி தான் அமெரிக்காவில் வாழ்வதாகவே அவள் கற்பனை செய்வாள்.

சின்ன வயதிலேயே தாயாரிடம் கேட்பாள், 'நான் அமெரிக்கக்காரியா?' தாய் சொல்வார், 'இல்லை, நீ இலங்கைக் காரி.' 'அப்ப நான் எப்படி அமெரிக்கக்காரியாக முடியும்?' 'அது முடியாது.' 'நான் அமெரிக்காவுக்குப் போனால் ஆக முடியுமா?' 'இல்லை, அப்பவும் நீ இலங்கைக்காரிதான்.' 'நான் ஒரு அமெரிக்கனை மணமுடித்தால் என்னவாகும்?' 'நீ அமெரிக்கனை மணமுடித்த இலங்கைக்காரியாவாய். நீ என்ன செய்தாலும் அமெரிக்கக்காரியாக முடியாது.' அப்போது அவளுக்கு வயது பத்து. அவளுக்கு பெரிய ஏமாற்றமாகப் போய்விடும்.

மூன்றாவதாக அவளைக் காதலித்தவன் கொஞ்சம் வசதி படைத்தவன். அவள் அப்போது இரண்டாவது வருட மாணவி. ஒரு வகுப்பு முடிந்து வெளியே வந்தபோது, அவன் வந்து தானாகவே தன்னை அறிமுகம் செய்துகொண்டான். உடனேயே பல பெண்களின் கண்கள் அவளை பொறாமையோடு பார்த்தன.

அவன் விடுதியில் தங்கி படித்துக்கொண்டிருப்பதாகச் சொன்னான். அவனுடைய பெற்றோர் போர்ட்லண்டில் வசித்தனர். அவனிடம் கார் இருந்தபடியால் ஒவ்வொரு வார முடிவிலும் அவர்களிடம் அவன் போய்வருவான்.

அவன் காரில் இருந்து இறங்குவது விசித்திரமாக இருக்கும். காரை நிறுத்திவிட்டு இரண்டு கால்களையும் ஒரே நேரத்தில் தரையில் ஊன்றி எழுந்து நடந்துவருவான். நேற்று வகுப்பில் என்ன பாடம் நடந்தது, இன்று என்ன நடக்கிறது, நாளை என்ன நடக்கும் என்ற கவலையே அவனிடம் கிடையாது. பல்கலைக்கழகம் ஒரு விளையாட்டு மைதானம் என்பது அவன் எண்ணம். அவள் பின்னாலேயே அவன் திரிந்தான். ஒருநாள் அவளை கண்ணை மூடச்சொன்னான். அவன் ஏதாவது பரிசுப் பொருள் தரும்போது அப்படித்தான் செய்வான். அவள் மூடினாள். வாயை திற என்றான். ஏதோ சொக்லட்டோ, இனிப்போ தரப்போகிறான் என்று நினைத்து வாயைத் திறந்தாள். அவளுடைய அம்மா மருந்து தரும்போதும் அப்படித்தான் திறப்பாள். அவன் குனிந்து அப்படியே திறந்த வாயில் முத்தம் கொடுத்துவிட்டான். அவளுக்கு அது பிடிக்கவில்லை. 'இது என்ன பெரிய விசயம். நான் உன் கையிலே முத்தம் கொடுத்திருக்கிறேன். உன் நெற்றியிலே முத்தம் தந்திருக்கிறேன். நெற்றியில் இருந்து இரண்டு அங்குலம் கீழே உன் வாய் இருக்கிறது. இது இரண்டு அங்குலத் தவறுதான்' என்றான்.

நன்றிகூறல் நாள் விருந்துக்கு தன் வீட்டுக்கு வரும்படி அழைத்தான். கடந்த வருடம் அவள் தன் சிநேகிதி வீட்டுக்குப் போயிருந்தாள். நன்றிகூறல் நாளன்று விடுதியில் ஒருவருமே இருக்கமாட்டார்கள் என்பதால் அவள் சம்மதித்து, இரண்டு மணிநேரம் அவனுடன் காரில் பிரயாணம் செய்தாள். இதுதான் அமெரிக்காவில் அவளுடைய ஆக நீண்ட கார் பயணம்.

அவனுடைய பெற்றோர்கள் கண்ணியமானவர்கள். தகப்பன் நடுவயதாகத் தோன்றினாலும் தாயார் வயதுகூடித் தெரிந்தாள். மீன் வெட்டும் பலகைபோல அவள் முகத்தில் தாறுமாறாகக் கோடுகள். மகனின் சிநேகிதி இலங்கைக்காரி என்பதை எப்படியோ தெரிந்து வைத்துக்கொண்டு சமீபத்தில் பத்திரிகைகளில் வெளியான இலங்கைச் செய்தி துணுக்குகளை அவளுக்காக வெட்டி வைத்து அவளிடம் தந்தது அவள் மனதைத் தொட்டது. விருந்து மேசையிலே இலங்கைப் போரை பற்றியே பேச்சு நடந்தது. இந்திய ராணுவம் இலங்கையை ஆக்கிரமித்து இரண்டு வருடங்கள் அப்போது ஓடியிருந்தன. அவள் தன்னுடைய அம்மா மூன்று இடங்கள் மாறிவிட்டதால் அடிக்கடி கடிதம் எழுதும் விலாசத்தை தான் மாற்றவேண்டி

யிருக்கிறது என்று கூறினாள். தன்னுடைய அண்ணன்மார் இருவரும் ஒருவருடம் முன்பாக போரில் இறந்துபோனதை அவள் சொல்லவில்லை.

இரவானதும் சோபாவை இழுத்து கட்டிலாக்கி அதில் அவளை படுக்கச் சொல்லிவிட்டு அவன் மேலே போனான். அவள் அயர்ந்து தூங்கினாள். நடுச்சாமம் போல ஒரு மிருதுவான கை அவள் வாயை மெல்ல மூடியது. பார்த்தால் இவன் நிற்கிறான். அவளுக்கு பயம் பிடித்தது. உடல் வெடவெட வென்று நடுங்கி இரவு உள்ளாடை வேர்வையில் நனைந்து விட்டது. அவனை துரத்திவிட்டாலும் மீதி இரவு அவள் தூங்கவில்லை. மறுநாள் அவனுடன் காரில் பிரயாணம் செய்த போது, இரண்டு மணி நேரத்தில் அவள் அவனுடன் இரண்டு வசனம் மட்டுமே பேசினாள்.

அவளுடைய பல்கலைக்கழக வாழ்வில் பெரும் மாற்றம் மூன்றாவது வருட முடிவில்தான் நிகழ்ந்தது. பல்கலாச்சார கலை நிகழ்வில் அவள் கலந்து கொள்ளாமல் இரண்டு வருடங் கள் கடத்திவிட்டாள். இம்முறை தப்ப முடியவில்லை. இலங்கை யிலிருந்து வந்து படிக்கும் மாணவி அவள் ஒருத்திதான். ‘பாரம் பரிய நடனம்’ என்று தன் பெயரைக் கொடுத்தாள். அவளிடம் ஒரு சேலை இல்லை, நல்ல நடன ஆடைகூடக் கிடையாது. ஒரு பஞ்சாபிப் பெண்ணின் உடையை கடன் வாங்கி இயன்றளவு ஒப்பனை செய்து தயாரானாள். அவள் பள்ளிக்கூடத்தில் ஆடிய ‘என்ன தவம் செய்தனை’ பாடலுக்கு அபிநயம் பிடிப்பது என்று தீர்மானித்தாள். பாடலை முதலில் பாடி நாடாவில் பதிவு செய்து வைத்துக்கொண்டாள். மேடையிலே அவள் நின்றதும் திரை இரண்டு பாதியாக பிளந்து நகர்ந்தது. மெல்லிய நடுக்கம் பிடித்தாலும் துணிச்சலுடன் பாடலை விளக்கி இரண்டு வரிகள் பேசிவிட்டு ஆடினாள். மாணவர்கள் எதிர்பாராத விதத்தில் கைதட்டி வரவேற்றார்கள்.

அவளுடைய நாட்டியத்துக்கு முன்பு நடந்த நிகழ்ச்சியில் ஒரு வியட்நாமிய மாணவன் கம்பி வாத்தியத்தை இசைத்தபடி பாடினான். இவள் ஒப்பனையை கலைத்துவிட்டு வெளியே வந்தபோது அந்த வியட்நாமிய மாணவன் இவளுடைய நடனத்தை வெகுவாகப் பாராட்டினான். இவளும் பேச்சுக்கு அவனுடைய வாத்தியம் அபூர்வமானதாக இருந்தது என்றாள். அவன் 16 கம்பிகள் கொண்ட அந்த பெண்கள் வாத்தியத்தை தன்னுடைய இறந்துபோன வியட்நாமிய அம்மாவிடம் கற்றுக் கொண்டதாகக் கூறினான். எப்போதாவது தாயார் ஞாபகமாக தான் அதை வாசிப்பதாகச் சொன்னான். ஆயிரம் கண்ணாடிகள் வைத்து இழைத்த நீண்ட உடை தரித்து, தலையிலே வட்டமான

தொப்பி அணிந்த அவனை பார்ப்பதற்கு வேடிக்கையாக இருந்தது. பேசும்போது அவளுடைய ஆயிரம் பிம்பங்கள் அவனில் தெரிந்தன. இறுதி ஆண்டில் ஆங்கில இலக்கியம் படிக்கும் அவனுடைய பெயர் லான்ஹங் என்றான்.

அடுத்தநாள் காலை லான்ஹங் 27,000 மாணவர்கள் படிக்கும் அந்த பல்கலைக் கழகத்தில் அவளை எப்படியோ தேடிக் கண்டுபிடித்துவிட்டான். 'உங்கள் பெயரை நீங்கள் நேற்று சொல்லவே இல்லை?' என்றான். அவள் மதி என்றாள். அவளுடைய குடும்பப் பெயர் என்னவென்று கேட்டான். இந்த மூன்று வருடங்களில் ஒருவர்கூட அவளிடம் குடும்பப் பெயர் கேட்டதில்லை. அவளுக்கு சிரிப்பு வந்தது. 'என்னுடைய குடும்பப் பெயர் மிகவும் நீண்டது. அதை நீ மனனம் செய்வதற்கு அரை நாள் எடுக்கும்' என்றாள். 'அப்படியா, மதி என்றால் உங்கள் மொழியில் என்ன பொருள்?' அவள் 'புத்தி' 'சந்திரன்' என இரண்டு பொருள் இருப்பதாகச் சொன்னாள். 'வியட் நாமியருக்கு சந்திரன் பவித்திரமானது. அவர்கள் விழாக்களில் சந்திரனுக்கு முக்கிய பங்கு உண்டு' என்றவன் தொடர்ந்து 'நேற்று உங்கள் நடனம் மிக அழகாக இருந்தது. வியட்நாமிய நடன அசைவுகளுடன் ஒத்துப்போனது' என்றான். 'அப்படியா? நன்றி' என்றாள். 'தவழ்வதுபோல அபிநயம் பிடித்தீர்களே, அது என்ன?' இவன் பேசும் சந்தர்ப்பத்தை நீட்டுவதற்காக கேட்கிறானா அல்லது உண்மையான கேள்வியா என்பதில் அவளுக்குச் சந்தேகம் இருந்தது.

'கண்ணனை உரலில் கட்டி வாய் பொத்தி கெஞ்ச வைத் தாயே' என்ற வரிகளை விளக்கிக் கூறினாள். அவன் அமெரிக்கா வில் பிறந்து வளர்ந்தவன். இவள் அர்த்தம் சொன்னதும் அப்படியா என்று கேட்டுவிட்டு 'அந்த தாய் உண்மையில் அமெரிக்காவில் பிறக்காததால் அதிர்ஷ்டம் செய்தவள்தான். மூன்று வயது பாலகனை உரலில் கட்டி வைத்தால் அந்த தாயை சிசுவதை சட்டத்தின் கீழ் அமெரிக்காவில் கைதுசெய்து சிறையில் அடைத்து விடுவார்கள்' என்று சொல்லிவிட்டு பெரிய பற்களைக் காட்டிச் சிரித்தான். அவளும் நிறுத்தாமல் சிரித்தாள். அவள் கண்களை அவன் அதிசயமாக முதன்முறை பார்ப்பதுபோல பார்த்தான். அவள் வாய் சிரிக்க ஆரம்பிக்க முன்னரே அவள் கண் இமைகள் சிரித்ததை அன்று முழுவதும் அவனால் மறக்க முடியாமல் இருந்தது.

இப்படி அவர்கள் அடிக்கடி சந்தித்துக்கொண்டார்கள். மூன்றாவது, நாலாவது சந்திப்புக்குப் பின்னரும் அவன் அவளுடைய அறையில் வந்து இரவு தங்கவேண்டும் என்று கேட்காதது அவளுக்கு ஆச்சரியமாக இருந்தது. அவளுக்கு

அது பிடித்துக்கொண்டது. அவனுடன் இருக்கும்போது அவள் இயல்பாக உணர்ந்தது ஏனென்று தெரியவில்லை. அவனுடன் சேர்ந்து வெளியே நடக்கும்போதோ, உட்காரும்போதோ, பேசும்போதோ முயற்சி எடுக்கத் தேவையில்லை. அவனை மகிழ்ச்சிப்படுத்த அவள் வேறு எதுவித முயற்சியும் செய்யத் தேவையில்லை. ஏனோ அவள் இருதயம் அவன் அண்மையில் வித்தியாசமாகத் துடித்தது.

ஒவ்வொரு மாதமும் அவள் தாயாருக்கு கடிதம் எழுதுவாள். தாயார் இருக்கும் இடத்தில் டெலிபோன் வசதி கிடையாது என்றபடியால் அவர் இரண்டு மூன்று மாதத்திற்கு ஒரு தடவை வெளிக்கிட்டு பட்டணத்துக்கு போய் அங்கிருந்து அழைத்து மூன்று நிமிடம் மகளுடன் பேசுவார். சரியாக மாலை ஆறு மணிக்கு அந்த அழைப்பு வரும். தாயார் எழுதும் நீல நிற வான்கடிதங்களும் தவறாமல் வந்தன. ஒரு கடிதத்திலாவது அவர் தன் கஷ்டங்களை சொன்னதில்லை. அந்த மாதம் ராணுவம் கொக்கட்டி சோலையில் நிறையப் பேரைக் கொன்று குவித்திருந்தது. அவர் அதுபற்றி மூச்சுவிடவில்லை. மாதக் கடைசியில் தன் பதில் கடிதத்தை எழுதி மதி இப்படி முடித் திருந்தாள். 'அம்மா நான் உன் மகளாய்ப் பிறந்து உனக்கு ஒன்றுமே செய்யவில்லை. உனக்கு பிடித்த ஒன்றைக்கூட வாங்கித் தரவில்லை. நேற்று குளிருக்கு ஒரு சப்பாத்து வாங்கினேன். அதன் விலை நாப்பது டொலர். அந்தக் காசை உனக்கு அனுப்பினால் அது உனக்கு மூன்று மாத குடும்பச் செலவுக்கு போதுமானதாக இருக்கும். நான் அங்கேதான் அமெரிக்கக் காரி, இங்கே வெறும் இலங்கைக்காரிதான். எனக்கு விநோத மான பெயர் கொண்ட நண்பன் ஒருவன் கிடைத்திருக்கிறான். லான்ஹங். டெலிபோன் புத்தகத்தில் அப்படி பெயர் ஒன்றே யொன்றுதான் உண்டு. மிக நல்லவன். நான் உன்னை திரும்பவும் பார்க்கவேண்டும். அதற்கிடையில் செத்துப்போகாதே.'

லான்ஹங் அடிக்கடி சொல்லும் வார்த்தை 'என்னை ஆச்சரியப்படுத்து.' இரவு நேரத்தில் இருவரும் உணவருந்த சேர்ந்து போவார்கள். இவள் என்ன ஓடர் கொடுக்கலாம் என்று கேட்பாள். அவன் 'என்னை ஆச்சரியப்படுத்து' என்பான். சினிமாவுக்குப் போவார்கள். 'என்ன படம் பார்க்கலாம்?' என்பாள் இவள். அவன் 'என்னை ஆச்சரியப்படுத்து' என்பான்.

ஒருமுறை, லான்ஹங் அவளைத் தேடி வந்தபோது அவள் பார்க்காததுபோல கம்புயூட்டரில் தட்டச்சு செய்துகொண்டிருந் தாள். அவன் அவள் தட்டச்சு செய்வதையே வெகு நேரம் உற்றுப் பார்த்தான். அவளுடைய விரல்கள் மெலிந்த சிறிய விரல்கள். அவை வேகவேகமாக விசைப்பலகையில் விளை

யாடுவதைப் பார்த்தான். அவளுடைய விரல் ஒரு விசையை தொடும்போது, அந்த விசையில் மீதி இடம் நிறைய இருப்பதாகச் சொன்னான். அப்படிச் சொல்லியபடி ஒரு விரலை எடுத்து கையில் வைத்து தடவினான். இவளுக்கு என்ன தோன்றியதோ எழுந்து நின்று பற்கள் நிறைந்த அவன் வாயில் முத்தமிட்டாள்.

மழை பெய்து ஓய்ந்த மாலை நேரம் ஒரு பேர்ச் மரத்து நிழலில் அமர்ந்து அவள் தாயாரை நினைத்துக்கொண்டாள். தாயார் காலையில் பள்ளிக்கூடத்துக்கு படிப்பிக்கச் செல்லும் போது சேலையை வரிந்து உடுத்தி, கொண்டைபோட்டு, அதற்கு மேல் மயிர் வலை மாட்டி, குடையை எடுத்துக்கொண்டு போகும் காட்சி மனதில் வந்தது. இப்போது அங்கேயும் மழை பெய்திருக்குமா என்று எண்ணிக்கொண்டிருந்த சமயம் லான்ஹங் ஈரமான மண்ணில் சப்பாத்து உறிஞ்சி சப்த மெழுப்ப நடந்துவந்தான். குட்டையில் தேங்கிய தண்ணீரைக் கண்டதும் ஒரு பழங்காலத்துப் போர்வீரன் போல துள்ளிப் பாய்ந்து அவள் முன் வந்து குதித்தான். 'இந்தச் சின்னக் குட்டைக்கு இவ்வளவு பெரிய பாய்ச்சலா?' என்றாள் மதி. அவள், உடலை ஒட்டிப்பிடிக்கும் கண்ணாடித்தன்மையான ஆடையில் வசீகரமாக காட்சியளித்தாள். அவன் அவளை குனிந்து ஸ்பரிசித்துவிட்டு 'இன்றைக்கு உன் சருமம் இறகு போன்ற உன் ஆடையிலும் பார்க்க மிருதுவாக இருக்கிறது' என்றான். 'அது இருக்கட்டும். என்னால் இன்று உன்னை ஆச்சரியப்படுத்த முடியாது. ஒரு மாற்றத்துக்கு நீ என்னை ஆச்சரியப்படுத்து' என்றாள்.

'இன்று ஆங்கில இலக்கியத்தில் என்ன படித்தேன் தெரியுமா?'

'எனக்கு தெரியாது, நீ சொல்' என்றாள் அவள். 'ரஸ்ய எழுத்தாளர் ரோல்ஸ்ரோயுக்கு பதின்மூன்று பிள்ளைகள். அது உனக்கு தெரியுமா?'

'இல்லை. இப்பொழுதுதான் தெரியும். மேலே சொல்.'

'பதின்மூன்றாவது பிள்ளை ஒரு பையன். அந்தச் சிறுவன் இறந்தபோது ரோல்ஸ்ரோய் என்ன செய்தார் தெரியுமா? சைக்கிள் விடப் பழகிக்கொண்டிருந்தார். அப்பொழுது அவருக்கு வயது அறுபது.'

'இதை ஏன் எனக்கு சொல்கிறாய்?'

'நீ ஆச்சரியப்படுத்து என்று சொன்னாயே, அதுதான்.'

அவள் மெதுவாக முறுவலிக்க ஆயத்தமானாள்.

'பார், பார் உன் இமைகள் சிரிக்கத் தொடங்குகின்றன.'

அவள் முனைவர் படிப்பை தொடங்கியபோது, அவன் பட்டப் படிப்பை முடித்துவிட்டு ஆசிரிய வேலையை ஏற்றுக் கொண்டான். அவன் ஓர் அறை கொண்ட சின்ன வீட்டை வாடகைக்கு பிடித்தபோது அதிலே இருவரும் சேர்ந்து வாழ்வ தென்று தீர்மானித்தார்கள். அவள் தன்னிடம் இருந்த கட்டிலை யும் மேசையையும் மற்றும் உடமைகளையும் எடுத்துக்கொண்டு அவனுடைய வீட்டுக்கு மாறினாள். அவளுடைய கட்டிலை அவனுடைய கட்டிலுக்குப் பக்கத்தில் போட்டபோது அது உயரம் குறைவாக இருந்தது. 'ஆணின் இடம் எப்பவும் உயர்ந்தது என்பதை நினைவில் வைத்துக்கொள்' என்றான் அவன். முதலில் பதிவுத் திருமணம் செய்து, அதற்குப் பிறகு அவளுடைய அம்மா அனுப்பிய தாலியை சங்கிலியில் கோத்து அவளுடைய கழுத்தில் அவன் கட்டினான். 'வியட்நாமிய சடங்கு இல்லையா?' என்றாள் அவள். முழுச்சந்திரன் வெளிப்பட்ட ஓர் இரவில் சந்திரனில் தோன்றிய கிழவனை சாட்சியாக வைத்துக்கொண்டு அவன் இஞ்சியை உப்பிலே தோய்த்து கடித்து சாப்பிட்டான். மீதியை அவள் கடித்து சாப்பிட்டாள். அத்துடன் அவர்களுடைய திருமண வாழ்க்கை சந்திரக் கிழவனின் ஆசியுடன் சிறப்பாகத் தொடங்கியது.

மணமுடித்த நாளிலிருந்து அவள் தலையணை பாவிப் பதில்லை, சற்று உயரத்தில் படுத்திருக்கும் அவனுடைய ஒரு புஜத்தில் தலையை வைத்து படுக்க பழகிக்கொண்டாள். லான்ஹங் ஆசிரியத் தொழிலுடன் வீட்டு வேலைகளையும் கவனித்தான். அவன் ஓர் அருமையான கணவன். ஆனால் வீட்டைச் சுத்தமாக வைக்கத்தான் அவனால் எப்படி முயன்றும் முடியவில்லை. இப்படியும் ஒரு பெண் படிப்பாளா என்று ஆச்சரியப்படுவான். அவளுடைய ஆராய்ச்சி நூல்களும் நோட்டுப் புத்தகங்களும் குறிப்பெழுதும் காகிதங்களும் படுக்கையில் கிடக்கும், சமையலறையில் கிடக்கும், பாத்ரூமில் கிடக்கும், படிப்பு மேசையில் கிடக்கும். எப்படித்தான் இவளால் படிக்கமுடிகிறதென்று ஓயாமல் வியப்பான். இரண்டு மணி நேரமாக வீட்டை துப்புரவு செய்து, சாமான்களை ஒழுங்கு படுத்தி அவன் நிமிர்ந்த இரண்டு நிமிடத்திற்கிடையில் அவள் வீட்டை மறுபடியும் நிறைத்துவிடுவாள்.

முனைவர் படிப்புக்கு அவள் நீண்ட நேரம் பரிசோதனைக் கூடத்தில் கழிக்கவேண்டியிருந்தது. சிலநாட்களில் இருபது மணிநேரம் தொடர்ந்து ஆராய்ச்சி செய்தாள். ஆனாலும் தாயாருக்கு மாதம் தவறாமல் கடிதம் எழுதுவாள். 'அம்மா உனக்கு ஒரு விசயம் தெரியுமா? நான் உன் வயிற்றில் கருவாக

உதித்தபோது என் வயிற்றில் ஏற்கனவே கருக்கள் இருந்தன. அப்படி எனக்கு ஒரு குழந்தை பிறந்தால் அது உனக்குள்ளே இருந்து வந்ததுதான்.'

ஒரு சனிக்கிழமை மதியம் பரிசோதனைக்கூடத்துக்கு அவள் போகவில்லை. அவள் ஆராய்ச்சியை முடித்து ஆய்வுக் கட்டுரையை பூர்த்திசெய்யும் தறுவாயில் இருந்தாள். படுக்கை யறைக்கு வந்த லான்ஹங் அப்படியே அசைவற்று நின்றான். படுக்கையில் நாலு பக்கமும் நூல்கள் இறைந்து கிடந்தன. காலை உணவு எச்சில் பிளேட் அகற்றப்படவில்லை. பாதி குடித்த கோப்பி குவளையை மடியில் வைத்துக்கொண்டு அவள் குறிப்பேட்டில் குனிந்து எழுதிக்கொண்டிருந்தாள். லான்ஹங் புத்தகங்களை தள்ளி படுக்கையில் இடம் உண்டாக்கி அதிலே அமர்ந்து அவள் கைகளைப் பிடித்தான். 'இந்த உலகத்தில் ஆகச்சிறந்த மாணவி நீதான். அதில் சந்தேகமில்லை. எங்களுக்கு மணமாகி நாலு வருடங்களாகியும் பிள்ளை இல்லை. அதையும் நீ யோசிக்கவேண்டும். நாங்கள் ஒரு மருத்துவரை பார்க்கலாம்' என்றான். அவள் அவன் முகத்தை ஏறிட்டு பார்த்தாள். இதற்கு முன் அவள் பார்த்திராத அவனுடைய இரண்டு கன்ன எலும்புகளும் இப்பொழுது துல்லியமாகத் தள்ளிக்கொண்டு தெரிந்தன.

மருத்துவர் இருவரையும் நீண்ட பரிசோதனைகளுக்கு உட்படுத்தினார். அவர் கண்டடைந்த முடிவை அவர்கள் எதிர்பார்க்கவில்லை. 'என்னை ஆச்சரியப்படுத்து, என்னை ஆச்சரியப்படுத்து' என்று அடிக்கடி கூறும் அவள் கணவன் உச்சமான ஆச்சரியத்தை பரிசோதனை முடிவுகள் வெளியான அன்று அடைந்தான். மருத்துவர் பரிசோதனை முடிவுகளை எடுத்துவர உள்ளேபோனார். அவருடைய சப்பாத்து ஓசை குறையக் குறைய இவர்களுடைய இருதயம் அடிக்கும் ஒலி கூடிக்கொண்டுபோனது. குழந்தை உண்டாக வேண்டுமென்றால் ஓர் ஆணுக்கு மில்லிலிட்டர் ஒன்றுக்கு இரண்டு கோடி உயிரணுக் கள் உற்பத்தியாக்கும் தகுதி இருக்கவேண்டும். அவனுக்கு அதில் பாதிகூட இல்லை. அவளுக்கு அவன் மூலம் கருத்தரிக்கும் வாய்ப்பு இல்லை என்று மருத்துவர் கூறிவிட்டார்.

அவ்வளவு நாளும் ஒரு குழந்தை இருந்தால் நல்லா யிருக்கும் என்று நினைத்திருந்த இருவருக்கும் எப்படியும் ஒரு குழந்தையை பெற்றெடுக்கவேண்டும் என்ற வெறி உண்டானது. மதியின் தயாருடைய கடிதங்கள் 'நீ கர்ப்பமாகி விட்டாயா' என்று கேட்டு வரத் தொடங்கியிருந்தன. வழக்கம் போல அவனுக்கு வலது பக்கத்தில் படுத்திருந்த அவளிடம், 'ஏ, இலங்கைக்காரி, நீ ஏன் என்னை மணமுடித்தாய்?' என்றான்.

'பணக்காரி, பணக்காரனை முடிப்பாள். ஏழை ஏழையை முடிப்பாள். படித்தவள் படித்தவனை முடிப்பாள். ஒன்று மில்லாதவள் ஒன்றுமில்லாதவனை முடிப்பாள்.' அவள் வாய் சிரித்தாலும் முகத்தில் துக்கம் தாளமுடியாமல் இருந்தது. 'இங்கே என்னைப் பார். அஞ்சல் நிலையத்து சங்கிலியில் பேனாவை கட்டிவைப்பதுபோல நான் உன்னை கட்டி வைக்க வில்லை. நான் வேண்டுமானால் விலகிக்கொள்கிறேன். நீ யாரையாவது மணமுடித்து பிள்ளை பெற்றுக்கொள்' என்றான். அவள் ஒன்றுமே பேசாமல் அவனுடைய கட்டிலில் துள்ளி ஏறி அவனுடைய புஜத்தை இழுத்துவைத்து அதன்மேல் இன்னும் கூட தலையை அழுத்தி படுத்துக்கொண்டாள்.

அன்று காலையிலிருந்து தொலைக்காட்சியின் எந்த சானலைத் திருப்பினாலும் அதில் கிளிண்டன் – மோனிகா விவகாரமே விவாதிக்கப்பட்டது. ரேடியோவிலும் அதையே சொன்னார்கள். பத்திரிகைகளும் பக்கம் பக்கமாகப் புலம்பின. ஒன்றிலுமே அவளுக்கு மனது லயிக்கவில்லை. மாலையானதும் அவள் தன்னறையில் உட்கார்ந்து யன்னல் வழியாக ரோட்டைப் பார்த்துக்கொண்டிருந்தாள். ஆய்வுக்கட்டுரையை மூன்றுநாள் முன்னர் சமர்ப்பித்துவிட்டதால், கொடிக்கயிற்றில் மறந்துபோய் விட்ட கடைசி உடுப்புபோல அவள் மனம் ஆடிக்கொண் டிருந்தது. ஒரு பொலீஸ் கார் சைரன் சத்தம்போட வேகமாக கடந்து சென்றது. ஒரு நாளில் அவ்வளவு நேரத்தையும் வைத்துக் கொண்டு என்ன செய்வது என்று அவளுக்குத் தெரியவில்லை. திடீரென்று ரோட்டிலே காலடி ஓசைகள் கேட்கத்தொடங்கின. பாஸ்கட்போல் போட்டி முடிந்து மாணவர்களும், மாணவி களும் கூட்டம் கூட்டமாக நகர்ந்தனர். ஒரு பெண்ணை ஒருவன் தோளின்மேல் தூக்கிவைத்து நடந்தான். எல்லோருமே மகிழ்ச்சியாக காணப்பட்டார்கள். அதிலே யார் தோற்றவர், யார் வென்றவர் என்பதை அவளால் கண்டுபிடிக்க முடிய வில்லை. உள்ளே சமையலறையில் லான்ஹங் பாத்திரங்கள் சத்தம் எழுப்ப அவளுக்காக வியட்நாமிய சூப் தயாரித்துக் கொண்டிருந்தான். அதன் மணம் சமையலறையைக் கடந்து, இருக்கும் அறையைக் கடந்து அவளிடம் வந்தது. நீண்ட ஆடை யின் நுனியில் சூப் கோப்பையை வைத்து தூக்கிக்கொண்டு லான்ஹங் வந்தபோது அவள் நாற்காலியில் உட்கார்ந்தபடியே தூங்கிவிட்டாள்.

அடுத்த நாள் காலை இருவரும் சேர்ந்து ஒரு முடிவுக்கு வந்தார்கள். அவர்கள் வீடு வாங்குவதற்காக சேமித்து வைத் திருந்த அத்தனை பணத்தையும் கொடுத்து *IVF* கருத்தரிக்கும் முறையை பரிசோதிப்பது என தீர்மானித்தார்கள். அவனுடைய

பள்ளிக்கூடத்தில் படிப்பித்த ஓர் ஆப்பிரிக்க ஆசிரியர் தன்னுடைய உயிரணுக்களை தானம் செய்ய முன்வந்தார். மருத்துவர்கள் பல பரிசோதனைகளை மேற்கொண்டார்கள். நிறைய சட்டதிட்டங்கள் இருந்ததால் மூவரும் பலவிதமான பாரங்களில் கையொப்பமிட வேண்டியிருந்தது. ஆறு மாத காலமாக அவளை தயார் செய்தார்கள். 28 ஹோர்மோன் ஊசிகள் நாளுக்கு ஒன்று என்ற முறையில் செலுத்தி, அவளுடைய மாத விலக்கு முடிந்த மூன்றாம் நாள் பரிசோதனைக் கூடத்தில் உருவாக்கிய கருவை அவள் உள்ளே செலுத்தினார்கள். பத்து நாள் கழித்து மருத்துவ மனையில் போய் சோதித்துப் பார்த்த போது அவள் கர்ப்பமாகியிருப்பது உறுதியானது. அன்றே தாயாருக்கு ஒரு கடிதம் எழுதிப் போட்டாள். 'நான் கர்ப்பமா யிருக்கிறேன். உனக்கு ஒரு பேரனோ பேத்தியோ பிறந்த செய்தி விரைவில் வரும். காத்திரு.'

அவளுக்கு பல சந்தேகங்கள் இருந்தன. மருத்துவ பரிசோதனைகள் நடத்திய பெண்ணிடம் தன் பிரச்சினைகளை சொன்னாள். ஒருநாள் கேட்டாள், 'ஓர் இலங்கைப் பெண்ணுக் கும், வியட்நாமிய ஆணுக்குமிடையில் ஆப்பிரிக்க கொடையில் கிடைத்த உயிரணுக்களால் உண்டாகிய சிசு என்னவாக பிறக்கும்?' அதற்கு அந்தப் பெண் ஒரு வினாடிகூட தாமதிக்காமல் 'அமெரிக்கனாக இருக்கும்' என்றாள். சரியாக 280 நாட்களில் அவளுக்கு அழகான குழந்தை பிறந்தது. சுகமான மகப்பேறு. அவள் தன்னுடன் கொண்டுவந்திருந்த கைப்பையில் தயாராக வைத்திருந்த பேப்பரையும் பேனாவையும் எடுத்து தாயாருக்கு ஒரு கடிதம் எழுதினாள். 'எனக்கு ஒரு அமெரிக்க பிள்ளை பிறந்திருக்கு.' ஒரேயொரு வசனம்தான். அந்தக் கடிதத்தை உடனேயே அனுப்பிவிடும்படி கணவனிடம் கொடுத்தாள். வடகிழக்கு மூலையில் தபால்தலை ஒட்டிய அந்தக் கடிதம், வீதி பெயரில்லாத, வீட்டு நம்பர் இல்லாத அவளுடைய தாயாரிடம் எப்படியோ போய்ச் சேரும். அவள் தாயார் அந்தக் கடிதத்தை அமெரிக்க தபால்தலை தெரியக்கூடியதாக மற்றவர்கள் காணத் தூக்கிப் பிடித்துக்கொண்டு அன்று முழுக்க கிராமத்தில் அலைவாள்.

இருபது நாள் கழித்து மாலை சரியாக ஆறு மணிக்கு அவள் தாயாரிடமிருந்து ஒரு தொலைபேசி வந்தது. அது அவள் எதிர்பார்த்ததுதான். அந்த டெலிபோன் செய்வதற்காக அவளுடைய அம்மா அதிகாலை ஐந்து மணிக்கு எழும்பியிருப் பாள். ஆறுமணிக்கு முதல் பஸ்சை பிடித்து பட்டணத்துக்கு போய் டெலிபோன் நிலையத்துக்கு முன் காத்திருந்து, கதவு திறந்தபோது முதல் ஆளாக உள்ளே நுழைந்திருப்பாள். அங்கே அப்போது காலை ஏழு மணியாக இருக்கும்.

இருபது நாள் வயதான குழந்தை அவள் மடியிலே கிடந்தது. அம்மாவின் குரல் கேட்டது. 'மகளே, என்ன குழந்தை, நீ அதை எழுதவில்லையே?'

'பொம்பிளைப் பிள்ளை, அம்மா, பொம்பிளைப் பிள்ளை.'

'அம்மா, அவள் அழுகிறாள், சத்தம் கேட்குதா?' குழந்தையை தூக்கி டெலிபோனுக்கு கிட்டப் பிடித்தாள். 'மகளே, குழந்தைக்கு என்ன பேர் வைத்தாய்?' அவளுக்கு அம்மாவின் குரல் கேட்க வில்லை, அவளுடைய சுவாசப்பை சத்தம்தான் கேட்டது.

'அம்மா, அவள் முழுக்க முழுக்க அமெரிக்கக்காரி. நீ அவளை பார்க்கவேணும். அதற்கிடையில் செத்துப்போகாதே.'

இருவரும் ஒரே சமயத்தில் பேசினார்கள். அவர்கள் குரல்கள் அட்லாண்டிக் சமுத்திரத்தின் மேல் முட்டி மோதிக் கொண்டன.

அவள் மடியிலே கிடந்த குழந்தையின் முகம் அவள் அம்மாவுடையதைப் போலவே இருந்தது. சின்னத் தலையில் முடி சுருண்டு சுருண்டு கிடந்தது. பெரிதாக வளர்ந்ததும் அவள் அம்மாவைப்போல கொண்டையை சுருட்டி வலை போட்டு மூடுவாள். தன் நண்பிகளுடன் கட்டை பாவாடை அணிந்து கூடைப்பந்து விளையாட்டு பார்க்கப் போவாள். சரியான தருணத்தில் எழுந்து நின்று கைதட்டி ஆரவாரிப்பாள்.

'என் அறையில் வந்து தூங்கு' என்று ஆண் நண்பர்கள் யாராவது அழைத்தால் ஏதாவது சாட்டுச் சொல்லி தப்பியோட முயலமாட்டாள்.

பல்கலைக்கழக கலாச்சார ஒன்று கூடலில் 'என்ன தவம் செய்தனை' பாடலுக்கு அபிநயம் பிடிப்பாள் அல்லது பதினாறு கம்பி இசைவாத்தியத்தை மீட்டுவாள். ஒவ்வொரு நன்றிகூறல் நாளிலும் புதுப்புது ஆண் நண்பர்களைக் கூட்டி வந்து பெற்றோருக்கு அறிமுகம் செய்துவைப்பாள். அவர்களின் உயிரணு எண்ணிக்கை மில்லி லிட்டருக்கு இரண்டு கோடி குறையாமல் இருக்கவேண்டுமென்பதை முன்கூட்டியே பார்த்துக்கொள்வாள்.

ஒம

## ஆசிரியரின் பிற காலச்சுவடு வெளியீடுகள்

கடவுள் தொடங்கிய இடம்
நாவல்
ரூ. 220

புவியீர்ப்புக் கட்டணம்
கிளாசிக் சிறுகதைகள்
ரூ. 325

கடவுளுக்கு வேலை
செய்பவர்
(கிளாசிக் கட்டுரைகள்)
(தொ-ர்): இசை
ரூ. 320

பிள்ளை கடத்தல்காரன்
சிறுகதைகள்
ரூ. 240

மகாராஜாவின் ரயில் வண்டி
சிறுகதைகள்
ரூ. 220

குதிரைக்காரன்
(சிறுகதைகள்)
ரூ. 190

கொழுத்தாடு பிடிப்பேன்
(தேர்ந்தெடுத்த சிறுகதைகள்)
(தொ-ர்): க. மோகனரங்கன்
ரூ. 600